போட்டுத் தள்ளு

மார்க்கெட்டிங் என்கவுண்டர்களில் போட்டியாளர்களை போட்டுத் தள்ளுவது எப்படி என்று படம் வரைந்து பாகங்களைக் குறிக்கும் படம். பக்கத்துக்கு பக்கம் அடிதடி, வெட்டுக்குத்து, கன் ஃபைட், கார் சேஸ் காட்சிகள் நிறைந்த ஹாலிவுட் படங்களுக்கு நிகரான த்ரில்லர்.

போட்டுத் தள்ளு

சதீஷ் கிருஷ்ணமூர்த்தி

கிழக்கு

போட்டுத் தள்ளு
Pottu Thallu
by Satheesh Krishnamurthy ©

First Edition: Januaray 2014
200 Pages
Printed in India.

ISBN: 978-93-5135-171-9
Title No. Kizhakku 758

Kizhakku Pathippagam
177/103, First Floor,
Ambal's Building, Lloyds Road,
Royapettah, Chennai 600 014.
Ph: +91-44-4200-9601

Email : support@nhm.in
Website : www.nhm.in

Kizhakku Pathippagam is an imprint of New Horizon Media Private Limited

என் நான்கு கால் நண்பன்,
வாலாட்டும் வளர்ப்பு மகன்
சிம்பாவுக்கு!

ஹிட்லிஸ்ட்

உஷார்மாமே

நான் ஒரு ப்ராண்ட் கன்சல்டண்ட். மார்க்கெட்டிங் மற்றும் ப்ராண்ட் பற்றிய நிர்வாக ஆலோசனை வழங்குவது என் தொழில். என்னைச் சந்திப்பவர்களில் பலர் என்னைக் கேட்கும் கேள்வி: 'சார், உங்களைப்போல நிர்வாக ஆலோசகர் ஆகனும்னு பார்க்கறேன். அதுக்கு என்ன செய்யனும்?'

எல்லாருக்கும் நான் கூறும் பதில்: 'இதில பெரிசா வருமானம் இல்லீங்க. இதுக்கு பதிலா டிபார்ட்மெண்ட் ஸ்டோர் ஆரம்பிங்க. இன்னித் தேதிக்கு நல்ல பிசினஸ் அதுதான். பணம் கொட்டோ கொட்டுன்னு கொட்டும், கேரண்டி!'

டிபார்ட்மெண்ட் ஸ்டோர் பிசினஸில் பணம் கொட்டுகிறதா என்று எனக்குத் தெரியாது. ஆனால் எனக்குப் போட்டியாக நிர்வாக ஆலோசகர்கள் வருவதில் எனக்கு விருப்பமில்லை. வருவோர் போவோரிடமெல்லாம் நிர்வாக ஆலோசகர் ஆகும் வழியை நானே எதற்குக் கற்றுக்கொடுத்து எனக்குப் போட்டி யாளர்களை உருவாக்கிக்கொள்ளவேண்டும்? வேலியில் ஓடும் ஓணானை எதற்கு என் வேட்டியில் விட்டுக்கொள்ள வேண்டும்? வீணாக எதற்கு எனக்குப் போட்டியாளர்களை நானே வளர்த்துக் கொள்ளவேண்டும்?

அதற்குபதில் என் பேச்சைக் கேட்டு பலரும் டிபார்ட்மெண்ட் ஸ்டோர் ஆரம்பித்தால் அதில் போட்டி அதிகமாகும். பொருட் களின் தரம் உயரும்; வாடிக்கையாளர் சேவை மேம்படும். விலை குறையும். எனக்கும் பணம் மிச்சமாகும்! எல்லாம் போட்டியாளர்கள் தயவில்.

போட்டியாளர் என்பவர் யார்? நமக்குக் குறிவைப்பவர். நம் பிசினஸுக்கு உளை வைப்பவர். நம் கஸ்டமருக்குக் கண்ணி வைப்பவர். நம் பணத்தைப் பறிக்க நிற்பவர். நம் உயிரை எடுக்க நினைப்பவர்.

சுருங்கச் சொன்னால், போட்டியாளர் நம் கழுத்தை அறுக்க நினைக்கும் எம். என். நம்பியார். மென்னியைத் திருக முனையும் கே. ஏ. அசோகன். உயிரை வாட்ட விரும்பும் பிரகாஷ் ராஜ். நம்மையே தீர்த்துக்கட்டத் திட்டமிடும் ஆர். எஸ். மனோகர், எம். ஆர். ராதா என்கிற பயங்கர வில்லன்கள் கூட்டம். இப்புத்தகம் இவர்களைப் பற்றியது! இவர்கள் செயல்களைப் பற்றியது. அதை முறியடிப்பதைப் பற்றியது. முடிந்தால் அவர்களையே போட்டுத் தள்ளும் வழிகளைப் பற்றியது!

புத்தகத்தை படிப்பதற்குமுன் ஒரு சின்ன வார்னிங். போட்டியாளர்களை பற்றிப் பேசப்போகிறோம். அவர்கள் நம்மை அடிக்க எத்தனிக்கும் வழிகளை அலசப் போகிறோம். அதைத் தடுத்து திருப்பித் தாக்கும் கலையைத் தெரிந்துக்கொள்ளப் போகிறோம். எதிரிகளைப் போட்டுத் தள்ளும் கலையைப் புரிந்துகொள்ளப் போகிறோம். அதனால் கொலை, அடிதடி, வெட்டுக்குத்து, வெறித்தனமான தாக்குதல் என்று இப்புத்தகம் கொஞ்சம் வயலண்டாகத்தான் இருக்கும். எக்கச்சச்க சாவு, ஏகப்பட்ட மரணம், ஏராளமான கொலை என்று ஏகத்துக்கும் எக்குத்தப்பாகத்தான் இருக்கும்.

புத்தகத்தைப் படித்துவிட்டு தலைக்குக் குளிக்கவேண்டி யிருக்கும்!

இப்படி எல்லாம் சொல்வதால் இப்புத்தகம் ஏதோ பெரிய கம்பெனிகளுக்கும், பன்னாட்டு பிசினஸ்களுக்கும், படா சைஸ் ப்ராண்டுகளுக்கு மட்டுமே என்று நினைத்து ஒதுங்கிவிட வேண்டாம்.

பணக்காரக் கம்பெனிகளுக்கு இடையேதான் போட்டி என்பதில்லை. பன்னாட்டு நிறுவனங்களுக்கு இடையேதான் பகை என்பதில்லை. பெரிய ப்ராண்டுகளுக்கு மட்டுமேதான் போட்டியாளர் என்பதில்லை.

இது கட்-த்ரோட் போட்டி உலகம். எந்தத் தொழில் செய்தாலும் அதில் போட்டித் தொல்லை உண்டு. சின்ன பிசினஸ் செய்தாலும்

சில்மிஷம் செய்யக் காத்திருக்கும் போட்டியாளர்கள் உண்டு. எதை விற்க முயன்றாலும் உதை கொடுக்க ரெடியாகப் பகை உண்டு.

பெரிய ஆளாக இருந்தால்தான் மார்க்கெட்டிங் போரில் வெல்ல முடியும் என்பதில்லை. கை நிறையக் காசும் வாய் நிறையச் செல்வாக்கும் இருந்தால்தான் சந்தைப் பொருளாதாரத்தில் சக்ஸஸ் ஆக முடியும் என்பதில்லை.

சின்ன சைஸ் பிசினஸ்மேனாக இருந்தாலும் சிறப்பாக ஜெயிக்கலாம். பன்னாட்டுப் போட்டியாளரையும் படுகுழியில் தள்ளலாம். பெரிய தொழில்களையுமே போட்டுத் தள்ளலாம். இப்புத்தகம் எழுதப்பட்டதன் இரண்டாவது நோக்கம் இது.

அதனால், 'ஓ காட்! என்னிடம் அத்தனை பணம் இல்லையே' என்று அங்கலாய்க்கவேண்டாம். 'வாட் டு டூ! என் ப்ராண்ட் அத்தனை பெரிசு இல்லையே' என்று அஞ்சவும் வேண்டாம்.

மனத்தில் எந்தப் பெரிய போட்டியையும் எதிர்கொள்ளும் வீரம், பிசினஸில் ஒரு கை பார்த்துவிடுவது என்கிற எழுச்சி, எப்பாடு பட்டாவது என் ப்ராண்டை வெற்றி பெறச் செய்தே தீருவது என்கிற வைராக்கியம். இந்த மூன்றும் இருக்கிறதா உங்களிடம்? இருந்தால், இப்புத்தகத்தை எடுத்துக்கொண்டு நேராக பில்லிங் கவுண்டருக்குச் செல்லவும்.

இப்புத்தகத்தில் வியூகம் அமைக்கும் வழி இருக்கும். குழி வெட்டும் கலை இருக்கும். தற்காத்துக்கொள்ளும் திட்டம் இருக்கும். பகையைப் பந்தாடும் பாதையும் இருக்கும்.

இன்னொரு முக்கியமான விஷயம். இப்புத்தகம் நீங்கள் பகையை வெற்றி பெறும் வழியை அறிந்துகொள்ள மட்டுமல்ல. அவர்களிடம் தோல்வி அடையாமல் இருக்கும் வழியைத் தெரிந்து கொள்ளவும் உதவும்.

இப்புத்தகம் எழுதப்பட்டதன் முதல் நோக்கம் இதுவே!

அன்புடன்

சதீஷ் கிருஷ்ணமூர்த்தி

1

ஒரு ஊர்ல ஒரு சின்ன கம்பெனி இருந்ததாம்...

ஒரு பட்டு வேட்டியின்
கனாவில் இருந்த போது
அவன் கட்டியிருந்த கோவணமும் களவாடப்பட்டது

- கவிஞர் வைரமுத்து

ஒரு ஊருல ஒரு சின்ன கம்பெனி இருந்ததாம். அந்த கம்பெனி சின்னதா ஆரம்பிச்சு, சிறப்பா வளர்ந்துட்டு வர கம்பெனியாம். அந்த சி. கம்பெனி ஒரு ஷாம்பு ப்ராண்ட்டை முதல்ல அறிமுகப் படுத்தியதாம். அந்த ப்ராண்ட் நல்லா விற்க ஆரம்பிச்சு சீக்கிரமே தமிழ்நாட்டில் அதிகமாக விற்பனையாகும் ஷாம்புவாக வளர்ந்து விட்டதாம்.

சக்கை போடு போட்டுக்கொண்டிருந்த அந்த கம்பெனியின் ஷாம்பு ப்ராண்ட், சாஷே வடிவில் ஒரு ரூபாய்க்கு விற்று வந்தது. அந்த ப்ராண்டின் பிரதான போட்டி ப்ராண்ட், ஒரு பெரிய பன்னாட்டு கம்பெனியுடையது. அந்த ப்ராண்ட் ரூ. 1.75 -க்கு சாஷே வடிவில் அறிமுகப்படுத்தப்பட்டு விற்க முடியாமல் திணறித் தத்தளித்துக்கொண்டிருந்ததால் ப. கம்பெனி அதன் விலையை ரூ. 1.50-க்குக் குறைத்து விற்க முயற்சித்தது. அப்படி யும் விற்க முடியாமல் விக்கி அந்த ப.கம்பெனியின் ஷாம்பு ப்ராண்ட் வாயில் நுரை தள்ளிவிட்டது.

பார்த்தது ப.கம்பெனி. 'சே என்ன எழவுடா இது. பேருதான் பெரிய பன்னாட்டு கம்பெனி. இப்படிப் போயும் போயும் ஒரு

பிலாகா லோக்கல் கம்பெனியிடம் செருப்படி பட்டுக்கொண் டிருக்கிறோமே' என்று கடுப்பாகித் தங்கள் ஷாம்பு சாஷேயின் விலையை ரூ. 1.25-க்குக் குறைத்து விற்கத் தொடங்கியது. கொஞ்சத்துக்குக் கொஞ்சம் விற்றாலும் சி. கம்பெனியின் ஷாம்பு விற்பனையை அசைக்க முடியவில்லை. நம்மூர் ஷாம்பு, நம்பர் ஒன் ஸ்தானத்தில் அமர்ந்து கால் மேல் கால் போட்டு அதை ஆட்டிக்கொண்டே படு சௌக்கியமாக வாழ்ந்து வந்தது.

சி. கம்பெனியின் சேர்மனுக்குப் பெரிய சைஸில் கனவுகள். தன் கம்பெனியை நன்றாக வளர்த்து பெரிய லெவலுக்குக் கொண்டு போகவேண்டும் என்று. அதற்காகத் தன் சின்ன கம்பெனியை ப்ரொஃபஷனலாக மாற்றும் எண்ணத்துடன் நிர்வாகத் திறமை கொண்ட படித்தவர்களை, அனுபவம் வாய்ந்தவர்களை கம்பெனியில் வேலைக்கு அமர்த்திக்கொண்டார். கம்பெனியும் படிப்படியாக முன்னேறியது. அடுத்தடுத்து புதிய ப்ராண்டுகளை அறிமுகப்படுத்த, அவையும் நன்றாக விற்கத் தொடங்கின.

சக்கை போடு போட்டுக்கொண்டிருந்த ஷாம்பு சாஷே ப்ராண்டை கவனித்துக்கொள்ள ஒரு புதிய ப்ராண்ட் மேனேஜர் நியமிக்கப் பட்டார். அவர் அப்போதுதான் எம்.பி.ஏ படித்து, சுடச்சுட காலேஜிலிருந்து வெளியே வந்த இளைஞர். அந்த இள ரத்தம் பல கனவுகளோடு பதவி ஏற்றுக்கொண்டு ப்ராண்டுக்குப் புதுமை யான பேக்கேஜிங் டிசைன், புதிய டீவி விளம்பரம் என்று படு பிஸியாகத் தன் வேலையைக் கவனிக்கத் தொடங்கினார்.

சேர்ந்த ஒரு மாதத்துக்குள் ஒரு நாள் ப்ராண்ட் மேனேஜர் ரூமுக்குள் நுழைந்தார் கம்பெனியின் சேர்மன். 'என்ன ப்ராண்ட் மேனேஜர், எப்படி போயிட்டு இருக்கு வேலையெல்லாம்?' என்று வினவுகிறார்.

'நல்லாப் போயிட்டு இருக்கு சார். புதிய பேக்கேஜிங் டிசைன் ரெடி. கொஞ்சம் கலர் கரெக்ஷன் பண்ணனும். டீவி விளம்ப்ர ஸ்கிரிப்ட்ல சில மாற்றங்கள் தேவைப்படுது. சொல்லியிருக்கேன். இன்னும் ரெண்டொரு நாள்ல அதுவும் ரெடி ஆயிடும்.' ஆவலுடன் பதிலளிக்கிறார் ப்ராண்ட் மேனேஜர்.

சேர்மன் புன்னகைத்து, 'அதெல்லாம் நீங்க நல்லாப் பார்த்துப் பீங்கன்னு எனக்கு தெரியும். நான் வந்தது வேற விஷயமா' என்கிறார் பீடிகையுடன். அவரே தொடர்ந்து, 'பத்து நிமிஷம்

முன்னால எனக்கு ஒரு ஃபோன் கால் வந்தது. நம் போட்டியாளரான பன்னாட்டு கம்பெனி மேனேஜரிடமிருந்து' என்று சொல்லிப் புன்னகைக்கிறார்.

ப்ராண்ட் மேனேஜருக்கு ஆச்சரியம். 'என்னவாம் சார்? அவங்க தோல்விய ஒப்புக்கறாங்களாமா?'

சேர்மன் வாய்விட்டுச் சிரிக்கிறார். 'இல்ல. நம்மகிட்ட ஒரு டீல் கேக்கறாங்க'.

ப்ராண்ட் மேனேஜர், சேரை முன்னே இழுத்து டேபிளில் கையை ஊன்றி சேர்மன் சொல்லப்போவதை ஆவலுடன் கேட்கிறார்.

சேர்மன் தொடர்கிறார். 'அவங்க ஷாம்பு சாஷே விலையை ரூ.1.50-க்கு ஏத்திக்கறாங்களாம். நம்ம ப்ராண்டின் விலையை ரூ.1.25 க்கு ஏத்த முடியுமான்னு கேட்கறாங்க.' கூறிவிட்டு ப்ராண்ட் மேனேஜர் பதிலுக்குக் காத்திருக்கிறார் சேர்மன்.

ப்ராண்ட் மேனேஜர் முகத்தில் ஆச்சரியம். 'அவங்க விலைய ஏத்தனும்னா ஏத்திக்கட்டும். நம்மகிட்ட ஏன் இதைக் கேட்கனும்? நம்ம ப்ராண்ட் விலையை ஏன் ஏத்தச் சொல்லனும்?'

சேர்மன் புன்னகையில் அனுபவம் தெரிகிறது. 'அவங்க ப்ராண்டை ரூ.1.50-க்கு ஏத்தனும்னு பார்க்கறாங்க. நம்ம ப்ராண்ட் ஒரு ரூபாய்லயே இருந்தா அவங்க கஸ்டமருங்க பலரும் அம்பது பைசா கம்மின்னு நம்ம ப்ராண்டுக்குத் தாவிடுவாங்கன்னு பயப்படறாங்க.'

ப்ராண்ட் மேனேஜர் பலமாகத் தலையை அசைத்து, 'சார், அவங்க அப்படிப் பயந்தா விலைய ஏத்தாம இருக்கட்டும். இல்ல, விலையைத் தைரியமா ஏத்திட்டுப் போகட்டும். நம்ம ப்ராண்ட் விலைய ஏத்தறது, ஏத்தாததப் பத்தி அவங்க சொல்லத் தேவையில்லை.'

சேர்மன் டேபிளில் உள்ள பேப்பர் வெயிட்டைக் கையில் உருட்டியபடி ஒரு செகண்ட் சிந்தனையில் ஆழ்கிறார். 'அப்ப, நம்ம விலைய ஏத்தவேண்டாம்னு சொல்றீங்களா?'

'கண்டிப்பா சார். நம்ம ப்ராண்ட் நல்லா வித்துட்டு இருக்கு. இந்த நேரத்தில எதுக்கு விலை ஏற்றி ரிஸ்க் எடுக்கனும்?

அதோடு, இப்ப பேக்கேஜிங்கை மாத்தறோம், விளம்பரத்தை மாத்தறோம். அதோடு சேர்ந்து விலையையும் ஏத்தக்கூடாது. ஒரே நேரத்தில ப்ராண்டோட பல விஷயங்களை மாத்தக்கூடாது சார். நாளைக்கே சேல்ஸ் குறைஞ்சா எதனால குறைஞ்சதுன்னு தெரியாம போயிடும்.'

பேப்பர் வெயிட்டை வெறித்துப் பார்த்துக்கொண்டிருந்த சேர்மன், கண்கள் பிரகாசிக்க நிமிர்ந்து ப்ராண்ட் மேனேஜரைப் பார்த்து, 'நீங்க சொல்றது சரின்னு படுது' என்கிறார். குரலில் தெளிவு.

பேப்பர் வெயிட்டை டேபிளில் வைத்துவிட்டு எழுகிறார். கூடவே எழுந்த ப்ராண்ட் மேனேஜர் தோளைத் தட்டி 'குட்' என்று கூறிவிட்டுத் தன் ரூமுக்குச் செல்கிறார்.

காலம் ஓடுகிறது. ரொம்ப இல்லை. ஒரு பத்து நாள்தான். அன்று சி. கம்பெனியில் மாதாந்திர ரிவ்யூ மீட்டிங். கான்ஃபரென்ஸ் ஹாலில் கம்பெனியின் அனைத்து டிபார்ட்மெண்ட் தலைவர்களும் குழுமி, கடந்த மாத சேல்ஸ் மற்றும் நிர்வாக அலுவல்களை அலசுகிறார்கள்.

எல்லா கம்பெனி ரிவ்யூ மீட்டிங் போலத்தான் அன்றும். சேல்ஸை எப்படிக் கூட்டுவது என்கிற காரசார விவாதம், ஆளாளுக்கு ஆலோசனை, அதிகபட்ச சண்டை என்று விமரிசையாக நடக்கிறது மீட்டிங். விளம்பரத்தைக் கூட்டவேண்டும் என்று சேல்ஸ் டீம் கூவுகிறார்கள். விலையைக் கூட்டவேண்டும் என்று ஃபைனான்ஸ் டீம் அலறுகிறார்கள். புதிய ப்ராண்டுகளை அறிமுகப்படுத்தவேண்டும் என்று ஆர் அண்ட் டீ கூறுகிறார்கள். ப்ராண்ட் பராமரிப்பில் கூடுதல் கவனம் தேவை என்று மார்க்கெட்டிங் மன்றாடுகிறார்கள். கம்பெனி சேர்மன் பட்டிமன்றத்தை வழிநடத்தும் சாலமன் பாப்பையாபோல் 'சரிய்யா', 'அவன் சொல்றதயும் கொஞ்சம் கேப்போம்யா', 'டென்ஷன் ஆகாதேய்யா' என்று தாஜா செய்கிறார்.

ஒரு வழியாய் ரிவ்யூ மீட்டிங்கின் அஜெண்டா முடிகிறது. வழக்கம்போல், மீட்டிங்கை நிறைவு செய்யும் சேர்மன் தன் கருத்துகளைக் கூறி முடிக்கிறார். முடித்துவிட்டுக் குரலை கனைக்கிறார். ஹாலில் உள்ளவர்களுக்குத் தெரியும், அந்தக் கனைப்பு வேறு ஒரு புதிய விஷயத்தைப் பற்றி அவர் பேசப்போகும் ஆரம்பம் என்று.

சேர்மன் ஒரு முறை ப்ராண்ட் மேனேஜரைப் பார்த்துவிட்டு அனைவரையும் நோட்டம் விடுகிறார். ‘ஒரு முக்கியமான விஷயத்தைப்பற்றிப் பேசப் போகிறேன். நான் சொல்லப் போவது இதுவரை எனக்கும் ப்ராண்ட் மேனேஜருக்கும் மட்டும்தான் தெரியும்.’ சொல்லிவிட்டு நிறுத்தி மீண்டும் ஒரு முறை ப்ராண்ட் மேனேஜரைப் பார்க்கிறார். ஹாலில் உள்ள அனைவரும் ப்ராண்ட் மேனேஜரைப் பார்க்க, அவரோ வைத்த கண் வாங்காமல் சேர்மனையே பார்த்துக்கொண்டிருக்கிறார்.

பத்து நாட்கள் முன்பு தனக்கும் ப்ராண்ட் மேனேஜருக்கும் நடந்த சம்பாஷணையை முழுவதும் விவரிக்கிறார் சேர்மன். ஹாலில் முழுவதும் நிசப்தம். அவரே தொடர்கிறார். ‘நேற்று அந்த கம்பெனியின் சீனியர் மேனேஜர் என்னிடம் மீண்டும் ஃபோனில் தொடர்பு கொண்டார்.’ சேர்மன் குரலில் அமைதியும் சொல்லப் போகும் விஷயத்தின் தன்மை சாதாராணமானது அல்ல என்கிற தொனியும் தெரிகிறது.

20-20 கிரிக்கெட் மேட்ச் ஃபைனலில் கடைசி பந்து, சிக்ஸர் அடித்தால் வெற்றி என்பதுபோல் அத்தனை பேரின் கண்களும் டீவியைப் பார்ப்பதுபோல் சேர்மனையே பார்த்துக்கொண்டிருக்கின்றன.

‘பேசியவர் சாதாரண மேனேஜர் அல்ல. ப. கம்பெனியின் நம்பர் டூ. சீனியர் டைரக்டர். நம் ஷாம்புவின் விலையை ரூ.1.25 க்கு ஏற்றச் சொல்கிறார். அவர்கள் தங்கள் ப்ராண்டின் விலையை ரூ. 1.50 க்கு ஏற்றத் தயாராக இருக்கிறார்களாம். என் பேச்சின்மீது நம்பிக்கை வைத்து ஏற்றுங்கள் என்று கூறுகிறார்.’ சொல்லிவிட்டு ப்ராண்ட் மேனேஜரைப் பார்க்கிறார் சேர்மன்.

அத்தனை பேரின் கண்களும் ஆவலுடன் ப்ராண்ட் மேனேஜரைப் பார்க்க அவரோ தலையை பலமாக ஆட்டி, ‘ஐ ஆம் வெரி க்ளியர் சார். நாம் விலையை ஏற்றக்கூடாது. அவர்கள் எக்கேடு கெட்டாவது போகட்டும். வீ ஷுட் ஸ்டாண்ட் வேர் வீ ஆர்’ என்கிறார். குரலில் ஆணித்தரம்.

‘என்ன உளர்ரீங்க!’ இப்படி ஆரம்பிப்பது ஃபைனான்ஸ் ஹெட். ‘நல்ல ஆப்பர்சூனிட்டி வந்திருக்கு. அத வேணாம்னு சொல் றீங்களே. விலையை ஏத்த நல்ல சான்ஸ் இது. நம்ம போட்டி யாளரும் விலையை ஏத்தறேங்கரார். நமக்கு ஒரு ப்ராப்ளமும்

இல்லை. இந்த சான்ஸை கோட்டை விடறதா?' குரலில் கோபம்.

அவர் முடிப்பதற்குக் காத்திருக்காமலேயே சேல்ஸ் ஹெட், 'அதானே, புரியாம பேசறீங்களே ப்ராண்ட் மேனேஜர். இப்பத் தான் சேல்ஸ கூடறதைப் பத்திக் கரடியாக் கத்திண்டுடிருந்தோம். அழகா அதுவே அமையுது. விலையை ஏற்றி சேல்ஸைக் கூட்டு வீங்களா, வேணாம்னு வியாக்யானம் பண்றீங்களே' என்கிறார்.

ப்ராண்ட் மேனேஜர் அவரை பார்த்து ஏதோ சொல்ல ஆரம்பிக்க, அவரை மற்றவர்கள் பேச விட்டால்தானே. அனைவரும் ஆளுக்காள் ஏக தோரணையில் விலையை ஏற்றியே தீரவேண்டும் என்று கோரஸ்ஸாக கோஷ்டி கானக் கூக்குரலிடுகின்றனர்.

சேர்மன் கையை உயர்த்தி அனைவரையும் அமைதிப்படுத்து கிறார். 'இருங்க, ப்ராண்ட் மேனேஜர் எதுக்கு வேணாங்கறார்ன்னு முதல்ல கேட்போம். காரணம் இல்லாமலா வேணாங்கப்போறார். அவர் சொல்றதைத்தான் கொஞ்சம் கேட்போமே' என்கிறார்.

கூக்குரல் குறைகிறது. அனைவரும் வேண்டா வெறுப்பாக ப்ராண்ட் மேனேஜரைப் பார்க்க, அவர் அனைவரையும் கண் களால் அளந்தவாறே, 'ஆஹா, விலையை கூட்டலாம்ன்னு குதிக் கிறீங்களே ஒழிய, ஏன் அவங்க நம்மள விலைய ஏத்தச் சொல்றாங்கன்னு கொஞ்சமாவது யோசிச்சீங்களா? நம்மளவிட ஆயிரம் மடங்கு பெரிய கம்பெனி அவங்க. நம்மள கேட்டு ப்ராண்ட் விலைய ஏத்தற தலையெழுத்தா அவங்களுக்கு? அதையும் மீறி நம்ம விலைய ஏத்துங்கன்னு சொன்னா என்ன அர்த்தம்?' என்கிறார்.

அவர் கூறி முடிக்கும் முன்னரே சேல்ஸ் ஹெட் குறுக்கே புகுந்து, 'நாம விலை ஏத்தலன்னா அவங்க விலைய ஏத்த முடியாது. அவங்க வாடிக்கையாளர்கள் நம்ம ப்ராண்டுக்கு வந்துடுவாங்க. அந்த பயம்தான்' என்று கூறுகிறார்.

'எக்ஸாக்ட்லி! அவங்க விலைய ஏத்தி நாமளும் விலைய ஏத்தினா அவங்க கஸ்டமர்கள் அவங்ககிட்டேயே இருப்பாங் கன்னு நம்மள ஏத்தச் சொல்றாங்க. நாம ஏன் அதுக்கு ஒத்துக் கனும்? நம்மளக் கேட்டு ஏற்ற வேண்டிய நிலையில அவங்க ப்ராண்ட் இருக்கு. இது நம்மோட வெற்றி. அந்த வெற்றிய தற்காத்துக்கொள்ளனுமா, வேண்டாமா?' என்கிறார்.

ஃபைனான்ஸ் ஹெட், 'என்ன புரியாம பேசறீங்க? அவங்க சொல்றா மாதிரி 25 பைசா ஏத்தினா நம்மளோட சேல்ஸ் வேல்யூ 25% சதவீதம் கூடுது. ப்ராஃபிட் 25% கூடுது. நோகாம, நோம்பு கும்பிடற வழிய அவங்க தராங்க. கஷ்டப்படாம வருகிற எக்ஸ்ட்ரா இது. இதை வேணாம்னு சொல்றீங்களே. சாரி மிஸ்டர் ப்ராண்ட் மேனேஜர். இது புரிய உங்களுக்கு அனுபவம் பத்தாது' என்கிறார்.

சட்டசபையில் தலைவர் கட்டளைக்குக் காத்திருந்து அவர் கண் அசைத்தவுடன் கோரஸாகக் கூச்சலிடும் எம்.எல்.ஏக்களைப் போல அனைவரும் ஒன்றாகப் பேச ஆரம்பிக்கின்றனர்.

'என்ன சார், இதப் போய் ஒரு சின்னப் பையண்ட கேட்டுக்கிட்டு. விலைய தாராளமா ஏத்தலாம் சார்.' இப்படி ஒரு குரல்.

'நமக்குத் தெரியாததா இந்த ப்ராண்ட் மேனேஜருக்குத் தெரியப் போகுது?' இது இன்னொரு பிரகஸ்பதி.

'அவங்களக் கூப்பிட்டு இந்த டீலிங் எங்களுக்குப் பிடிச்சிருக் குன்னு சொல்லிடுங்க.' இந்த மூன்றாவது கிராக்கி வடிவேலு ரசிகர் போலும்!

இந்த தரித்திரங்களுடன் பேசிப் பயனில்லை என்று ப்ராண்ட் மேனேஜர் சேர்மனைப் பார்கிறார். அனைவரையும் ஒரு முறை பார்த்துவிட்டு சேர்மன் ப்ராண்ட் மேனேஜரைப் பார்த்து, 'என்ன இருந்தாலும் நம்ம ஷாம்பு ப்ராண்டுக்கு மேனேஜர்ன்னு ஒருத்தரை நியமிச்சிருக்கோம். அவர் ஒரு விஷயத்தை விருப்பப் படலைன்னா அவர் தரப்பு நியாயத்தைச் சொல்ல அவருக்கு ஒரு சான்ஸ் கொடுக்கனும்' என்று கூறி எழுகிறார்.

'ப்ராண்ட் மேனேஜர், ஒரு வாரம் டைம் எடுத்துக்குங்க. இந்த விலையேற்றத்தின் சாதக பாதகங்களைப் பற்றிய ஒரு ரிப்போர்ட் சப்மிட் பண்ணுங்க. வீ வில் டேக் எ கால் ஆன் திஸ் ஆஃப்டர் தட்', என்று கூறி 'தேங்க்யூ ஆல்' என்று விடை பெறுகிறார்.

ப்ராண்ட் மேனேஜர் அடுத்த ஒரு வாரம் முழுவதும் இந்த ப்ராஜெட்டில் முழுவதும் லயித்துவிடுகிறார். கம்பெனியின் பல டிபார்ட்மெண்டைச் சேர்ந்தவர்களோடு பேசுகிறார். மார்க்கெட் விஸிட் சென்று ஸ்டாக்கிஸ்ட், கடைக்காரர்கள், ஏஜெண்ட்கள் என்று சந்தித்து விவாதிக்கிறார். பல விஷயங்களைச் சேகரிக்

கிறார். சேர்மன் சொன்னதுபோல் ஒரு கம்ப்ளீட் ரிப்போர்ட்டை ரெடி பண்ணுகிறார்.

ஒரு வாரம் கழித்து சேர்மனின் செக்ரட்டரி ப்ராண்ட் மேனேஜருக்கு ஃபோன் செய்து, 'சேர்மன் எதோ ரிப்போர்ட் ரெடி பண்ணச் சொன்னாராமே. அது ரெடியாக இருந்தால் இன்று மாலை ஒரு ஸ்பெஷல் மீட்டிங் வைத்து அதில் உங்களை ப்ரெசண்ட் செய்யச் சொல்கிறார்' என்கிறாள்.

ப்ராண்ட் மேனேஜர், 'எவ்ரிதிங் இஸ் ரெடி. அண்டு ஐ ஆம் டூ' என்று பதிலளிக்க செக்ரட்டரி, 'அப்ப சாயந்திரம் 4 மணிக்கு மீட்டிங், கம்பெனியின் அனைத்து டிபார்ட்மெண்ட் ஹெட்களையும் அழைத்துவிடுகிறேன். ரெடியாயிருங்க' என்று செல்கிறாள்.

மாலை 4 மணி. கான்ஃபரென்ஸ் ஹால். அனைவரும் குழுமியிருக்கிறார்கள். சேர்மன் நுழைகிறார். அனைவரும் எழ, சேர்மன் 'குட் ஈவினிங் எவ்ரிபடி' என்று கூறி அமர்கிறார். அனைவரும் அமர சேர்மன், 'என்ன மிஸ்டர் ப்ராண்ட் மேனேஜர், தி ஃப்ளோர் இஸ் ஆல் யுவர்ஸ்' என்று புன்னகைக்கிறார்.

ப்ராண்ட் மேனேஜர் எழுந்து ரிப்போர்டைக் கையில் அனைவருக்கும் தெரியும்படித் தூக்கி டேபிள்மீது வைத்து, 'நம்ம ப்ராண்ட் விலையை ஏற்றலாமா கூடாதாங்கற இஷ்யூவப் பத்தின டிஸ்கஷன் இது. ஏத்தறதால நம்ம ப்ராஃபிட் ஏறும்ங்கறது உங்க எல்லாருடைய எண்ணம். அது உண்மையா இருக்கலாம். ஆனால் எனக்குத் தயக்கம் இருக்கு' என்று ஆரம்பிக்கிறார்.

'என்னடா, இந்த வேதாளம் திருப்பியும் முருங்கை மரத்தில ஏறுது. இன்னும் சொல்லப் போனால் போன வாரம் ஏறிய இந்த வேதாளம் அந்த மரத்திலேருந்து இன்னமும் இறங்க மாட்டேன் என்று அழிச்சாட்டியம் செய்கிறதே' என்று ஹாலில் சலசலப்பு. சேர்மன் கையை உயர்த்த அங்கே மீண்டும் அமைதி.

'விலையை ஏற்றக்கூடாது என்பதற்கு நான் நான்கு காரணங்களைக் கூறப்போகிறேன். ஒன்று, நாம் நம் ப்ராண்டில் பல மாற்றங்களைச் செய்துகொண்டிருக்கிறோம். விலையையும் சேர்த்து மாற்றக்கூடாது. இரண்டாவது, எப்பேர்ப்பட்ட பெரிய பன்னாட்டு கம்பெனி அது. அவர்கள் மாதம் ஆபீஸில் டீ காபிக்கு ஆகும் செலவு நம் கம்பெனியின் மொத்த சேல்ஸ்ஸைவிட

அதிகம். போயும் போயும் நம்மிடமா இப்படி ஒரு டீலுக்கு அவர்கள் வரவேண்டும். அப்படி வருகிறார்கள் என்றால் இதில் ஏதோ வில்லங்கம் இருக்கிறது என்று 100% ஆணித்தரமாக நம்புகிறேன். மூன்றாவது, அவர்கள் தங்கள் ஷாம்பு சாஷேவை ரூ.1.25-க்கு விற்று வருகிறார்கள். அவர்கள் ஷாம்புவின் தரம், விற்கும் அளவு, அவர்கள் கம்பெனியின் கட்டுமானம் போன்ற வற்றைக் கணக்கில் எடுத்துக்கொண்டு பார்த்தால் அவர்கள் இப்போது விற்கும் விலை அவர்களுக்குக் கட்டுப்படியாகாது. இதை நான் சொல்லவில்லை, நம் கம்பெனி ஆர் அண்ட் டீ மற்றும் ப்ரொடக்ஷன் மேனேஜர்கள் ஊர்ஜிதப்படுதினார்கள்.'

சொல்லிவிட்டு ப்ராண்ட் மேனேஜர் திரும்பி ப்ரொடக்ஷன் மேனேஜரையும் ஆர் அண்ட் டீ மேனேஜரையும் பார்க்க அவர்கள் ஆமோதிக்கிறார்கள். ப்ரொடக்ஷன் மேனேஜர், 'ரூ. 1.25-க்கு விற்பதால் அவர்களுக்குக் கண்டிப்பாக நஷ்டம்தான். எங்கள் கணக்குப்படி அட்லீஸ்ட் ரூ. 1.50-க்கு விற்றால்தான் அவர்களுக்குக் கட்டுபடியாகும்' என்கிறார்.

ப்ராண்ட் மேனேஜர் தொடர்கிறார். 'ஸோ, அவர்கள் தங்கள் விலையை ரூ. 1.50-க்கு ஏற்றியே தீரவேண்டிய நிலையில் இருக் கிறார்கள். அப்படி ஏற்றினால் தங்கள் சேல்ஸ் பாதிக்கப்படக் கூடும் என்றுதான் நம்மை ரூ. 1.25-க்கு ஏற்றச் சொல்லிக் கெஞ்சுகிறார்கள். ஆக, நாம் ஏற்றுகிறோமோ இல்லையோ, அவர்கள் தங்கள் விலையை ஏற்றித்தான் தீரவேண்டும். அப்படி நடக்கும்போது நம் ப்ராண்ட் ஒரு ரூபாயில் இருந்தால் அவர்கள் வாடிக்கையாளர்கள் பலரும் ஐம்பது பைசா வித்தியாசத்தினால் நம் ப்ராண்டுக்கு வரும் சாத்தியக்கூறுகள் அதிகம். சேல்ஸை எப்படிக் கூட்டுவது என்று பேசிக்கொண்டிருந்தோமே. அதற்குச் சரியான வழி இதுதான்.'

பேசுவதை நிறுத்தி ஹாலில் உள்ளவர்களை மீண்டும் ஒருமுறை பார்த்துவிட்டுத் தொடர்கிறார். 'நான்காவது காரணம், ஸ்டாக்கிஸ்ட், கடைக்காரர்கள், ஏஜெண்ட்கள் பலரை நான் சந்தித்துப் பேசியதில் இன்னொன்றும் தெரிகிறது. ப. கம்பெனி யினர் கடந்த ஒரு மாதமாக நம் ப்ராண்ட் சேல்ஸைப் பற்றியும், எந்த விலையில் அது விற்கும், எந்த விலையில் அது விற்கக் கஷ்டப்படும் என்று ஆய்வு செய்திருக்கிறார்கள்' என்று கூறி சேல்ஸ் மேனேஜரைப் பார்த்து, 'என்ன சார், நான் சொல்வது சரிதானே?' என்கிறார்.

சேல்ஸ் மேனேஜர் தலையசைத்து, 'தமிழ்நாட்டின் பல ஊர்களில் அவர்கள் ஆய்வு நடத்தியிருப்பது உண்மைதான். நம் சேல்ஸ் மேன்கள் அந்தத் தகவலை எனக்கு அனுப்பியிருக்கின்றனர்' என்கிறார்.

ப்ராண்ட் மேனேஜர் 'தேங்க்யூ' என்று சேல்ஸ் மேனேஜரைப் பார்த்துக் கூறிவிட்டுத் தொடர்கிறார். 'நான் மீண்டும் ஒரு முறை கூறுகிறேன். அவ்வளவு பெரிய கம்பெனி நம்மிடம் விலையை ஏற்ற டீலிங் வைத்துக்கொள்கிறது என்றால் இதில் ஏதோ உள் குத்து இருக்கிறது. அவர்கள் பேச்சைக் கேட்டு நாம் விலையை ஏற்றினால் கேட்டு வாங்கித் தூக்கு மாட்டிக்கொள்வதற்குச் சமம்.'

ரூமில் ஒரு சில வினாடிகள் நிசப்தம். ஃபைனான்ஸ் மேனேஜர், 'அதேல்லாம் சரிப்பா. அவங்களும் விலையை ஏற்றப் போகிறார்கள். அதனால் நாமும் ஏற்றப்போகிறோம். இதில் என்ன ப்ராப்ளம்?' என்கிறார்.

இதுதான் சாக்கென்று அனைவரும் மீண்டும் ஆளாளுக்கு ஆரம்பிக்கிறார்கள். அந்த ஹாலில் உள்ள அனைவருக்கும் ப்ராண்ட் மேனேஜர் சொன்னதில் நம்மிபிக்கை இல்லை. இன்னும் சொல்லப்போனால் ப்ராண்ட் மேனேஜர் மீதே நம்பிக்கை இல்லை.

காரசாரமான விவாதம் பல மணி நேரங்கள் தொடர அனைத்தையும் கேட்டுக்கொண்டிருந்த சேர்மன் கனைக்கிறார். அனைவரும் அமைதியாக, அவரே தொடர்ந்து, 'ப்ராண்ட் மேனேஜர் சொல்வது ஓரளவு ஒப்புக்கொள்ளும்படி இருந்தாலும் அவர்கள் விலையை ஏற்றும்போது நாமும் ஏற்றுவதில் எந்தச் சிக்கலும் இல்லை என்றுதான் எனக்குப் படுகிறது. விலையை ஏற்றுவோம். கவனமாக இருப்போம். வரும் அதிக சேல்ஸைக் கொண்டு நம் ப்ராண்டின் தரத்தை இன்னமும்கூட உயர்த்த முடியும். அதிகம் விளம்பரப்படுத்த முடியும்' என்று கூறி ப்ராண்ட் மேனேஜரைப் பார்த்து, 'டோண்ட் ஒரி மிஸ்டர் ப்ராண்ட் மேனேஜர், யுவர் ப்ராண்ட் வில் பீ சேஃப். வீ வில் ஆல் பி வித் யூ' என்று புன்னகைக்கிறார்.

இனி இவர்களோடு பேசிப் பயனில்லை, தனக்குத்தானேதான் பேசிக்கொள்ளவேண்டும் என்பதுபோல 'பெரிய தப்பு

செய்யறோம், என்ன ஆகப் போகிறதோ' என்று ப்ராண்ட் மேனேஜர் தனக்குத்தானே கூறிக்கொள்கிறார்.

மீட்டிங் முடிகிறது. அடுத்த சில நாட்களில் நிறைய விஷயங்கள் நடந்தேறுகின்றன. சி.கம்பெனியின் சேர்மனும் ப.கம்பெனியின் நம்பர் டூ டைரக்டரும் சந்தித்துக்கொள்கிறார்கள். ஒரு தேதி நிர்ணயிக்கப்படுகிறது. அந்த தேதி முதல் ப.கம்பெனியின் ஷாம்பு சாஷே ரூ. 1.50-க்கு ஏற்றப்படும் என்றும் சி. கம்பெனி யின் சாஷே ரூ. 1.25-க்கு ஏற்றப்படும் என்று முடிவாகிறது. ப. கம்பெனி டைரக்டர் சி. கம்பெனியின் சேர்மனிடம், 'நீங்கள் எதற்கும் பயப்படாதீர்கள். இது என் டைரக்ட் நம்பர். கால் மீ இஃப் தேர் இஸ் எனி ப்ராப்ளம்' என்று நம்பரைக் கொடுத்து விடை பெறுகிறார்.

குறிப்பிட்ட நாளில் சி. கம்பெனியின் சாஷே விலை ஏற்றப்படு கிறது. புதிய விலையுடன் பிரிண்ட் செய்யப்பட்ட சாஷேக்கள் மார்க்கெட்டுக்கு அனுப்பப்படுகின்றன. இதில் பிசியாக இருந் தாலும் ப்ராண்ட் மேனேஜருக்கு மனத்தில் கவலை இல்லாமல் இல்லை. ஒரு வாரம் கழிகிறது. ப்ராண்ட் மேனேஜர் மார்க்கெட் நிலவரத்தைத் தெரிந்துகொள்ள பல ஊர்களுக்கும் பயணிக் கிறார். அவருக்கு ஒரு அதிர்ச்சி காத்திருக்கிறது.

எல்லா ஊர்களிலும் சி. கம்பெனியின் சாஷே ரூ. 1.25-க்கு விற்க ப. கம்பெனியின் சாஷே பழைய விலையான ரூ. 1.25-க்கே விற்கப்பட்டுக்கொண்டிருக்கின்றன. இதனால் சி. கம்பெனி கஸ்டமர்கள் பலரும் ப.கம்பெனி சாஷேவிற்குத் தாவுகிறார்கள் என்பது தெரிகிறது. சி. கம்பெனியின் சேல்ஸ் குறைய ஆரம்பித் திருப்பதும் தெரிகிறது.

ஆபிஸுக்கு விரைகிறார் ப்ராண்ட் மேனேஜர். நேரே சேர்மன் ரூம் கதவைத் தட்டாமலேயே திறந்து உள்ளே சென்று, 'சட்டென்று உள்ளே வந்ததற்கு மன்னிக்கவேண்டும். ஆனால் இது அர்ஜெண்ட்' என்கிறார். ஏதோ வேலையாக இருக்கும் சேர்மன் தன் வேலையைத் தள்ளிவைத்துவிட்டு, 'ரிலாக்ஸ் ப்ராண்ட் மேனேஜர். உட்காருங்க. பதட்டப்படாம என்ன விஷயம்ன்னு சொல்லுங்க' என்று சாந்தமாகக் கூறுகிறார்.

தான் மார்க்கெட்டில் பார்த்தவற்றையும், ப்ராண்ட் சேல்ஸ் குறை வதையும் விலாவரியாகப் புள்ளி விவரங்களுடன் எடுத்துரைக் கிறார் ப்ராண்ட் மேனேஜர்.

சேர்மன் கண்ணில் கொஞ்சம் கவலை தெரிந்தாலும், 'ம்ம்ம்ம்' என்று ஒரு சில வினாடிகள் யோசித்து ஃபோனைக் கையில் எடுத்து தன் டைரியிலிருந்து ஒரு நம்பரைத் தேடி டயல் செய்தவாரே, 'ப. கம்பெனியின் டைரக்டரிடமே என்னவென்று கேட்டு விடுகிறேன்' என்கிறார்.

ஒரு சில நிமிடங்கள் நகர்கின்றன. பேசிவிட்டு சேர்மன் ஃபோனைக் கீழே வைக்கிறார். அவர் முகத்தில் இப்போது தெளிவு. உதட்டில் புன்னகை. 'பேசிட்டேன். அவர்கள் புதிய விலையுடன் கூடிய தங்கள் ஷாம்புகளை டிஸ்பேட்ச் செய்து வருகிறார்களாம். நீங்கள் கடைகளில் பார்த்தது அவர்களின் பழைய ஸடாக்காம். நமக்கு நம்பிக்கை இல்லை என்றால் புதிய விலையுடன் கூடிய அவர்கள் ஷாம்பு சாஷே கன்சைன் மெண்ட்டை நம் ஆபீஸுக்கே அனுப்பட்டுமா என்கிறார்.'

சேர்மன் முகத்தில் தெளிவு. ப்ராண்ட் மேனேஜர் முகத்தில் அது லவலேசம்கூட இல்லை. சேர்மனே தொடர்ந்து, 'பயப் படாதீங்க, அத்தனை பெரிய டைரக்டர் சீப்பா நடத்துக்க மாட்டார். பெரிய கம்பெனி அப்படி எல்லாம் கீழ்த்தரமாக நடந்துக்கமாட்டாங்க. டோண்ட் ஓர்ரி,' என்கிறார்.

ப்ராண்ட் மேனேஜர் தன் ரூமுக்குத் திரும்பினாலும் அவர் மனத்தில் நெருடல் குறைந்தபாடில்லை. தன் மற்ற வேலை களைக் கவனித்து வந்தாலும் அவர் மனது படபடவென்று அடித்துக்கொண்டேதான் இருக்கிறது. யோசிக்கிறார். டக்கென்று ஒரு யோசனை வர, தன் வீட்டுக்குக் கிளம்பிச் செல்கிறார்.

எம்.பி.ஏ படித்தபோது வைத்திருந்த ஸ்டூடண்ட் ஐடி கார்டை எடுத்துக்கொள்கிறார். ப. கம்பெனி ஸ்டாக்கிஸ்ட் மற்றும் டிஸ்ட்ரிபியூட்டர்களைச் சந்திக்கிறார். தான் எம்.பி.ஏ படிக்கும் மாணவர் என்று அறிமுகப்படுத்திக்கொள்கிறார். 'சேல்ஸ் அண்டு டிஸ்டிரிபியூஷன்' என்கிற தன் பாடம் சம்பந்தமாக ஒரு ப்ராஜெக்ட் செய்து வருவதாகவும் அதற்காக டிஸ்ட்ரிபியூட்டர் களைச் சந்தித்துச் சில கேள்விகள் கேட்டு விடை தெரிந்து கொள்ள வந்திருப்பதாகவும் கூறி சில கேள்விகள் கேட்டு விடைகளை எழுதிக்கொள்கிறார்.

அதோடு அவர்களிடம் அவர்கள் கோடவுனைப் பார்வையிட பர்மிஷன் வாங்கி உள்ளே சென்று ஆய்வு செய்வதுபோல்

அங்குள்ள பெட்டிகளைத் திறந்து அதிலுள்ள ஷாம்பு சாஷேக் களை செக் செய்கிறார். டிஸ்ட்ரிப்யூட்டர்களுக்குத் தெரியாமல் சில சாஷேக்களை எடுத்துப் பையில் போட்டுக்கொள்கிறார். அவருக்கு அதிர்ச்சிமேல் அதிர்ச்சி காத்திருக்கிறது. தான் சந்திக்கும் உண்மை அவரை உறைய வைக்கிறது.

ஆபிஸுக்கு விரைகிறார். வாராந்திர சேல்ஸ் புள்ளிவிவரத்தைக் கேட்டு அதை ஆய்வு செய்கிறார். சேல்ஸ் மேனேஜரை அவசர மாக அழைத்து அவருடன் விவாதிக்கிறார். அவருக்கு நிலைமை இப்போது பட்டவர்தனமாகப் புரிகிறது.

நேராக சேர்மன் ரூமுக்குள் நுழைத்து, 'சார், கெட்ட செய்தி. ரொம்பக் கெட்ட செய்தி. நம்மளை ஏமாத்திட்டாங்க. சொல்லப் போனா நம்மளோட குழியை நாமளே தோண்டிட்டோம்னு தோணுது' என்று கூற சேர்மன் நிமிர்ந்து உட்கார்கிறார்.

ப்ராண்ட் மேனேஜர் தான் கடந்த சில நாட்களாகச் செய்து வரும் ஆய்வை விவரமாகக் கூறுகிறார். 'ப.கம்பெனி இன்னமும் விலையை ஏற்றவில்லை சார். இன்னும் சொல்லப்போனால் அவர்கள் விலையை ஏற்றும் அறிகுறியே இல்லை' என்று கூறி போட்டியாளர் சாஷேக்கள் சிலவற்றை சேர்மன் டேபிளில் வைக்கிறார்.

'இதெல்லாம் ப. கம்பெனி டிஸ்ட்ரிப்யூட்டர் கோடவுனில் இருந்து எடுத்துவந்தேன். பாருங்கள் எல்லாம் ரூ. 1.25 ஸ்டாக்குகள். அதுவும் ஒரு மாதத்துக்கு உண்டான ஸ்டாக்குகள். அப்படி என்றால் இன்னமும் குறைந்தது ஒரு மாதத்துக்காவது அவர்கள் விலையும் நம் ப்ராண்ட் விலையும் மார்க்கெட்டில் ஒன்றாகத்தான் இருக்கப் போகின்றன.' சொல்லிவிட்டு நிறுத்து கிறார். சேர்மன் முகத்தில் கவலை தெரிகிறது.

ப்ராண்ட் மேனேஜர் தொடர்ந்து, 'இதைவிட மோசமான நியூஸை இனிமேல்தான் தரப்போகிறேன்' என்று கூறுகிறார்.

'ப.கம்பெனி ப்ராண்ட் விலையும் நம் ப்ராண்ட் விலையும் ஒன்றாக இருப்பதால் நம் கஸ்டமர்களில் பலர் அவர்கள் ப்ராண்டுக்குத் தாவி வருகின்றனர். போன மாதத்தை ஒப்பிடும் போது நம் ப்ராண்டின் விற்பனை இந்த மாதம் சுமார் 40% விழுந்திருக்கிறது. இதோ சேல்ஸ் ரிப்போர்ட்' என்று டேபிளில்

போட்டு, 'விழுந்ததோடு மட்டும் இல்லை சார். இன்னமும் விழும்போல்தான் இருக்கிறது' என்று கூறுகிறார்.

சேர்மன் அவரைச் சில வினாடிகள் வெறித்துப் பார்த்து எதோ தோன்றியவராகத் தன் டைரியை எடுத்து ஒரு நம்பரைத் தேடி ஃபோன் செய்துகொண்டே, 'உண்டா இல்லையா என்று கட் அண்ட் ரைட்டாக ப. கம்பெனி டைரக்டரையே கேட்டுவிடு கிறேன். ஏன் இப்படிக் கீழ்த்தரமாக நடந்துகொள்கிறீர்கள் என்று ஓப்பனாகக் கேட்டு விடுகிறேன்.' கூறியவாரே ஃபோனைக் காதில் வைத்துக்கொண்டு காத்திருக்கிறார்.

அந்தப் பக்கம் யாரும் ஃபோனை எடுத்ததாகத் தெரியவில்லை. மீண்டும் டயல் செய்கிறார். மீண்டும் காத்திருத்தல். இப்படியே மூன்று நான்கு முறை நடக்கிறது. 'ஃபோனை எடுக்க மாட்டேங் கறாரே' என்று கூறுகிறார். சட்டென்று வேறு ஏதோ தோன்றிய வராக டைரியில் இன்னொரு நம்பரைத் தேடி அதை டயல் செய்து கொண்டே, 'கம்பெனி போர்ட் லைன்மூலம் அவரைப் பிடிக்கிறேன்' என்று கூறிக்கொண்டே அந்த கம்பெனி ரிசப்ஷ னிஸ்டிடம் பேசிவிட்டு, 'அவர் ஊரில் இல்லையாம், வந்தவுடன் பேசச் சொல்வதாகச் சொல்லியிருக்கிறார்கள்' என்கிறார்.

ப்ராண்ட் மேனேஜர் உதட்டில் சோகமான புன்னகை. 'அவர் இனிமேயும் உங்ககிட்ட பேசுவார்னு நினைக்கிறீங்களா சார்? அதை மறந்திடுங்க. அவனுங்க அழகா ப்ளான் பண்ணி, அருமையா செயல்படுத்தி, அமர்க்களமா நம்மை ஏமாத் திட்டாங்க. நாமளும் கண்ணைத் திறந்துகிட்டே அவங்க விரிச்ச வலையில விழுந்து, நமக்கு நாமே குழி தோண்டிகிட்டோம்' என்கிறார்.

சேர்மனுக்கு நடந்தது, நடந்துகொண்டிருப்பது ஓரளவு புரிந் தாலும், 'என்ன சொல்கிறீர்கள் ப்ராண்ட் மேனேஜர்?' என்கிறார்.

'நான் முன்னமேயே சொன்னேன் சார். அவங்க தமிழ்நாடு பூரா ஆய்வு செஞ்சாங்கன்னு. நம்ம ப்ராண்டோட பலம், பலவீனம் இரண்டையும் நல்லாத் தெரிஞ்சிக்கிட்டாங்க. நம்ம ப்ராண்டோட பலமே அதோட விலைதான். ஒரு ரூபாய்தான் நம்ம ப்ராண்டோட தூண். லட்சக்கணக்கான மக்கள் அன்றாடம் உபயோகிக்கற பொருள் என்பதால அவங்க ஒரு ரூபாய் கொடுத்து நம்ம ப்ராண்டையே வாங்கிட்டு வந்தாங்க. சின்ன கம்பெனி

என்பதால நம்ம கம்பெனிக்குச் சில சலுகைகளை கவர்ன்மெண்ட் தந்திருக்கு. அதனால நாம ஒரு ரூபாய்ல நம்ம ஷாம்புவை விக்க முடிஞ்சுது. நல்ல லாபமும் பார்க்க முடிஞ்சுது. ப. கம்பெனிக்கு ரூ.1.50-க்கு வித்தாத்தான் கட்டுப்படி ஆகும். ஆனா அந்த விலையில வித்தா வாடிக்கையாளர்கள் கிடைப்பது கஷ்டம். அதனால ரூ.1.25-க்குத் தங்களோட ஷாம்புவை விற்க ட்ரை பண்ணாங்க. அந்த விலையில அவங்களுக்கு ஏகப்பட்ட நஷ்டம் தான். ஆனா பல்லைக் கடிச்சுட்டு வித்தாங்க. ஏன்?' என்று நிறுத்திகிறார்.

பதில் தெரிந்து பேசும் நிலையில்தான் சேர்மன் இல்லையே.

ப்ராண்ட் மேனஜரே தொடர்கிறார். 'ஏன்னா, அவங்களுக்குத் தெரியும். நம்ம கஸ்டமர்கள் என்னதான் நம்ம ஷாம்புவை உபயோகப்படுத்தினாலும் அவங்க மனசுல ப. கம்பெனி ஷாம்பு நம்முடைய ப்ராண்டைவிட பெட்டர்னு. ஆனா அதிக விலை கொடுத்தாக் கட்டுப்படி ஆகாதுங்கறதால நம்ம ப்ராண்டை யூஸ் பண்ணிட்டு வந்தாங்க. ப. கம்பெனி என்னென்னவோ ட்ரை பண்ணிப் பார்த்தாங்க. அதிக விளம்பரம் செய்தாங்க. ஒண்ணும் நடக்கல. கடைக்காரர்களுக்கு அதிக கமிஷன் கொடுத்துப் பார்த்தாங்க. பிரயோஜனப்படல. ரூ. 1.25-க்கு நஷ்டத்திலகூட விற்றுப் பார்த்தாங்க. சரிப்படல. அதான் இந்தத் திட்டம் போட்டாங்க.'

சேர்மன், சேரில் சாய்ந்துகொண்டு சீலிங்கைப் பார்த்துக் கொண்டே 'ம்ம்ம்' என்கிறார்.

ப்ராண்ட் மேனேஜர் தன் வயிற்றெரிச்சலை முழுவதுமாகக் கொட்டியே தீர்வது என்கிற வைராக்கியத்துடன் தொடர்கிறார். 'ப. கம்பெனியோட ஒரே சான்ஸ் நம்ம ப்ராண்டும் அவங்க ப்ராண்டும் ஒரே விலையில விற்கும் நிலை வந்தாத்தான். பார்த்தாங்க. நம்ம விலைய ஏத்தச் சொல்லி அவங்களும் விலை ஏத்தறதா சொல்லிப்பார்த்தாங்க. நாமளும் கேனத்தனமா அதை நம்பி விலையை ஏத்தினோம். அவங்க விலைய ஏத்தல. அவங்க நினைச்ச மாதிரியே இரண்டு ஷாம்புவும் ஒரே விலைக்கு விற்க ஆரம்பிச்சுது. நம்ம கஸ்டமர்கள் ஒரே விலைதானேன்னு அவங்க ஷாம்புவை ட்ரை பண்ணாங்க. நம்மளோடதைவிட அந்த ஷாம்பு பெட்டர்ன்னு அங்கயே செட்டில் ஆயிட்டாங்க. இனிமே அவங்க நம்ம ப்ராண்டுக்குத் திரும்பி வரப் போவதில்லை.'

சேர்மன் இப்போது ப்ராண்ட் மேனேஜரை நேராகப் பார்த்து, 'நாம விலையைக் குறைச்சு பழையபடி ஒரு ரூபாய்க்கு விற்க ஆரம்பித்தால் என்ன?' என்கிறார்.

'மீண்டும் நம்ம பேக்கேஜிங்ல புது விலையை பிரிண்ட் செய்து அதை எல்லாக் கடைக்கும் அனுப்ப அட்லீஸ்ட் ஒரு மாத மாவாது ஆகும் சார்.'

கொஞ்ச நேரம் அந்த ரூமில் நிசப்தம். இருவருக்கும் மற்றவருடன் பேச இஷ்டம் இல்லாததுபோல் மௌனம்.

ப்ராண்ட் மேனேஜர் தொடர்கிறார். 'ஐ வில் இனிஷியேட் த ப்ராசஸ் எனிவே. விலையைக் குறைத்து புது பேக்கேஜிங் பிரிண்ட் செய்யத் தேவையான ஏற்பாடுகளைச் செய்கிறேன். ஆனாலும் நம்மிடமிருந்து போன கஸ்டமர்கள் திரும்பி நம்மகிட்ட வரமாட்டாங்க. நாம் இழந்த இழப்பு இழப்புதான். அதை ரிப்பேர் செய்யவே முடியாது சார்.' குரலில் கோபம், சோகம்.

சேர்மன் கண்களை மூடிக்கொள்கிறார். 'செய்யுங்க'.

ப்ராண்ட் மேனேஜர் எழுந்து கதவைத் திறந்து வெளியே செல்ல, சேர்மன், 'ஏன் இப்படி நம்ப வைத்துக் கழுத்தறுத்துட்டாங்க,' என்று தனக்குத்தானே கூறிக்கொள்கிறார்.

ப்ராண்ட் மேனேஜர் திரும்பி சேர்மனை பார்த்து, 'ஆல் இஸ் ஃபேர் இன் லவ் அண்ட் வார். மார்க்கெட்டிங் இஸ் ஆல்ஸோ வார். போட்டியாளரை நாம சாதாரணமா எடை போட்டுட்டோம் சார். அவங்க செஞ்சது தப்போ ரைட்டோ, அது முக்கியமே இல்லை. அவங்க ஜெயிச்சுட்டாங்க. நாம தோத்துட்டோம்' என்று கூறி வெளியே செல்ல எத்தனித்தவர் டக்கென்று திரும்பி, 'இது ரவுண்ட் ஒன்தான் சார். அடுத்த ரவுண்டில் நாம ஜெயிக்கறோம்' என்று கூறி சேர்மன் பதிலுக்குக்கூடக் காத்திராமல் தன் அறைக்குச் செல்கிறார்.

மீண்டும் ஒரு ரூபாய்க்கு விற்கத் தொடங்கினாலும் அந்த கம்பெனி கிட்டத்தட்ட 70% விற்பனையை இழந்தது. இழந்த கஸ்டமர்கள் மீண்டும் அவர்களிடம் வரவேயில்லை. தமிழ் நாட்டின் முதல் இடத்தில் கால் மேல் கால் போட்டு சிம்மாசனத்தில் அமர்ந்திருந்த அவர்கள் ப்ராண்ட் கால் தவறி

தொபுக்கடீர் என்று விழுந்து காலை முறித்துக்கொண்டது. ப. கம்பெனியின் ஷாம்பு ப்ராண்ட் முதல் இடத்துக்கு மடமட வென்று முன்னேறி ராஜபாட்டை போடத் தொடங்கியது.

★

இதுவரை நீங்கள் படித்தது கதை அல்ல. நிஜம். போட்டி யாளர்களின் வக்கிரத்தை உணர்த்தும் இந்த நிகழ்ச்சி 1990-களில் நடந்த உண்மைச் சம்பவம். இப்படித்தான் எல்லாப் போட்டியும் இருக்கும், இப்படி மோசமாகத்தான் எல்லாப் போட்டியாளர் களும் இருப்பார்கள் என்பதில்லை என் வாதம். இப்படிக்கூட நடக்கும். இப்படி எல்லாம் நடந்திருக்கிறது; போட்டியின் வக்கிரம் இந்த அளவுவரைகூடப் போகும் என்பதை விளக்கவே இந்த ஆரம்பம்.

'இப்படிக் கூட நடக்குமா!' என்று நீங்கள் ஐயப்படவேண்டாம். 'இது சும்மா கப்சா' என்று நினைத்து ஒதுக்கித்தள்ளவும் வேண்டாம். இது 100% உண்மை. உண்மையைத் தவிர வேறில்லை.

எதனால் இப்படி அறுதியிட்டுக் கூறுகிறேன்? எதை வைத்து இத்தனை உறுதியாகப் பேசுகிறேன்? ஏதோ அந்த கம்பெனியில் இருந்து பார்த்தவன்போல் எப்படி விலாவரியாக இதை விளக்குகிறேன்?

ஏனெனில் நான் அந்த சி.கம்பெனியில் இருந்தேன். நடந்தது முழுவதையும் பார்த்தேன். கதையின் ஆதி முதல் அந்தம்வரை பங்கு பெற்றேன்.

அந்தப் பாவப்பட்ட ப்ராண்ட் மேனேஜர் வேறு யாருமில்லை. நான்தான்!

எம்.பி.ஏ படித்துவிட்டு, பல கனவுகளோடு மார்க்கெட்டிங் துறையில் ப்ராண்ட் மேனேஜராகச் சேர்ந்து போட்டியாளர்களின் வக்கிரத்தில் சிக்கித் தவித்த அந்த பரிதாபத்திற்குரிய கேஸ் அடியேன்தான்.

போட்டி எப்படி குழி தோண்டும், போட்டியாளர்கள் எதுவரை கூடச் செல்வார்கள் என்பதை அனுபவபூர்வமாகப் புரிந்து கொண்டேன்.

வேறு என்ன இருக்கிறதோ இல்லையோ, போட்டியாளர்களைப் பற்றிய இந்தப் புத்தகத்தை எழுதும் முழுத் தகுதியும் எனக்கு இருக்கிறது என்று இப்போது நான் சொன்னால் நீங்கள் ஒப்புக்கொள்வீர்கள் இல்லையா!

'ரவுண்ட் டூவில் வெற்றி பெறுவோம்' என்று கூறி வெளியே வந்தேன். சேர்மனும் மற்ற தோழர்களும் சேர்ந்து அயராது உழைத்தோம். கொஞ்சம் கொஞ்சமாக எங்கள் ஷாம்பு ப்ராண்டை முன்னுக்குக் கொண்டுவந்தோம். அன்று குற்றுயிரும் குலையுயிருமாகக் கிடந்த ப்ராண்ட் இன்று இந்தியாவின் ஷாம்பு ப்ராண்ட் வரிசையில் முதல் ஐந்து இடத்தில் உள்ளது.

அதில் நான் கற்ற பாடங்களும் அதன்பின் நான் பெற்ற அனுபவங்களும்தான் இந்தப் புத்தகத்தை எழுதத் தூண்டுதலாக இருந்தன.

போட்டியாளர்கள் இப்படிச் செய்யலாமா, இது முறையா, தர்மமா என்று கேட்டுப் பயனில்லை. இப்படியும் போட்டியாளர்கள் உண்டு. இப்படியும் போட்டிகள் உண்டு.

இராமபிரானால் யுத்தத்தில் நேருக்கு நேர் இராவணன் கொல்லப்பட்டதும் இராமாயணம்தான். அதே இராமபிரானால் மறைந்திருந்து வாலி கொல்லப்பட்டதும் இராமாயணம்தான்.

அதற்காக, கீழ்த்தரமாகப் போட்டி போடுவது எப்படி என்பதைப் பற்றியல்ல இப்புத்தகம். இப்படியும் போட்டி இருக்கும்; இப்படியெல்லாம்கூடப் போட்டியாளர்கள் இருப்பார்கள்; உண்ணிப்பாகக் கவனியுங்கள், உஷாராய் இருங்கள் என்று எச்சரிக்கவே இந்த ஆரம்பம். இதையே சமாளித்துவிட்டால் பிறகு நேருக்கு நேர் மோதும் போட்டியாளர்கள் உங்களுக்கு ஜஸ்ட் ஜுஜுபி!

வாருங்கள் வேட்டியை வரிந்து கட்டிக்கொண்டு. பகை பற்றிப் பேசுவோம். போட்டி பற்றிப் அலசுவோம்.

போட்டியாளர்களைப் போட்டுத் தள்ளுவோம்!

2

போட்டியாளர்ங்கறது யாரு? எவ அவ?

ஏய் பகைவனுக்கருள்வது பிழையே
வா பகைவனை அழிப்பது முறையே
ம்ம் பொறுப்பது புழுக்களின் இனமே
ஆம் அழிப்பது புலிகளின் குணமே

- கவிஞர் வாலி

செஸ் ஆட்டம். நீங்கள் ஆடியிருப்பீர்கள். அட்லீஸ்ட் யார் ஆடு வதையாவது பார்த்திருப்பீர்கள். உங்கள் முன்னால் 64 கட்டங்கள் கொண்ட கருப்பு வெள்ளை போர்டு. உங்களிடம் 16 காய்கள். உங்கள் எதிராளியிடம் 16 காய்கள். உங்கள் வசம் சக்திமிக்க ஒரு ராணி. உங்கள் எதிராளியிடம் ஒரு ராணி. ஆளுக்கொரு ராஜா. உங்கள் காய்களை வைத்துக்கொண்டு உங்கள் ராஜாவை நீங்கள் பாதுகாக்க வேண்டும். நீங்கள் காய் நகர்த்த, உங்கள் எதிராளி காய் நகர்த்த, மெதுவாக நகரும், மூளைக்குச் சவால் விடும் அற்புதமான விளையாட்டு.

ஒரு தவறான மூவ் செய்தால் உங்கள் ராஜா காலி. ஆட்டம் க்ளோஸ். எதிராளியின் மூவை நீங்கள் சரியாய் கணிக்கத் தவறினாலும் ராஜா அம்பேல். ஆட்டம் ஓவர்.

ஒரு சின்ன போர்ட். அதற்க்குள்தான் எத்தனை சூட்சமம். உங்கள் வெற்றி அந்த 64 கட்டத்துக்குள். உங்கள் கட்டுப்பாட்டில் உள்ள 16 காய்களில். உங்கள் தோல்வியும் அதே 64 கட்டத்துக்குள். எதிராளியின் 16 காய்களில். ஆனால் எங்கு, எப்படி, எதற்காக, எவ்வண்ணம் தோல்வி உங்களைத் தழுவும் என்று உங்களுக்குத்

தெரியாது. ஆனால் எதிராளிக்குத் தெரியும். அதே போல்தான் உங்கள் எதிராளியின் நிலைமையும்.

சாதாரண செஸ் கேம். நீங்கள் ஆடியிருக்கலாம். வென்றிருக் கலாம். தோற்றும் இருக்கலாம். ஒரு சிறிய போர்ட். 64 கட்டங்கள். 16 காயின்கள். ஒரே எதிராளி. உங்கள் ஒட்டு மொத்தத் திறமைக்கும் வைக்கப்படும் செக்!

செஸ் போர்டைவிட்டு வெளியே வாருங்கள். அகண்டு விரிந்த மார்க்கெட்டைப் பாருங்கள். அதில் நீங்கள் ஒரு தொழில் செய்கிறீர்கள். உங்கள் வசம் ஒன்றோ அதற்கு மேற்பட்ட ப்ராண்டுகள். நீங்கள் வெற்றிபெற வேண்டும். ஆனால் அதைத் தடுக்க, முட்டுக்கட்டை போட, முடிந்தால் உங்கள் கதையையே முடிக்கத் தயாராக எதிராளிகள். உங்கள் திறமைக்கு செக். திறமையை விட்டுத்தள்ளுங்கள். உங்கள் வாழ்வாதாரத்துக்கே எப்பேர்ப்பட்ட சவால்!

செஸ் ஆட்டத்திலாவது ஒரு எதிராளி. அவரை செக்மேட் செய்து விட்டால் ஆள் க்ளோஸ். ஆட்டம் ஓவர். ஆனால் மார்க்கெட்டில் ஒரே நேரத்தில் பல எதிராளிகள். அனைவரையும் ஒருசேர செக்மேட் செய்யவேண்டும். அதை ஒரு முறை செய்தால் மட்டும் போறாது. நீங்கள் வென்ற எதிராளி மீண்டும் முளைத் தெழுந்து வரலாம். உங்களிடம் மீண்டும் மோதலாம். இம்முறை அவரே வெற்றியும் பெறலாம்.

செஸ் ஒரு சவாலான ஆட்டம் என்றால் மார்க்கெட்டிங் முடிவே இல்லாத ஒரு மரண ஓட்டம். படுகுழிகள் நிறைந்த மாரத்தான் ரேஸ். புதைகுழிகள் நிறைந்த காட்டுப்பாதை. பதுங்கித் தாக்கப் பலபேர் கொண்ட போர்க்களம். எங்கிருந்து வேண்டுமானாலும் தாக்குதல் வரும். எப்போது வேண்டுமானாலும் தாக்குதல் வரும். நித்ய கண்டம். ஆனால் பூரண ஆயுசு என்று நிச்சயமாகச் சொல்வதற்கில்லை! காரணம் கண்மண் தெரியாத போட்டி. கருணை லவலேசம் இல்லாத போட்டியாளர்கள்!

நிற்க. போட்டி, போட்டியாளர்கள் என்று சொல்லிக்கொண்டே போகிறோமே, என்ன அது, யார் அவர்கள்?

ஈசியான கேள்விபோல் தெரிந்தாலும் இதிலேயே எத்தனை வில்லங்கம் ஒளிந்திருக்கிறது என்பதை முதலில் பார்ப்போம்.

மதுரை 'தங்கமயில் ஜுவல்லரியை' எடுத்துக்கொள்வோம். அதன் போட்டியாளர்கள் யார்?

'ஜீஆர்டி', 'கல்யாண்', 'பீமா', 'ஜாய்', 'ஜோஸ்' போன்ற நகைக் கடை ப்ராண்டுகள் என்று அடுக்கிக்கொண்டே போவீர்கள். நிற்க.

உங்களுக்கு ஆபீஸில் ஐம்பதாயிரம் ரூபாய் போனஸ் வருகிறது என்று வைத்துக்கொள்வோம். சும்மா ஒரு பேச்சுக்கு சார். திறந்த வாயை முதலில் மூடுங்கள்!

உங்கள் மனைவி பல காலமாக உங்களை நச்சரித்து வரும் அந்த தங்க நெக்லெஸ்ஸை தங்கமயில் சென்று வாங்கித் தொலைத்து விடுவது என்று முடிவு செய்கிறீர்கள். அதை ஆசையாக மனைவி யிடம் சொல்கிறீர்கள். அட, ஒரு பேச்சுக்காவது ஆசையாகச் சொல்கிறீர்கள் என்று வைத்துக்கொள்ளுங்களேன்!

உங்கள் மனைவியோ, 'ஆமா, இத்தனை நாள் சோபாவில புடிச்சு வைச்ச பிள்ளையார் மாதிரி உட்கார்ந்திருந்தீங்க. திடீர்ன்னு என்ன ஞானோதயம் இன்னைக்கு. இனிமேதான், அதுவும் இந்த வயசிலதான் எனக்கு நெக்லெஸ் கேக்கறதாக்கும். அதுக்கு பதிலா ஒரு பெரிய 40 இன்ச் டீவி வாங்கலாங்க. நம்ம ஃப்ளாட்டுலேயே பாதிப் பேரு வீட்டுல அழகா சுவத்தில மாட்டி வெச்சிருக்காங்க. நம்ம வீட்டுலேயும் ஒண்ணு இருக்கே பாதி ஹால அடைச்சுண்டு பிணம் மாதிரி ஒரு தண்டக் கர்மாந்திர டீவி. இந்த சனியனை ஒழிச்சுட்டு அந்த ப்ளாஸ்மாவோ, ஆஸ்மாவோ, அந்த பெரிய டீவியா வாங்கலாங்க' என்று சொல் கிறார் என்றும் வைத்துக்கொள்வோம். கூடவே உங்கள் மகனும் மகளும் 'ஆமாம்பா, ப்ளீஸ்பா' என்று ஒத்து ஊதுகிறார்கள் என்றும் வைத்துக்கொள்வோம்.

நீங்கள் என்ன செய்வீர்கள்? வேறு என்ன செய்ய முடியும். குடும்பமே சேர்ந்து கேரோ செய்தால் அதற்கு அப்பீல் ஏது. அவர்கள் சொன்னதைச் செய்யவில்லை என்றால் அடுத்த வேளை சோறு ஏது? 'ஆஹா அதற்கென்ன, பேஷாக வாங்கி விட்டால் போகிறது' என்று நீங்கள் குடும்பத்தோடு குதூகல மாகச் சென்று ஒரு பெரிய சைஸ் 'சாம்சங்' எல்சிடீ டீவியை வாங்கி வந்து வீட்டில் மாட்டுகிறீர்கள்.

இப்போது சொல்லுங்கள். தங்கமயிலுக்கு யார் போட்டியாளர்? சாம்சங்தானே! தங்கமயிலுக்கு வரவேண்டிய கஸ்டமர்,

தங்கமயிலுக்கு வரவேண்டிய பிசினஸ், தங்கமயிலுக்கு வர வேண்டிய பணம் யாரிடம் சென்றது? சாம்சங்குக்கு. அப்படிப் பார்த்தால் தங்கமயிலுக்கு சாம்சங்கும் ஒரு போட்டியாளர் தானே?

இந்தக் கதைக்கு வேண்டுமானால் இது பொருந்தும். ஆனால் பொதுவாக ஒரு நகைக்கடைக்குப் போட்டி மற்ற நகைக் கடைகள்தான், இல்லையென்று சொல்லவில்லை. ஆனால் இது போன்ற கேஸ்களும் உண்டு என்றுதான் சொல்கிறேன். இதை யும் நீங்கள் மனத்தில் நிறுத்தி மார்க்கெட்டிங் செய்யவேண்டும் என்றுதான் சொல்கிறேன்.

போட்டியாளர் உங்கள் பொருளைப்போலவே இருக்கவேண்டும் என்கிற அவசியம் இல்லை. உங்கள் பொருள்வகையைச் சேர்ந்த வராக இருக்கவேண்டிய கட்டயாமும் இல்லை. நீங்கள் விற்கும் பொருள் தரும் அதே பயனைத் தருபவராக இருந்தால் அவர் உங்கள் போட்டியாளர். தங்கமயிலுக்கு ஜீஆர்டி, கல்யாண், பீமா, ஜாய், ஜோஸ்போல. நீங்கள் விற்கத் துடிக்கும் அதே வாடிக்கையாளரை அதே காரணத்துக்காகவோ வேறு காரணத் துக்காகவோ கவரத் துடித்தால் அவரும் உங்கள் போட்டி யாளர்தான். சாம்சங்போல.

மார்க்கெட்டிங் விளையாட்டில் நாம் கவனிக்கவேண்டிய அதிமுக்கிய விஷயம், நம் போட்டியாளர் யார் என்று சரியாக அறுதியிடுவது. பொதுவாகப் போட்டியாளர்கள் நான்கு வகை யில் அமயலாம். அதாவது நான்கு ரூபத்தில் நம்மைத் தாக்க வரலாம்.

இந்த நான்கு ரூபத்திலும் வருவார்கள் என்பதில்லை. ஆனால் இந்த நான்கு வழிகளையும் நன்கு ஆராய்ந்து தற்காத்துக் கொள்ளத் தயாராக இருப்பது நல்லது. அப்போதுதான் தற்சமயம் நம் போட்டியாளர்கள் யார் என்பதும் தெரியும். வருங்காலத்தில் எந்த ரூபத்தில் போட்டியாளர்கள் வரலாம் என்பதும் புரியும்.

உதாரணத்துக்கு ‘பெப்சி கோலா’வை எடுத்துக்கொள்வோம். இந்த ப்ராண்டுக்கு எப்படி நான்கு வகையான போட்டி அமை கிறது என்பதைப் பார்ப்போம்.

பெப்ஸியின் முக்கியப் போட்டியாளர்கள் யார்? கோக், தம்ஸ் அப் என்று மற்ற கோலா பானங்களைக் கூறுவீர்கள். இவையும்

பெப்ஸி போலவே கோலா பானங்கள் என்பதால், அதே சுவை மற்றும் குணங்கள் உள்ளதால். பெப்ஸி கவர நினைக்கும் அதே கஸ்டமர்களைக் கவர நினைப்பதால். இது போன்ற ப்ராண்டு களை 'ப்ராண்ட் காம்படிஷன்' (Brand competition) என்று அழைப்பார்கள்.

பெப்ஸியை எதற்குப் பருகுகிறோம்? அது நம் தாகத்தைத் தணிப்பதால். அதையேதான் ஃபேண்டா, மிரிண்டா, லிம்கா, ஸ்ப்ரைட் போன்ற பானங்களும் செய்கின்றன. இன்னும் சொல்லப் போனால் இதையேதான் ரியல் ஜூஸ், ட்ராபிக்கானா ஜூஸ், லிப்டன் ஐஸ் டீ போன்ற ப்ராண்டுகளும் செய்கின்றன. இவ்வளவு ஏன். நம் தாகத்தை தணிப்பதற்காகத்தானே அக்வா ஃபீனா, கின்லி, பிஸ்லேரி போன்ற மினரல் வாட்டர் ப்ராண்டு களும். இவை அனைத்துமே பானங்கள் என்கிற பொருள்வகை யைச் சேர்ந்தவை. பெப்ஸி தரும் அதே பயனைத் தருபவை. இம்மாதிரி ப்ராண்டுகளை 'ப்ராடக்ட் காம்படிஷன்' (Product competition) என்று அழைப்பார்கள். இப்பேர்ப்பட்ட ப்ராண்டு கள் பெப்சி விற்கும் விலையிலேயேதான் விற்கவேண்டும் என்கிற அவசியம் இல்லை என்பதையும் புரிந்துகொள்ளுங்கள்.

பெப்ஸி தாகத்தைத் தணிக்கும் ப்ராண்ட் என்றால் அதே தாகத்தைத் தணிக்கும் ஜெனரிக் ஐட்டங்களான சாதாரண கார்பரேஷன் குழாய்த் தண்ணீர், போர்வெல் வாட்டர் போன்ற வையும் பெப்ஸிக்குப் போட்டியாளர்கள்தாம். அவை ஓசியில் கிடைத்தாலும் சரி, காசு கொடுத்து வாங்கவேண்டும் என்றாலும் சரி. இதற்கு 'ஜெனரிக் காம்படிஷன்' (Generic competition) என்று பெயர்.

சில சமயங்களில் நம்மில் பலர் எதையாவது வாங்கி மெல்லவேண்டும் இல்லை பொழுது போகவில்லை என்பதால் எதையாவது வாங்கிக் கொறிக்கவேண்டும், பருகவேண்டும் என்று நினைத்து பெப்ஸியை வாங்கலாம். ஏன், சிப்ஸ், சாக்லேட், பிஸ்கெட் போன்ற ஐட்டங்களைக்கூட வாங்கலாம். அந்த வகையில் பார்த்தால் லேஸ் சிப்ஸ், காட்பரீஸ் டெய்ரி மில்க், பிரிட்டானியா போன்ற ப்ராண்டுகளும் பெப்ஸிக்குப் போட்டியாளர்கள்தானே. இதற்கு 'டோட்டல் பட்ஜெட் காம்படிஷன்' (Total budget competition) என்று பெயர். அதாவது பெப்சிக்குச் செலவழிக்கும் கஸ்டமர்களின் அதே

பணத்துக்குக் குறிவைத்துக் கவர நினைக்கும் மற்ற பொருள்வகை ப்ராண்டுகள்.

போட்டியையும் போட்டியாளர்களையும் இப்படித்தான் முழுமையாகப் பார்க்கவேண்டும். பெப்ஸி தன் முக்கியப் போட்டியாளராக நினைப்பது கோக்கையும் தம்ஸ் அப்பையும் என்றாலும் மற்ற போட்டியாளர்களை மனத்தில் நிறுத்தாமல் உத்திகளை வகுக்காது. வகுக்கவும் கூடாது.

நாம் யார், நாம் எந்த பிசினஸில் இருக்கிறோம் என்பதில் தெளிவு தேவை நமக்கு. இதை விரிவாக அடுத்து வரும் அத்தியாயங் களில் அலசுவோம்.

போட்டியாளர்களை இப்படி அறுதியிடுவது வளர்ச்சிக்கு மட்டுமல்ல. வாழ்வதற்கேகூட. இதை ஒரு உதாரணம் கொண்டு பார்ப்போம்.

ஷாம்பு மார்க்கெட்டில் இன்று நம்பர் ஒன் ப்ராண்ட் 'க்ளினிக் ப்ளஸ்'. சுமார் பதினைந்து, இருபது வருடங்களுக்கு முன்புவரை இந்தப் பொருள்வகையில் நன்றாக விற்று வந்த ப்ராண்டுகள் சிக், வெல்வெட், சன்சில்க், ஹேலோ போன்றவை. இவைதான் க்ளினிக் ப்ள்ஸ்ஸுக்குப் பிரதான போட்டியாளர்களாக இருந்தன.

ஷாம்புவை ஒருவர் எதற்கு உபயோகிக்கிறார்? தலையைச் சுத்தம் செய்துகொள்ள. தன் தலை முடியை அழகாக்கிக்கொள்ள. இதே பயன்களைப் பெறுவதற்குத் தான் பலரும் ஒரு காலத்தில் தலைக்கு சோப்பு, சீயக்காய் போன்றவற்றை உயபோகித்து வந்தார்கள். அப்படிப் பார்க்கும்போது சோப்பு, சீயக்காய் போன்றவைகூட ஷாம்புவுக்குப் போட்டியாளர்கள்தானே. அதாவது இவை நாம் முன்னே பார்த்த 'ப்ராடக்ட் காம்பெடிஷன்' ரகத்தைச் சேர்ந்தவை.

மற்ற ஷாம்பு ப்ராண்டுகள் இதை இப்படிப் பார்க்கவில்லை. ஆனால் க்ளினிக் ப்ளஸ், தன் போட்டியாளர்களை இந்தக் கண்ணோட்டத்தில்தான் அணுகியது. அப்போது இந்தியாவில் 12% மக்கள்தான் ஷாம்பு உபயோகித்து வந்தார்கள்.

பார்த்தது க்ளினிக் ப்ளஸ். '12% மக்களைக் கவரத்தான் மற்ற ப்ராண்டுகள் தங்களுக்குள் போட்டி போட்டுக்கொண்டு படாத

பாடு பட்டுவருகின்றன. நாமும் அந்தச் சிறிய கூட்டத்தில் எதற்குச் சிறைபட்டு சின்ன ப்ராண்டாகச் சந்தி சிரிக்கவேண்டும்? மீதியுள்ள 88% மக்களைக் கவர முயற்சிப்போம்' என்று முடிவெடுத்தது. தன் பிரதான போட்டியாளர்களாக சோப்பையும் சீயக்காயையும் பார்க்கத் தொடங்கியது. அதற்குத் தோதாக க்ளினிக் ப்ளஸ் ஒரு புது உத்தியைக் கையாண்டது.

'சோப்பு என்பது உடல் சருமத்துக்குத் தயார் செய்யப்பட்டது. தலைக்கு சோப்பு போட்டால் தலை முடி சொரசொரவென்று மாறி முடி கொட்டும் அபாயம் உண்டு. அவற்றை விட்டொழியுங்கள், க்ளினிக் ப்ளஸ் உபயோகியுங்கள். கேசம் பொலிவுடன் பளபளக்கும்' என்று கூறி விளம்பரம் செய்தது.

பலரும் இந்த விளம்பரத்தில் கவரப்பட்டு சோப்பிலிருந்தும் சீயக்காயிலிருந்தும் க்ளினிக் ப்ளஸ்ஸுக்குத் தாவினர். ஒரு சில வருடங்களுக்குள்ளாகவே க்ளினிக் ப்ளஸ் இந்தியாவின் நம்பர் ஒன் இடத்தைப் பிடித்தது.

மற்ற ப்ராண்டுகள் சிறிய கூட்டமான 12% மக்களோடு மன்றாடிக் கொண்டிருக்க, க்ளினிக் ப்ளஸ் 88% மக்களோடு பேசி, உறவாடி அவர்களை ஷாம்பு பொருள்வகைக்கு, அதுவும் தன் ப்ராண்டுக்கு இழுத்துக்கொண்டது. இன்று ஷாம்பு மார்க்கெட்டில் க்ளினிக் ப்ளஸ்ஸின் மார்க்கெட் ஷேர் சுமார் 40%.

க்ளினிக் ப்ளஸ் நமக்குக் கற்றுத் தரும் முக்கியப் பாடம் என்ன? போட்டியாளர்களைச் சரியாகக் கணித்து உத்திகளை வகுத்தால், வெற்றி நமதே என்பதே.

போட்டியாளர் உலகம் வெகு வேகமாக வளர்ந்து வருகிறது. அதோடு வெகு வேகமாக மாறியும் வருகிறது. கண் எதிரிலேயே பொருள்வகைகள் மாறுகின்றன. கண்மண் தெரியாமல் புதிய பொருள்வகைகள் பிறக்கின்றன. கண் இமைக்கும் நேரத்துக்குள்ளாகவே புதிய ப்ராண்டுகள் தோன்றுகின்றன. நாம் வகுக்கும் உத்திகளும் அதற்கேற்ப மாறிவருவது முக்கியம்.

ஒரு காலத்தில் முகத்துக்கும் உடம்புக்கும் பவுடர் போட்டுக் கொண்டோம். பாண்ட்ஸ் ட்ரீம்ஃபிளவர், பாண்ட்ஸ் மேஜிக், க்யுடிக்யூரா போன்ற பவுடர் ப்ராண்டுகள் சக்கைப் போடு போட்டன. பவுடரை எதற்குப் போட்டுக்கொண்டோம்? முகம்

அழகாகத் தெரிவதற்கு; உடம்பில் வியர்வை நாற்றம் மறைவதற்கு.

சில காலம் கழித்து அழகு தரும், முகத்துக்குப் போடும் க்ரீம்கள் வந்தன. முகத்துக்கு பவுடர் போடுவதை நிறுத்திக்கொண்டோம். வியர்வை நாற்றத்தை மறைத்து உடம்பை வாசனையாக வைத்துக்கொள்ள டியோடரண்ட் வந்தது. உடம்புக்கு பவுடர் போடுவதை நிறுத்திக்கொண்டோம். அதனால்தான் இன்று பவுடர் விற்பனை குறைந்து வருகிறது. பவுடருக்குப் போட்டி எந்த ரூபத்தில் வந்தது பார்த்தீர்களா? முகத்துக்குப் போடும் க்ரீம்கள் ரூபத்தில்; உடம்புக்குப் போடும் டியோடரண்ட் ரூபத்தில்!

போட்டியாளர் எப்படி வருவார், எங்கிருந்து வருவார், எந்த ரூபத்தில் வருவார், எப்படித் தாக்குவார் என்பது யாராலும் அறுதியிட்டுச் சொல்ல முடியாது. கண்கொத்திப் பாம்புபோல் மார்க்கெட்டைக் கண்காணித்து வரவேண்டும். பெற்ற தாய் பேணிப் பாதுகாப்பதுபோல் நம் ப்ராண்டுகளைப் பாதுகாத்து வரவேண்டும்.

உலகமயமான வர்த்தகத்தில் வாழ்ந்துகொண்டிருக்கிறோம். கரணம் தப்பினால் மார்க்கெட்டிங்கில் மரணம்தான். நாளொரு தொழில்நுட்பம், பொழுதொரு புது டிவைஸ் என்று உலகம் மாறிக்கொண்டிருக்கிறது. இதனால் புதுப்புதுப் போட்டிகள் முளைத்துக்கொண்டே இருக்கின்றன. விதிக்கப்பட்டிருக்கும் அரசுக் கட்டுப்பாடுகளைத் தளர்த்துவதால் போட்டிக்கான விதிகள் பல தொழில்துறைகளிலும் மாறிக்கொண்டிருக்கின்றன. சந்தைகள் மிகவும் சிக்கலாகவும் ஊகிக்க முடியாதவையாகவும் மாறிக்கொண்டிருக்கின்றன.

ஒரு காலத்தில் பேஜர்கள் பிரமாதமாக விற்றன. அதை எடுத்துப் பார்த்து கீழே வைப்பதற்குள் செல் ஃபோன்கள் வந்தன. பேஜர் பேஜார் ஆகிப்போனது. ஒரு காலத்தில் சீடிக்கள் ஓஹோ என்று விற்றன. அதில் படத்தைப் பார்த்து முடிப்பதற்குள் டீவீடீக்கள் வந்தன. சீடீ செத்து பாடியாகப் படுக்க வைக்கப்படும் நிலையை அடைந்திருக்கிறது.

வேகமாக மாறிவரும் மார்க்கெட்டிங் யுகத்தில் 'போட்டியாளர் வரட்டும், ஒரு கை பார்க்கிறேன்' என்று எருமை மாடுபோல்

பொறுமை காத்துக்கொண்டிருந்தால் பேஜருக்கு நேர்ந்த கதிதான் உங்களுக்கும். வருமுன் காப்பதே விவேகம். எங்கிருந்து போட்டியாளர் முளைப்பார், எந்தப் பக்கத்திலிருந்து போட்டி, போட்டி போட்டுக்கொண்டு வரும் என்று 360 டிகிரியில் பார்வை மேயவிட்டுக்கொண்டே இருக்கவேண்டும். 'போட்டியாளர் என்ன செய்கிறார் பார்ப்போம், பதிலடி கொடுப்போம்' என்றிருந்தால் உங்கள் முகத்துக்கு பவுடர் போட்டு சீட பாடிக்குப் பக்கத்தில் படுக்க வைத்துவிடுவார்கள்.

அதேபோல்தான் எதிராளியும். நாம் செய்யும் செயல்களுக்குத் தயாராகப் பதிலடி கொடுக்கக் காத்திருப்பார்கள். மார்க்கெட்டிங் கில் நாம் செய்யும் மூவுக்கு கவுண்டர் அட்டாக் கொடுக்கக் காத் திருக்க மாட்டர்கள். நாம் ஒன்று செய்தால் அதன் பயன் நமக்கு வருவதற்குமுன்பே நாம் செய்ததை முறியடிக்க முயற்சிப்பார்கள்.

உதாரணத்துக்கு விஜய் டீவி, 'சூப்பர் சிங்கர்' என்ற புதிய நிகழ்ச்சியை முதலில் அறிமுகப்படுத்தியது. இளம் பாடகர்களை ஊக்குவிக்கும் இந்த நிகழ்ச்சி பாபுலராக வளர்ந்து விஜய் டீவிக்கே ஒரு அடையாளத்தையும் அட்வாண்டேஜையும் கொடுக்க ஆரம்பிக்க, உடனேயே அதன் போட்டியாளர்களான சன், ஜெயா, கலைஞர், ராஜ் என்று அனைவரும் ஆளாளுக்குத் தங்கள் சேனல்களில் அதேபோல் ஒரு பாட்டு நிகழ்ச்சியைத் தொடங்கிவிட்டார்கள்.

இதே கதிதான் விஜய் டீவி ஆரம்பித்த நடனப் போட்டி நிகழ்ச்சிக்கும். ஆக, நாம் செய்யும் மூவ் நமக்குச் சாதகமாக அமையும் முன்னரே நம் போட்டியாளர்கள் அதையே அல்லது அதைவிட பெட்டராகச் செய்து நம் அட்வாண்டேஜை முறியடிக்க முயல்வார்கள்.

இந்த ஹை ஸ்பீட் மார்க்கெட் உலகில் நம் ப்ராண்டைக் காத்துக் கொள்ள நமக்குத் தேவை விரைவான எண்ணங்கள். எதிராளி செய்யப்போகும் மூவை முன்னலாலேயே கணித்து அதை கவுண்டர் செய்யும் திறன்.

செஸ் ஆடும்போது 'எதிராளி மூவ் செய்யட்டும். அவர் என்ன செய்கிறார் என்று பார்த்து அதற்கு பதில் மூவ் செய்கிறேன்' என்றால் செக்மேட்தான். சிறந்த செஸ் ப்ளேயர்கள் எதிராளி என்ன மூவ் செய்வார் என்று அவர் அறியும் முன்னேயே

திட்டமிட்டு அதற்கு பதில் மூவை ரெடியாக வைத்திருப்பார்கள். இதற்குத் தேவை போட்டியாளர் திட்டம். அதாவது காம்படிடிவ் ப்ளான்.

'ஏ-டீம்' என்று ஒரு அருமையான ஆங்கில ஆக்‌ஷன் படம். முடிந்தால் பாருங்கள். அதில் ஹீரோவும் அவன் டீமும் சாதாரண ஆஸ்பத்திரி ஹெலிகாப்டரில் பறக்க, வில்லன் சக்தி வாய்ந்த மிலிட்டரி ஹெலிகாப்டரில் துரத்தி அவர்களைத் தாக்குகிறான்.

ஆனால் ஹீரோவின் நண்பன் சாதாரண ஹெலிகாப்டரைத் திறமையாக ஓட்டி, ரிஸ்க் எடுத்து ஒவ்வொரு தாக்குதலிலிருந்தும் சமயோஜிதமாகத் தப்பிக்கிறான். உயிரைக் கையில் பிடித்துக்கொண்டு மற்றவர்கள் அவன் ஓட்டும் விதத்தைக் கடிந்துகொள்ள ஹீரோ சிரித்துகொண்டே தன் டீம் பைலட்டைப் பற்றிச் சொல்வான்: 'சிறந்த போர்த் தந்திரம் என்பது திட்டமிட்டு ப்ளான் செய்வது. எதிரியின் உத்தியை அனுமானித்து அதை அவன் பிரயோகிக்கும் முன்பே அதற்கான பதிலைப் பிரயோகிப்பது. அதுதான் திட்டமிடுவது!'

அந்த ஹீரோ சொன்னதை முடிந்தால் உங்கள் ஆபீஸில் அனைவரும் படிக்கும்படி எழுதி ஒட்டி வையுங்கள். அன்றாடம் கண்ணில் ஒற்றிக்கொள்ளுங்கள்!

"One step ahead of the game is to plan. Be three steps ahead. And meet the enemy's move even before it is made. That's a plan!"

இதோ இந்த அத்தியாயத்துக்கான கேள்விகள். இவை போட்டிக் கேள்விகள் அல்ல. உங்களை யாரும் போட்டுத் தள்ளாமல் இருக்க நீங்களே உங்களைக் கேட்டு விடை தேடிக் கண்டுபிடிக்கவேண்டிய கேள்விகள். உங்களின் வெற்றிக்கு நீங்கள் வளர்க்கவேண்டிய வேள்விகள்!

1. உங்கள் ப்ராண்ட் காம்பெடிஷன் எது? அவர்கள் பலம் மற்றும் பலவீனங்கள் என்னென்ன?
2. உங்கள் ப்ராடக்ட் கம்பெடிஷன் எவை? அவர்கள் பலம் மற்றும் பலவீனங்கள் என்னென்ன?
3. உங்கள் ஜெனரிக் காம்பெடிஷன் எப்படி? அவர்கள் பலம் மற்றும் பலவீனங்கள் என்னென்ன?

4. உங்கள் டோட்டல் பட்ஜெட் காம்பெடிஷன் யார்? அவர்கள் பலம் மற்றும் பலவீனங்கள் என்னென்ன?

5. தற்சமயம் இவர்கள் உங்கள் போட்டியாளர்கள். சரி. வருங்காலத்தில் யார் இந்த நான்கில் ஏதோ ஒரு வகையில் உங்கள் ப்ராண்டைத் தாக்க வரலாம் என்று அனுமானிக்கிறீர்கள்? அப்படி நீங்கள் நினைக்கக் காரணம் என்ன?

6. உங்கள் போட்டியாளர்கள் அடுத்து என்ன செய்வார்கள்? அவர்களதுன் நெக்ஸ்ட் மூவ் என்னவாக இருக்கும் என்று நினைக்கிறீர்கள்? அதற்கு உங்கள் பதில் என்னவாக இருக்கவேண்டும் என்று நினைக்கிறீர்கள்?

7. போட்டியாளர்களைச் சமாளிக்க காம்படிடிவ் ப்ளான் வைத்திருக்கிறீர்களா?

3

அத விடுப்பா!
நீ யாருன்னு தெரியுமா முதல்ல?

நான் யார்?
நான் யார்?
நான் யார்?
நாலும் தெரிந்ததவர் யார் யார்?

- கவிஞர் வாலி

இந்த அத்தியாயத்தின் தலைப்பைப் பார்த்து சிலர் ஆச்சரியப் படலாம். சிலர் கடுப்பாகலாம். 'என்னையே தெரியாமலா பிசினஸ் செய்கிறேன்?' என்று சிலர் கோபப்படலாம். 'நான் யாரென்று நீங்கள் தான் கொஞ்சம் சொல்லுங்களேன்' என்று கிண்டலாகக்கூட என்னைக் கேட்கலாம்.

உங்கள் பிசினஸ் அழகாக வளர, உங்கள் தொழில் அமோகமாகச் செழிக்க, உங்கள் ப்ராண்ட் அட்டகாசமாக விற்க நீங்கள் முதலில் செய்யவேண்டியது கீழே உள்ளே கேள்விக்கான விடையைத் தேடுவதுதான்.

'நான் யார்'? 'நான் எந்த தொழிலில் இருக்கிறேன்'?

சாதாரணக் கேள்விபோல் தோன்றினாலும் இதற்குத் தெளிவான, திட்டமிட்ட பதில்தான் உங்கள் தொழிலின் அஸ்திவாரம்; உங்கள் வெற்றியின் அடிநாதம். உங்கள் ப்ராண்டின் ஆதாரம். இந்தக் கேள்விக்கான சரியான விடையை அறியாமல்தான் பல பிசினஸ்கள் படு குழியில் விழுந்துள்ளன. எத்தனையோ தொழில்கள் தோற்றுப்போயிருக்கின்றன. கணக்கில் அடங்கா ப்ராண்டுகள் காணாமல் போயிருக்கின்றன.

போட்டியையும் போட்டியாளர்களையும் பிறகு பார்த்துக் கொள்ளலாம். நம்மை நாம் முதலில் அறிந்துகொள்ளவேண்டும். நாம் எந்தத் தொழிலில் இருக்கிறோம் என்பதை நாமே புரிந்து கொள்ளவேண்டும். இதன் முக்கியத்தை உணர தீப்பெட்டியை எடுத்துக்கொண்டு என்னோடு வாருங்கள் சிவகாசிக்கு. உங்களுக்கு விலாவரியாகப் பற்ற வைக்கிறேன்!

இந்திய வீடுகளில் அடுப்பு எரிகிறது என்றால் அது சிவகாசியின் தயவில்தான். இந்தியர்களில் வாயில் சிகரெட் எரிவதும் இந்த ஊரின் கைங்கரியத்தில்தான். சர்ச்சுகளில் மெழுகுவர்த்தி எரிவதிலிருந்து கோயில்களில் விளக்கு ஏற்றப்படுவதுவரை எல்லாமே சிவகாசி உபயம்.

இந்தியாவில் தயாரிக்கப்படும் வத்திப்பெட்டிகளில் 90% சிவகாசியில் தயாரிக்கப்படுகின்றன. இந்தியாவில் தயாரிக்கப் படும் பட்டாசுகளில் 90% சிவகாசியில்தான் தயாரிக்கப்படு கின்றன. எப்போதும் சுறுசுறுப்பாக இயங்கிவரும் இவ்வூரை 'குட்டி ஜப்பான்' என்றே செல்லமாக அழைக்கிறார்கள்.

வத்திப்பெட்டித் தொழிலை எடுத்துக்கொள்வோம். சமீப கால மாக இத்தொழில் பெரிய அளவு வளர்ச்சி காணாமல் இருக் கிறது. வத்திப்பெட்டிகளின் விற்பனை ஒருவித தேக்க நிலையை அடைந்திருக்கிறது. எதனால்?

ஏனெனில், வத்திப் பெட்டிகளின் உபயோகம் குறைந்துவரு கிறது. வத்திப் பெட்டிகளுக்கான தேவை குறைந்துவருகிறது. வத்திப்பெட்டிகள் தரும் பயனைக் கொடுக்க வேறு சில பொருட்கள் வந்துவிட்டன.

சிகரெட் பிடிக்கும் பழக்கம் முன்னைப்போல் இல்லை. ஒருவித தேக்க நிலையை நோக்கி நகர்ந்துகொண்டிருக்கிறது. சிகரெட் பிடிப்பவர்கள் பலரும் லைட்டரை உபயோகிக்கத் தொடங்கி யிருக்கின்றனர். அப்புறம் எதற்கு வாங்கவேண்டும் வத்திப் பெட்டியை?

அதோடு, சமீப காலமாக பெண்மணிகள் அடுப்பேற்ற கேஸ் லைட்டரை அதிகம் உபயோகிக்கின்றனர். அதோடு இண்டக் ஷன் ஸ்ட்வ்கள் உபயோகமும் அதிகரித்து வருகிறது. தேவையா வத்திப்பெட்டி?

வீட்டில் கடவுள் படத்துக்கு விளக்கு ஏற்ற ஆசை இருந்தாலும் ஏற்ற எங்கே நேரம் இருக்கிறது வேலைக்குப் போகும் இந்தக் காலப் பெண்களிடம்? அட, கடவுள் படங்களே அலமாரியில் வைத்துப் பூட்டப்பட்டிருக்கும் நிலையில், விளக்கைத்தான் எப்படி ஏற்றுவது? விளக்கை ஏற்றினால் அலமாரியும் அல்லவா, கூடச் சேர்ந்து எரிந்து தொலைக்கும். அதனால்தான் அகல் விளக்கு போலவே அழகழகாக எலக்ட்ரிக் லைட்டுகள் வந்து விட்டனவே. குளித்துவிட்டு பக்தியோடு ஸ்விட்சைப் போட்டால் நாளெல்லாம் எரியப் போகிறது. உம்மாச்சி என்ன கோபித்துக் கொள்ளவா போகிறது! இல்லை, வத்திப்பெட்டியால் ஏற்றினால்தான் நான் அருள் புரிவேன் என்று அழிச்சாட்டியம் செய்யப்போகிறதா! இங்கும் தேவையில்லை வத்திப்பெட்டிக்கு.

பாதி நேரம் கரண்ட் இல்லை. மெழுகுவர்த்தி வாங்கிக் கட்டுபடி ஆகவில்லை. அதை தேடிப் பிடித்து ஏற்றிக்கொண்டிருக்கப் பொறுமையும் இல்லை. அதுதான் வந்து விட்டதே எமர்ஜென்சி லாம்ப்! தமிழ்கூறும் நல்லுலகமும் ரூமுக்கு ஒன்று வாங்கி வைத்துவிட்டதே. அப்புறம் எங்கிருந்து மெழுகுவர்த்தி? எதற்காக வத்திப்பெட்டி?

ஆக, வத்திப்பெட்டிகள் கொடுக்கும் அதே பயனைக் கொடுக்க மற்ற பொருட்கள் வந்துவிட்டன. வத்திப்பெட்டி விற்பனையும் மெதுவாகக் குறையத் தொடங்கிவிட்டது.

ஒரு வத்திப்பெட்டி தயாரிப்பாளரிடம் சென்று, 'சார், இப்படி உங்கள் தொழில் தேக்க நிலை அடையக் காரணம் என்ன' என்று கேட்டால் அவர் என்ன கூறுவார்?

கூறுவதாவது? ஒரு பாடு ஒப்பாரியே வைப்பார். 'அந்த வயத்தெறிச்சல ஏன் சார் கேக்கறீங்க. சிகரெட் லைட்டர்கள், கேஸ் லைட்டர்கள், இண்டக்ஷன் ஸ்டவ்கள், எமர்ஜென்ஸி லாம்புகள் எல்லாம் வந்து தொலைச்சுடுச்சு சார். பத்தாதற்கு சிகரெட் பிடிக்கறவங்க முன்னதுக்குக் கொஞ்சம் குறைஞ்சுட்டு வராங்க. அதான் எங்க விற்பனையும் குறைஞ்சுட்டு வருது.'

ஆனால் இவையல்ல உண்மையான காரணங்கள். வத்திப்பெட்டி விற்பனை குறைய முக்கியமான காரணம், வத்திப்பெட்டித் தயாரிப்பாளர்கள்தான். இதை நான் சொன்னால் அடிக்க வரு

வார்கள். முடிந்தால் வத்திக்குச்சியால் எரிக்கவே வருவார்கள். இருந்தாலும் உண்மை அதுதான். விவரமாகச் சொல்கிறேன்.

வத்திப்பெட்டி தயாரிப்பாளர்கள், தாங்கள் எந்தத் தொழிலில் இருக்கிறோம் என்பதைச் சரியாக வரையறுக்கத் தவறிவிட்டார்கள். அவர்கள் தங்களை 'வத்திப்பெட்டி தயாரிக்கும் தொழிலில்' இருப்பதாக நினைத்துக்கொண்டார்கள். அங்குதான் தங்களுக்குத் தாங்களே பற்றவைத்துக் கொண்டார்கள். அவர்கள் வத்திப்பெட்டித் தொழிலில் இல்லை. அப்படி என்றுமே இருந்ததும் கிடையாது.

அவர்கள் இருந்தது 'தீபம் ஏற்றும் தொழிலில்'!

அவர்கள் அடுப்பையோ, சிகரட்டையோ, விளக்கையோ, மெழுகுவர்த்தியையோ பற்றவைக்கும் தொழிலில் இருந்தார்கள்; இருக்கிறார்கள். அப்படித்தான் அவர்கள் நினைத்திருக்க வேண்டும். அப்படி நினைத்திருந்தால் பற்றவைக்கப் புதிய விஷயங்களை, முயற்சிகளை, பொருட்களை அவர்களே மற்றவர்களுக்குமுன் கண்டுபிடித்திருப்பார்கள். அட்லீஸ்ட் அதைத் தயாரித்து, விற்கவாவது முயன்றிருப்பார்கள்.

சிகரெட் பிடிக்க லைட்டர்களை மற்றவர்கள் கொண்டுவருவதற்குமுன் கொண்டுவந்திருப்பார்கள். கேஸ் லைட்டரை மற்றவர்கள் தயாரிப்பதற்குமுன் இவர்களே தயாரித்திருப்பார்கள். எமெர்ஜென்ஸி லாம்புகளை மற்றவர்களுக்குமுன் இவர்களே முதலில் அறிமுகப்படுத்தியிருப்பார்கள். விளக்கையோ, மெழுகுவர்த்தியையோ ஏற்றத் தோதான ஒரு பொருளை இவர்களே தந்திருப்பார்கள்.

இப்படிச் செய்திருந்தால் வத்திப்பெட்டி விற்பனை குறைந்தாலும் இவர்களுக்கு அந்தப் புதிய தொழில்கள் கைகொடுத்திருக்கும்.

ஏன் செய்யவில்லை? எதனால் இது அவர்களுக்குத் தோன்றாமல் போனது? புதிய முயற்சிகளை இவர்களைச் செய்யவிடாமல் தடுத்தது எது?

பழி இவர்களிடத்தில்தான். பாவம் இவர்களைச் சேர்ந்ததுதான். தாங்கள் எந்தத் தொழிலில் இருக்கிறோம் என்பதைச் சரிவர அறுதியிடத் தவறினார்கள். தாங்கள் 'தீபம் ஏற்றும் தொழிலில்'

இருக்கிறோம் என்பதைப் புரிந்துகொண்டிருந்தால் இன்று சிவகாசியில் புதிய தொழிற்சாலைகள் பெருகியிருக்கும். சிகரெட் லைட்டரிலிருந்து கேஸ் லைட்டர்வரைக்கும் புதிய பிசினஸ்கள் முளைத்திருக்கும். எமர்ஜென்ஸி லாம்ப் தயாரிப்பிலிருந்து இண்டக்ஷன் ஸ்டவ் வரை பல புதிய ஃபேக்டரிகளால் சிவகாசியே களை கட்டியிருக்கும். இப்போதைக்காட்டிலும் சிவகாசி ஃபாக்டரிகள்மயம் ஆகியிருக்கும். குட்டி ஜப்பான் என்ற பெயர் போய் ஜப்பானைக் குட்டி சிவகாசி என்று அழைக்கும் நிலை ஏற்பட்டிருக்கும். இன்றுபோல் இப்படி வத்திப்பெட்டியைக் கட்டிக்கொண்டு அந்த ஊர் அழுதுகொண்டிருக்காது.

இதைத் தான் 'தியோடர் லெவிட்' என்னும் மார்க்கெட்டிங் விற்பன்னர் 1960 -ம் ஆண்டு 'ஹார்வர்ட் பிசினஸ் ரெவ்யூ' என்னும் உலகப் புகழ்பெற்ற நிர்வாகவியல் இதழில் 'மார்க்கெட்டிங் மையோப்பியா' என்ற தலைப்பில் மிக அருமையாக எழுதியிருந்தார். மார்க்கெட்டிங் மையோப்பியா என்றால் 'குறுகிய நோக்குடன் பார்க்கப்படும் மார்கெட்டிங்' என்று அர்த்தம். அவருடைய அருமையான வாதம், எருமை மாட்டின்மீது பெய்த மழையாகப் போய், பல மார்கெட்டர்களால் கண்டுகொள்ளாமல் விடப்பட்டதால்தான் பல தொழில்கள் வழக்கொழிந்து போய்விட்டன. இன்றும்கூடப் பல பிசினஸ்கள் நலிந்துவருகின்றன. அந்த ஒரு பானை சோற்றுக்கு வத்திப்பெட்டி தொழில் ஒன்றே பதம்.

தொழில் என்பதை, நாம் தயாரிக்கும் பொருட்களைக் கொண்டு வரையறுக்கக்கூடாது. நம் வாடிக்கையாளர்களின் தேவைகளைப் பூர்த்தி செய்யும் முறையைக்கொண்டு அறுதியிடவேண்டும்.

ஊரெங்கும் சினிமா தியேட்டர்கள் மூடப்பட்டு வருவதற்கு என்ன காரணம்? தியேட்டர்காரர்கள் தங்களை தியேட்டர் தொழிலில் இருப்பதாக நினைத்துக் கொண்டதுதான் காரணம். அதனால்தான் அவர்கள் தங்களுடைய தியேட்டரை வெறும் தியேட்டராகவே பார்த்துப் பழகிவிட்டனர்.

ஆனால் அவர்கள் இருந்தது வாடிக்கையாளர்களை மகிழ்விக்கும் தொழிலில். இதை உணராததால்தான் 24 மணி நேர டீவி, ஹோம் தியேட்டர், டீவீடி போன்றவை வந்தவுடன் அவற்றின் போட்டி

தாளாமல் பல தியேட்டர்கள் இழுத்து மூடப்பட்டன. மூடப்பட்டும் வருகின்றன.

ஆனால் தாம் வாடிக்கையாளரை மகிழ்விக்கும் தொழிலில் இருக்கிறோம் என்பதை நன்றாக உணர்ந்த சென்னையைச் சேர்ந்த 'சத்யம் தியேட்டர் காம்ப்ளெக்ஸ்' அதற்கேற்ப இண்டெர்னெட் புக்கிங், பல வசதிகள் கொண்ட சீட் அமைப்புகள், ஜோரான ரெஸ்டாரண்ட் என்று தன்னை அழகாக மாற்றிக்கொண்டது. அதனால்தான் வாடிக்கையாளர்கள், சத்யம் போனால் படத்துக்குப் படம், சாப்பாட்டுக்குச் சாப்பாடு, ஜாலிக்கு ஜாலி என்று குடும்ப சமேதராக, நண்பர்கள் புடைசூழ சத்யத்துக்கு நேர்த்திக் கடன் பட்டதுபோல் மாதம் ஒரு முறை விஜயம் செய்துவருகின்றனர். அதனால் மற்ற தியேட்டர்கள் ஈ அடித்துக்கொண்டிருக்க சத்யம் காம்ப்ளெக்ஸோ சக்கைப்போடு போடுகிறது. இதை என்னுடைய 'மார்க்கெட்டிங் மாயாஜாலம்' என்கிற என் புத்தகத்தில் விவரமாக விளக்கியிருக்கிறேன் (பக்கம் 119-120).

பொருட்கள் என்பது வாடிக்கையாளர்களின் தேவைகளைப் பூர்த்தி செய்ய உதவும் ஒரு கருவி. பொருட்கள் மாறிக்கொண்டு வரலாம். தேவைகள் மாறாதவை.

நம் தாத்தாக்கள் ஆபீஸ் சென்றார்கள். சைக்கிளில்.

நம் அப்பாக்கள் ஆபீஸ் சென்றார்கள். மொபெட்டில்.

நம் அண்ணன்கள் ஆபீஸ் சென்றார்கள். ஸ்கூட்டரில்.

நாமும் ஆபீஸ் செல்கிறோம். பைக்கிலும் காரிலும்.

நம் மகன்கள் ஆபீஸ் செல்வார்கள். எதில் செல்வார்களோ, கடவுளுக்கே வெளிச்சம்.

ஆக, தலைமுறை தலைமுறையாக ஆபீஸ் செல்கிறோம். ஆபீஸ் செல்ல, ஏதுவான வாகனம் தேவைப்பட்டது. சைக்கிள், மொபெட், ஸ்கூட்டர், பைக், கார் என்று பொருட்கள்தாம் மாறினவே ஒழிய ஆபீஸ் செல்லத் தோதான வாகனம் வேண்டும் என்கிற அந்தத் தேவை மாறவே இல்லை.

அதனால்தான் டீவீஎஸ் கம்பெனி, தான் மக்களுக்குச் சுயமான போக்குவரத்து தரும் தொழிலில் இருப்பதாக அறுதியிட்டுக்

கொண்டது. அதனால்தான் மொபெட், பைக், ஸ்கூட்டர் என்ற பலவிதமான பொருட்களைத் தயாரித்து வழங்குகிறது. அமர்க்களமாக இயங்கியும் வருகிறது.

பிசினஸ் என்பதைத் தேவைகளைப் பூர்த்தி செய்யும் செயல் முறையாகப் பார்க்கவேண்டுமே ஒழிய பொருட்களைத் தயாரிக்கும் செயல்முறையாகப் பார்க்கக்கூடாது. ஏனெனில் தேவைகள் நிரந்தரமானவை. பொருட்கள் மாறி வரும் தன்மை கொண்டவை. அதனால்தான் நாம் செய்யும் பிசினஸையோ ஈடுபடும் தொழிலையோ பொருளைக் கொண்டு விளக்குவதைக் காட்டிலும் தேவைகளைக் கொண்டு, நாம் அளிக்கும் பயன்களைக் கொண்டு விளக்குவது பயன் தரும் என்கிறார் லெவிட்.

பொன்னேட்டில் பொறிக்கவேண்டிய அவர் கூற்றை அப்படியே தருகிறேன். படிப்பதோடு மட்டுமல்லாமல் இதை பிரிண்ட் செய்து, ஃப்ரேம் போட்டு, பயபக்தியுடன் ஸ்லோகம்போல் தினமும் உச்சரித்து வாருங்கள். உங்களுக்கும் உங்கள் பிசினஸுக்கும் புண்ணியமாகப் போகும்!

"Business must be viewed as a customer-satisfying process. Not as a goods producing process. This is because product are temporary; but needs are permanent. A market definition, that's why, is superior to product definition."

சிவகாசி வத்திப்பெட்டித் தயாரிப்பாளர்கள் தங்கள் பிசினஸைச் சரியாக அறுதியிடாததால்தான் வத்திப்பெட்டிகளைக் கட்டிக் கொண்டு அந்த சைசிலேயே இருந்து தொலைத்துவிட்டனர். அதனால்தான் அதை மீறி, அதை மாற்ற வந்த புதிய பொருட்களைக் கவனிக்கத் தவறினர். அது மட்டுமல்லாமல், வத்திப் பெட்டி விற்பனை தேங்கி வரும் காரணத்தையும் அறியத் தவறினர்.

நாம் செய்யும் தொழிலின் அடிப்படையை நாமே சரியாகத் தெரிந்துகொள்ளவில்லை என்றால் போட்டியை எப்படிச் சரியாகக் கணிப்பது? போட்டியாளர் யார் என்பதை எப்படி அறுதியிடுவது? நம் தொழிலின் தொடக்கமே நான் யார், எந்தத் தொழிலில் இருக்கிறேன், யார் என் வாடிக்கையாளர், அவரின் எந்தத் தேவையை நான் பூர்த்தி செய்கிறேன் என்கிற ஆதாரக் கேள்விகளுக்கு விடை காண்பதுதான்.

அந்த விடை தெரிந்தால்தான் நமக்கு நம் போட்டியாளர்கள் யார் என்பது தெளிவாகத் தெரியும். சத்யம் தியேட்டர் வாடிக்கை யாளர்களை மகிழ்விக்கும் தொழிலில் இருப்பதால் அதன் பிரதான போட்டியாளர்கள் யார்? யாரெல்லாம் வாடிக்கை யாளர்களை மகிழ்விக்கும் தொழிலில் இருக்கிறார்களோ அவர்கள் எல்லாருமே தான்.

அதற்க்குத் தான் டீவி, ரேடியோ, அம்யூஸ்மெண்ட் பார்க், ரெஸ்டாரண்ட்கள் என்று ஒரு பெரிய பட்டாளமே இருக்கிறதே. அதனால்தான் சத்யம் தன் வாடிக்கையாளர்களுக்கு இவையெல்லாம் தரும் அதே மகிழ்வை அதே அளவிலோ, அதே ரூபத்திலோ, வேறு மார்க்கமாகவோ தரும் வகையில் தன் தொழிலையும் தான் அவர்களுக்குத் தருபவற்றையும் அமைத்துக்கொண்டது. மற்ற தியேட்டர்கள் திண்டுக்கல் பூட்டுக்கு ஆர்டர் செய்யும் அவல நிலைக்கு ஆளாக, சத்யமோ, ஸ்விஸ் வங்கியில் அக்கவுன்ட் ஓபனிங் ஃபார்ம் வாங்கும் அமோக நிலையை அடைய முடிந்தது!

உங்கள் பிசினஸை நன்றாக அறுதியிட்டுக்கொண்டபின் நீங்கள் செய்யவேண்டிய அடுத்த வேலை உங்கள் ப்ராண்டைத் திறம்பட பொசிஷனிங் செய்வதுதான். பொசிஷனிங் என்பது உங்கள் ப்ராண்டைப் பற்றிய ஓர் அழுத்தமான அர்த்தத்தை வாடிக்கை யாளர் மனத்தில் பதிய வைப்பது. அவருக்குப் புரிய வைப்பது. சுருங்கச் சொன்னால், ஒரு ப்ராண்ட் தன் வாடிக்கையாளருக்கு அளிக்கும் பிரதானப் பயன்தான் பொசிஷனிங்.

அது வாடிக்கையாளர் வலியைப் போக்குவதாக இருக்கலாம். அவர் கவலையை நீக்குவதாக இருக்கலாம். அவர் வாழ்க்கையை மேம்படுத்துவதாக இருக்கலாம். அவரைப் பற்றி உலகுக்குப் பறைசாற்றுவதாக இருக்கலாம். எது எப்படி இருந்தாலும் பொசிஷனிங் என்பது வாடிக்கையாளருக்கு ப்ராண்ட் அளிக்க நினைக்கும் ஒரு பயன். வாடிக்கையாளர் மனத்தில் ப்ராண்டைப் பற்றி இருக்கும் ஒரு அர்த்தம். ஒரே அர்த்தம்.

‘ஸ்பெலெண்டர்’ என்றால் ‘மைலேஜ்’.

‘நல்லி’ என்றால் ‘பட்டு’.

‘பூஸ்ட்’ என்றால் ‘எனர்ஜி’.

‘கல்யாண் ஜுவல்லரி’ என்றால் ‘நம்பிக்கை’.

அப்படித்தான் உங்கள் ப்ராண்டைப் பற்றிய ஒரு தன்னிகரற்ற தன்மையைக் கொடுப்பது அவசியம். பொசிஷனிங் செய்வதில் உள்ள ஆதார விதிகள் என்ன, எப்படிச் செயல்படுத்தவேண்டும், செயல்படுத்தத் தேவையான விதிகள் எவை எவை என்பதை யெல்லாம் விவரமாக அறிய ‘மார்க்கெட்டிங் பஞ்சமாபாத கங்கள்’ என்கிற என்னுடைய புத்தகத்தின் நான்காவது அத்தி யாயத்தைப் படியுங்கள்.

நீங்கள் யார் என்று தெரிந்துகொள்வதிலும், உங்கள் ப்ராண்ட் என்ன செய்யவல்லது, அதன் பொசிஷனிங் என்ன என்பதைப் புரிந்துகொள்வதிலும் நீங்கள் செலுத்தும் கவனத்தில் அதே அளவை வருங்காலத்தைக் கணிப்பதிலும் செலுத்தவேண்டும். உங்கள் கம்பெனி 5 வருடத்தில் எங்கு இருக்கும் என்று நினைக்கிறீர்கள்? 10 வருடத்தில்? 20 வருடத்தில்? நீங்கள் இருக்கும் தொழில் என்ன மாறுதல்களை சந்திக்கும் என்று அனுமானிக்கிறீர்கள்?

நாளை என்ன நடக்கப்போகிறது என்பதே சரியாகத் தெரிய வில்லை; இதில் இந்தக் கேள்விகளுக்கு எங்கிருந்து விடை தேடுவது என்று அலட்சியப்படுத்தாதீர்கள். கடினமான கேள்விகள்தான், இல்லை என்று சொல்லவில்லை. ஆனால் உங்கள் வாழ்க்கையையே புரட்டிப் போட்டு, பிசினஸைத் திருப்பிப் போடக்கூடிய கேள்விகள் இவை. அசால்டாக இருந்த பல தொழில்கள் காணாமல் போயிருக்கின்றன. கவனிக்காமல் விட்ட எத்தனையோ ப்ராண்டுகளுக்கு எள்ளும் தண்ணீரும் தெளிக்கப்பட்டுவிட்டன.

உதராணத்துக்கு டிக்கெட் புக் செய்யும் ட்ராவல் ஏஜன்சிகளுக்கு ஏற்பட்ட கதியைச் சிந்தித்துப் பாருங்கள். ரயில்களுக்கும் ஏர்லைன்களுக்கும் ஏன் பஸ்ஸுக்கும்கூட இண்டர்னெட் புக்கிங் வசதி வந்தவுடன் யார் இப்போது ட்ராவல் ஏஜென்சியை நாடு கின்றனர்? அவற்றுக்கு ‘காணாமல் போனவர் பற்றிய அறிவிப்பு’ கொடுக்காதது ஒன்றுதான் குறை!

பிசிஓ பூத்துகள் பூத்துக் குலுங்கிய காலம் ஒன்று உண்டு. இன்று செல்ஃபோன்கள் கரைபுரண்டு ஓட, பிசிஓ பூத்துகள் பேச ஆள் இல்லாமல் பாசி தட்டி, தூசி படிந்து, நாசியில் மூச்சு இருக்கிறதா என்று தொட்டுப்பார்த்துத் தெரிந்துகொள்ளும் நிலையில் கிடக்கின்றன.

யோசித்துப் பாருங்கள். கேமரா கம்பெனிகள் நினைத்திருக்குமா, தமக்குப் போட்டியாளர் 10 வருடத்தில் செல்ஃபோன்கள் ரூபத்தில் வரும் என்று! இல்லை, நாம் தான் நினைத்திருப் போமா, ஒரு நாள் ஒரு பெரிய பட்ஜெட் தமிழ்ப்படம் டீவியில் ரிலீஸான அடுத்த நாள் தியேட்டர்களில் ரிலீஸ் ஆகும் சாத்தியக் கூறு குறித்துப் பேச்சு வரும் என்று! இதுதான் இன்றைய மார்க்கெட்டின் 'விஸ்வரூப' தரிசனம்!

நாளை என்ன நடக்கும் என்று அனுமானித்தால்தான் நம் தொழில் எப்படி மாற நேரும், நாம் நம்மை எப்படி மாற்றிக்கொள்ள வேண்டும் என்கிற விடை கிடைக்கும். விடை கிடைக்கா விட்டாலும் பாதையாவது தெரியும். அதில் பயணிக்கவேண்டிய விதம் புரியும். போட்டியாளர்கள் யார், யார் என்பதும் புரியும்.

உங்களைப் பற்றி நீங்களே தெளிவாகத் தெரிந்துகொள்ள, உங்களை நீங்களே பரிசோதித்துக்கொள்ளச் சில கேள்விகள்.

1. நீங்கள் எந்தத் தொழிலில் இருக்கிறீர்கள்? நீங்கள் பூர்த்தி செய்யும் வாடிக்கையாளரின் தேவை என்ன?
2. அதே தேவையை வேறு எந்த கம்பெனி, எந்த ப்ராண்ட் பூர்த்தி செய்கிறது? அதை எப்படிச் செய்கிறது?
3. அவர்கள் பூர்த்தி செய்வதற்கும் நீங்கள் பூர்த்தி செய்வதற்கும் என்ன வித்தியாசம்? வாடிக்கையாளர் எதைப் பெரிதும் விரும்புகிறார்?
4. உங்கள் கம்பெனி 5 வருடத்தில் எங்கு இருக்கும் என்று நினைக்கிறீர்கள். 10 வருடத்தில்? 20 வருடத்தில்?
5. நீங்கள் இருக்கும் தொழில் என்ன மாறுதல்களை சந்திக்கும் என்று அனுமானிக்கிறீர்கள்?
6. எந்த ரூபத்தில், எந்த வகையில், எந்தத் திசையிலிருந்து உங்களுக்குப் புதிய போட்டியாளர்கள் வருவார்கள் என்று எதிர்பார்க்கிறீர்கள்?
7. இதுவரை படிக்கவில்லை என்றாலும் இனியாவது இண்டர்னெட்டில் தியோடர் லெவிட்டின் 'மார்க்கெட்டிங் மையோப்பியா'வைத் தேடிப் பிடித்துப் படிப்பீர்களா, மாட்டீர்களா?

4

வாடிக்கையாளரை வேடிக்கை பார்க்கலாம், வாரீகளா?

ராமன் ஆண்டாலும் ராவணன் ஆண்டாலும்
எனக்கொரு கவலையில்லே
நான் தாண்டா என் மனசுக்கு ராஜா
வாங்குங்கடா வெள்ளியில் கூஜா

- கங்கை அமரன்

நமக்குக் குழி தோண்டத் துடிப்பவர்களைப் பார்த்தாகிவிட்டது. அடுத்து நமக்குப் படியளப்பவர்களைப் பார்க்கவேண்டாமா? நாமும் போட்டியாளர்களும் அடித்துக்கொள்வதை வாடிக்கை யாக வேடிக்கை பார்ப்பவர்களைச் சந்திக்கவேண்டாமா? மார்க்கெட்டிங் ஊர் இரண்டு பட்டதால் கொண்டாடும் கூத்தாடி களைப் பார்க்கவேண்டாமா? மார்க்கெட்டை யார் ஆண்டால் எங்களுக்கென்ன, நாங்கள்தானே ராஜாக்கள் என்று கவலை யில்லாமல் வாழும் வாடிக்கையாளர்களைத் தரிசிக்கவேண் டாமா. இந்த அத்தியாயத்தின் அட்ரஸ் அட்சரசுத்தமாக அவர்கள் தான்!

வாடிக்கையாளர் என்பவர் யார்?

'இதிலென்னய்யா தெரிஞ்சுக்கறதுக்கு? நம்ம ப்ராண்ட வாங்கற வங்கதான் வாடிக்கையாளர்' என்று கூறும் வர்க்கமா நீங்கள். போச்சுடா, அப்போது உங்களோடு முதலிலிருந்து விளையாட வேண்டும்.

புத்தகக்கடை வைத்திருக்கிறீர்கள். உங்கள் கடைக்கு வந்த ஒருவர் 'உலகக் கோப்பை கிரிக்கெட் வரலாறு'* என்கிற புத்தகத்தைப் பார்க்கிறார். ஓரிரு பக்கங்கள் படித்துவிட்டு விழுந்து விழுந்து சிரிக்கிறார். ஆஹா, ரொம்ப நன்றாக இருக்கிறேதே என்று அந்தப் புத்தகத்தை வாங்குகிறார்.

அந்தப் புத்தகக் கடைக்காரரான உங்களுக்கு யார் வாடிக்கையாளர்?

நீங்கள் ஐஸ்க்ரீம் பார்லர் வைத்திருக்கிறீர்கள். உங்கள் பார்லர் வழியே ஒரு அம்மா தன் மகனை அழைத்துச் செல்கிறார். பையன் ஐஸ்க்ரீம் வாங்கித் தரச்சொல்லிக் கேட்கிறான். 'மழைக்காலம், ஐஸ்க்ரீம் சாப்பிட்டால் உடம்புக்கு வரும்' என்று அம்மா மறுத்துவிடுகிறார்.

இங்கே யார் உங்கள் வாடிக்கையாளர்? அம்மாவா? மகனா?

ஜவுளிக்கடை வைத்திருக்கிறீர்கள். ஒரு அம்மாவும் மகளும் தந்தையிடம் உங்கள் துணிக்கடை சென்று துணி எடுக்கலாம் என்கிறார்கள். தந்தையோ 'அங்கு விலை ரொம்ப அதிகம். வெரைட்டியும் கம்மி. நாம் வேறு கடை செல்லலாம்' என்று அழைத்துக்கொண்டு போகிறார்.

இங்கு யார் உங்கள் வாடிக்கையாளர்? தந்தையா? அம்மாவா? மகளா?

ஹோட்டல் வைத்திருக்கிறீர்கள். அதன் பக்கத்தில் உள்ள ஆபீஸில் வேலை செய்பவர்களில் சிலர் லஞ்ச் ப்ரேக்கில் பீட்சா ஆர்டர் செய்யலாம் என்கிறார்கள். அப்போது அங்கு வரும் மேனேஜர் 'வேண்டாம்யா, ஏதாவது நம்மூர் ஹோட்டலாகச் சென்று நல்ல சாப்பாடு சாப்பிடனும்போல இருக்கு' என்று கூற அனைவரும் உங்கள் ஹோட்டலைத் தேர்ந்தெடுத்துச் சாப்பிட வருகிறார்கள்.

இங்கு யார் உங்கள் வாடிக்கையாளர்? ஆபீஸில் உள்ளவர்களா? மேனேஜரா?

---

* *ஹிஹிஹி! இது நான் எழுதிய புத்தகம்தான் சார். என் புத்தகத்துக்கு நான் பப்ளிசிட்டி கொடுக்காமல் என் போட்டியாளரா கொடுப்பார்?*

நகைக்கடை வைத்திருக்கிறீர்கள். ஒரு குடும்பத்தில் திருமணம் நடக்க இருக்கிறது. அம்மா ஒரு கடையின் பெயரைச் சொல்லி அங்கு சென்று நகை வாங்கலாம் என்கிறார். மணப்பெண்ணோ வேறு கடைப் பெயரைச் சொல்லி அங்கு வாங்கலாம் என்கிறாள். அம்மா, 'இல்லம்மா, நான் சொல்ற கடையில நல்லா இருக்கும்' என்று அடம் பிடிக்க, அப்பா, 'அவ கல்யாணம், அவ ஆசைப்படற இடத்தில வாங்குவோமே' என்று சொல்ல அனைவரும் மகள் சொன்ன கடைக்கே வந்து வாங்கலாம் என்று முடிவு செய்கின்றனர். வாங்கப் போகும் நாள் காலை, வீட்டுக்குக்குப் பெரியவரான பாட்டி, அதாவது அப்பாவின் அம்மா, வீட்டுக்கு வந்து, 'நகை வாங்க எதுக்கு எதோ கடைக்குப் போறீங்க. நம்ம குடும்பத்தில் எப்பவுமே கல்யாணத்துக்கு இங்கதான் வாங்கறது' என்று உங்கள் நகைக்கடைப் பெயரைச் சொல்கிறார். அதோடு அவர், 'ராசியான கடை, வழக்கத்த மாத் தாதீங்க' என்று கூற, அனைவரும் வீட்டுக்குப் பெரியவர் என்று அவரை மதித்து உங்கள் கடைக்கே நகை வாங்க வருகிறார்கள்.

இதில் யார் உங்கள் வாடிக்கையாளர்? நகையை அணியப் போகும் மகளா? அங்கு அவளை கூட்டிச் செல்லும் அம்மாவா? பணம் கொடுக்கப் போகும் அப்பாவா? இல்லை உங்கள் கடைக்காக வக்காலத்து வாங்கி அங்கு அனைவரையும் கூட்டி வந்த பாட்டியா?

இந்த ஐந்து கதைகளிலும் சம்பந்தப்பட்டவர்கள் அனைவருமே உங்கள் வாடிக்கையாளர்கள்தான்!

வாங்குபவர்தான் வாடிக்கையாளர் என்று நம்மில் பலரும் நினைத்துக்கொண்டிருக்கிறோம். ஒரு பொருளை வாங்க முடிவெடுப்பதில் ஐந்து பேருடைய பங்களிப்பு இருக்க முடியும். இதை பையர் டிசிஷன் ரோல்ஸ் (Buyer decision roles) என்று அழைப்பார்கள்.

- வாங்கத் தூண்டுபவர் (Initiator)
- அறிவுரைப்பவர் (Influencer)
- முடிவெடுப்பவர்
- வாங்குபவர் (Decider)
- உபயோகிப்பவர் (User)

எல்லாப் பொருள்வகைகளை வாங்குவதிலும் இந்த ஐவரின் பங்களிப்பும் இருந்தாகவேண்டும் என்கிற அவசியம் இல்லை. ஒருவர் கடைக்குச் சென்று சிகரெட் வாங்கிப் பிடிக்கிறார் என்றால் அங்கு அவரே வாங்குபவர், அவரே உபயோகிப்பவரும் கூட. ஆனால் வீடு வங்குவதிலோ, நகை வாங்குவதிலோ, மேற் படிப்பைத் தேர்ந்தெடுப்பதிலோ மேலே குறிப்பிடப்பட்டிருக் கும் ஐவரின் பங்களிப்பும் இருப்பதை நீங்கள் உணரலாம்.

நாம் மேலே பார்த்த ஐந்து கதைகளிலும் பொருள் வாங்குவதில் யார் யாருக்கு எந்தப் பங்களிப்பு இருக்கிறது என்பதைப் பார்த் தால் இந்த டிசிஷன் ரோல்ஸ் உங்களுக்கு இன்னமும் எளிதாகப் புரியும்.

வாங்கத் தூண்டுபவர்: தென் இந்திய ஹோட்டலுக்குப் போகலாம் என்று சொன்ன மேனேஜர்.

அறிவுரைப்பவர்: உங்கள் நகைக்கடைக்கு எல்லாரையும் அழைத்து வந்த பாட்டி.

முடிவெடுப்பவர்: உங்கள் ஜவுளிக்கடையை வேண்டாம் என்ற நிராகரித்த அப்பா.

வாங்குபவர்: ஐஸ் வாங்கமாட்டேன் என்று மறுத்த அம்மா.

உபயோகிப்பவர்: உங்கள் புத்தகக்கடையில் வாங்கியவர்.

பொருள் வாங்குவதில் இந்த ஐவரின் பங்களிப்பு எந்த அளவு இருக்கிறது, யார் யார் எந்தப் பங்கை வகிக்கிறார்கள் என்பதைத் தெளிவாகத் தெரிந்துகொண்டு அவர்கள் அனைவரையும் கவரும் விதத்தில் ப்ராண்டை பொசிஷனிங் செய்யவேண்டும். அவர் களைக் கவரும் விதத்தில் விளம்பரம் செய்வது எப்படி என்பதை மார்க்கெட்டர்கள் ஆராய்ந்து, அறிந்து அதன்படித் திட்டமிட வேண்டும்.

பொருள் வாங்குவதில் இருக்கும் டிசிஷன் ரோல்களைச் சரியாகப் புரிந்துகொள்வதில்தான், ப்ராண்டின் சக்ஸஸ் அடங்கி யிருக்கிறது என்பதை எப்போதும் மனத்தில் நிறுத்திக் கொள்ளுங்கள்.

உதாரணத்துக்கு ஆயுள் இன்ஷூரன்ஸை எடுத்துக்கொள்வோம். அப்பொருள் எதற்கு? அது என்ன செய்யும்? குடும்பத்தை தாங்கி, நடத்திச் செல்லும் கணவனுக்கு ஏதேனும் ஆகித்

தொலைத்தால் அவன் குடும்பமே நடுத்தெருவுக்கு வரவேண்டிய துர்பாக்கிய நிலை ஏற்படும். அப்படி ஏதாவது கணவனுக்கு அசம்பாவிதம் நடந்தாலும் அவன் தனக்கு ஓர் இன்ஷூரன்ஸ் பாலிசியை எடுத்துக்கொண்டால் அவனுக்கு ஏதேனும் ஆனாலும் அவன் குடும்பத்துக்கு லம்பாக ஒரு தொகை கிடைக்கும். அவன் குடும்பம் நடுத்தெருவில் நிற்கவேண்டிய நிலை வராது.

இது போன்ற ஒரு பொருளை விற்கவேண்டும் என்றால் யாரைக் குறி வைப்பது? கணவரை என்று நீங்கள் சொல்லலாம். அப்படி டார்கெட் செய்தால் ஒரு சில கணவன்மார்கள் இன்ஷூரன்ஸ் வாங்கினாலும் வாங்கலாம். ஆனால் 'மேக்ஸ் நியூ யார்க் லைஃப் இன்ஷூரன்ஸ்' கம்பெனி வேறு திசையில் சிந்தித்தது.

ஆயுள் காப்பீடு கணவனுக்கு என்றாலும் அவர்களில் பலரும் கொஞ்சம் அசால்டாகத்தான் இருப்பார்கள். 'அப்படி எனக்கு ஒன்றும் நேர்ந்துவிடாது', 'எனக்கு ஆயுள் கெட்டி என்று ஜோதிட பூஷணம் ஜோலார்பேட்டை ஜோசியர் ஜோதிர்மணி கணித்துக் கூறிவிட்டார்' என்று கேர்லெஸாக இருப்பார்கள். நம்மில் எத்தனை பேர் நம் உயிருக்கு ஆபத்து ஏற்பட வாய்ப்புண்டு என்று நினைக்கிறோம்? யோசித்துப் பாருங்கள்.

இதைத் தான் மேக்ஸ் நியூ யார்க் லைஃப் புரிந்துகொண்டது. கணவனை டார்கெட் செய்து பயனில்லை. அவன் மனைவியை மடக்கினால்தான் மதி என்று மனைவிகளை டார்கெட் செய்தது. அவர்கள் செய்த ஒரு விளம்பரத்தை நீங்கள்கூடப் பார்த்திருப் பீர்கள்.

வெளியே சென்று வீட்டுக்குத் திரும்பும் மனைவி 'சஞ்சு, சஞ்சு' என்று தன் கணவனைத் தேடுகிறாள். எங்கேயும் கணவனைக் காணாமல் வீட்டுக்குப் பின்புறம் செல்ல அங்கு கணவன் சேரில் சரிந்து கிடக்கிறான். உடம்பை நீட்டி, தலை தொங்கி, கைகால் விரிந்து ஒரு மார்கமான போசில் கிடக்கிறான். மனைவியோ கைகால் வியர்த்து பயத்துடன் அவன் பெயரை மெதுவாகக் கூப்பிட்டவாரே அவனருகில் செல்ல, அவனோ எழுந்திருப்ப வனாகத் தெரியவில்லை. அவனுக்கு ஏதோ ஆகிவிட்டது என்று மனைவி முடிவே செய்துவிடுகிறாள். விளம்பரத்தைப் பார்க்கும் நாமும் அதையேதான் நினைக்கிறோம்.

அவள் கண்ணில் கண்ணீரும் பயமும் ஒரு சேர 'சஞ்சு' என்று அவன் தோளைத் தொட்டு எழுப்ப, அவன் அலறி அடித்துக் கொண்டு எழுந்திருக்க, அவளோ அழுவதா, சிரிப்பதா என்று தெரியாமல் அவனை அணைத்துக்கொள்கிறாள். அப்போது விளம்பரத்தில் ஒரு குரல் இன்ஷுரன்ஸின் தேவையை, பயனை விளக்கி மேக்ஸ் நியூ யார்க் லைஃப் இன்ஷுரன்ஸின் திட்டங் களையும் அதன் செயல்பாடுகளையும் விளக்குகிறது.

நீங்கள் வாங்கினீர்களா என்று தெரியாது, ஆனால் பலரும் அந்த ப்ராண்டை வாங்க அந்த கம்பெனியின் விற்பனை பல மடங்கு பெருகியது.

இன்ஷுரன்ஸ் பொருள்வகையில் கணவன்தான் வாங்கும் பங்கைச் செய்கிறான். ஆனாலும் அவனை வாங்கத் தூண்டும் பங்கைச் செய்வதில் அவன் மனைவிக்குத்தான் அதிக சக்தி இருக்கும். கணவன்மார்களிடம் பேசினால் அவர்கள் அதை அவ்வளவு சீரியசாக எடுத்துக்கொள்ள மாட்டார்கள். மனைவி களுக்குத்தான் அந்தப் பயம் அதிகம் இருக்கும். அவளைக் கொண்டு கணவனை வற்புறுத்தி வாங்கச் செய்துவிடலாம் என்பதுதான் கம்பெனி அமைத்த வியூகம். கண்டதற்கெல்லாம் கணவனைப் பிடுங்கியெடுக்கும் மனைவி இந்த விஷயத்துக்கு அவனைப் பிறாண்டியே எடுத்துவிட மாட்டாளா! அதனால் அவளை டார்கெட் செய்து அவளைக் கொண்டு கணவனை வாங்க வற்புறுத்த வைத்துக் கண்ட வெற்றி இது.

சில சமயம் ஒரு பொருள் வாங்குவதில் இருவருக்குப் பங்களிப்பு இருக்கும்போது, இருவருக்கும் இரு வேறு எண்ணங்களும் அணுகுமுறைகளும் இருக்கும் வாய்ப்புகள் உண்டு. ஒருவரைக் குறி வைத்து வியூகம் அமைக்கும்போது அது மற்றவரை வெறுப் படையாமல் பார்த்துக்கொள்ளும் வகையில் அதே வியூகம் அமையவேண்டியது அவசியம். இதில் தவறு நேர்ந்து, வழுக்கி விழுந்து, வழக்கொழிந்து போன ப்ராண்டுகள் ஏராளம்.

சாம்பிளுக்கு இதோ ஒன்று. சில வருடங்களுக்குமுன், இந்துஸ்தான் யூனிலீவர் கம்பெனியின் ஒரு அங்கமான 'வால்ஸ்' குழந்தைகளுக்கு என்று பிரத்யேகமாக 'மேக்ஸ்' என்னும் ஐஸ்க்ரீமை அறிமுகப்படுத்தியது. விளம்பரம் எல்லாம் தடபுட லாக இருந்தாலும் விற்பனை என்னவோ பொலபொல வென்றுதான் இருந்தது. மந்தமான விற்பனைக்கு என்ன காரணம்

என்று மேக்ஸ் யோசித்து பல மார்க்கெட் ஆய்வுகளை நடத்தியபோதுதான் கம்பெனிக்கு ஓர் உண்மை தெரியவந்தது.

குழந்தைகளுக்கு மேக்ஸ் ஐஸ்க்ரீம் மிகவும் பிடித்திருந்தது. அவர்களும் தங்கள் அம்மாக்களை வாங்கிக் கொடு என்று நச்சரித்துக்கொண்டுதான் இருந்தனர். ஆனால் அம்மாக்கள்தான் 'ஐஸ்க்ரீம் என்றால் கெடுதல், ஜுரம் வரும், பல் சொத்தை யாகும், சளி பிடிச்சுக்கும்' என்று வாங்கித் தராமல் அழிச் சாட்டியம் செய்துகொண்டிருந்தார்கள்.

பார்த்தது வால்ஸ். இனி குழந்தைகளை கவர் செய்து பிரயோஜனம் இல்லை. நம் ப்ராண்டை உபயோகிக்க அவர்கள் ரெடியாகத்தான் இருக்கிறார்கள். ஆனால் வாங்கித்தருபவர்தான் தடுத்துக்கொண்டிருக்கிறார். அவரைத்தான் சமாளிக்கவேண்டும். அவரைத்தான் டார்கெட் செய்து வியூகம் அமைக்கவேண்டும். அதை எப்படிச் செய்வது என்கிற கோணத்தில் வால்ஸ் சிந்தித்தது.

அம்மாக்கள் ஏன் ஐஸ்க்ரீம் வேண்டாம் என்கிறார்கள்? பணம் செலவாகும் என்பதாலோ, போய் வாங்கித்தரச் சோம்பல் பட்டோ, ஐஸ்க்ரீம் கிடைக்காமால் போயோ அல்ல. அம்மாக்கள் வாங்கித்தராமல் இருப்பதற்கு, வாங்க பர்மிஷன் கொடுக்காமல் இருப்பதற்கான காரணம் ஐஸ்க்ரீம்களைப் பற்றிய பயம். தங்கள் குழந்தைகளைப் பற்றிய கவலை. ஐஸ்க்ரீம்கள் குழந்தை களுக்குக் கெடுதல்; அது ஜங்க் ஃபுட்; ஐஸ்க்ரீம்களால் ஒரு பயனும் இல்லை என்கிற ஆணித்தரமான எண்ணம்.

ஆக அம்மாக்களை கவர் பண்ணவேண்டும் என்றால் முதலில் ஐஸ்க்ரீம்களைப் பற்றிய அவர்கள் எண்ணத்தை போக்க வேண்டும்; ஐஸ்க்ரீம்களால் உடம்புக்கு எந்தக் கெடுதலும் இல்லை என்று அவர்களை நினைக்கவைக்கவேண்டும். முடிந்தால் ஒரு படி மேலே சென்று, ஐஸ்க்ரீம்களால் பல பலன்கள் உண்டு, உடம்புக்கு நல்லதும்கூட என்று சொல்லி அவர்களை நம்பவைக்கவேண்டும். அப்படிச் செய்தால்தான் அவர்கள் மேக்ஸ் ஐஸ்க்ரீம்களை வாங்கச் சம்மதிப்பார்கள். இன்னும் சொல்லப்போனால் குழந்தைகள் கேட்பதற்கு முன்பாகவே மேக்ஸ் ஐஸ்க்ரீம்களை அவர்களே வாங்கியும் தருவார்கள். மேக்ஸ் ஐஸ்க்ரீம், பிறகு மேக்ஸிமம் ஐஸ்க்ரீம் ஆகிவிடும். இப்படித்தான் நினைத்தது மேக்ஸ்.

இப்படியெல்லாம் நடக்க என்ன செய்வது, எப்படிச் சொல்லி விற்பது என்று வால்ஸ் யோசித்தது. யோசித்ததன் விளைவால் வால்ஸ் ஒரு புதிய வியூகம் அமைத்து விளம்பரம் செய்தது. இதோ இப்படி.

'மேக்ஸ் ஐஸ்க்ரீம்களில் பாலின் புரதச்சத்து அடங்கியிருக்கிறது. கால்சியம் மற்றும் இரும்பின் குணநலன்கள் கொண்டிருக்கிறது. அது உடம்புக்குப் போஷாக்கு அளிக்கக்கூடியது. உங்கள் குழந்தைகளுக்குத் தேவையான ஊட்டச்சத்து அளிக்க வல்லது மேக்ஸ் ஐஸ்க்ரீம்கள் மட்டுமே.'

என்ன ஆகியிருக்கும் என்று நினைக்கிறீகள்?

அம்மாக்களுக்குப் பரம திருப்தி. 'ஆஹா, என் குழந்தை பால் குடிக்கவே மாட்டேன் என்று அடம்பிடிக்கிறான். அந்த எழவைக் கண்ணிலேயே காட்டாதே என்று அலறுகிறான். ஆனால் அதே பாலின் சக்தி கொண்டதாம் மேக்ஸ், இதைக் கொடுக்கலாமே. என் குழந்தை நல்ல சத்தான ஆகாரமே சாப்பிடுவதில்லை. மேக்ஸ் ஐஸ்க்ரீம்களில்தான் போஷாக்கு இருக்கிறது என்கிறார்களே, இதையாவது வாங்கித் தருவோம்' என்று நினைத்து மேக்ஸ் ஐஸ்க்ரீம்களுக்கு ஓகே சொல்ல ரெடியாகினர்.

ஆனால், குழந்தைகள் மேக்ஸ் ஐஸ்க்ரீம்கள் கேட்டால்தானே அம்மாக்கள் ஓகே சொல்வதற்கு!

குழந்தைகளுக்கு ஐஸ்க்ரீம் பிடிக்கும் என்பது வாஸ்தவம்தான். ஆனால் எந்தக் குழந்தையாவது புரதச்சத்து, பாலின் நற்குணங் கள், கால்ஷியம், இரும்பு போன்றவற்றைத் தொட்டாவது பார்க்குமா? உடம்புக்கு நல்லது என்றால் சுவைப்பதற்குக் கண்றாவியாகத்தான் இருக்கும் என்று நினைப்பார்களா, மாட்டார்களா?

அம்மாக்கள், 'கண்ணா, மேக்ஸ் ஐஸ்க்ரீம் சாப்பிடறியா' என்று கேட்க குழந்தைகளோ 'ஐயே, அத நீயே தின்னு தொலை. யாருக்கு வேணும் மேக்ஸ். எனக்கு 'அருண் ஐஸ்க்ரீம்' வாங்கிக் கொடு. இல்ல 'காட்பரீஸ் சாக்லேட்' வாங்கிக் கொடு' என்று மேக்ஸ்ஸுக்கு மறுப்பு தெரிவித்து, கருப்பு கொடி காட்டி, ஓரங்கட்டிவிட்டனர்.

ஐஸ்க்ரீமை வாங்குவதில் முடிவெடுக்கும் பங்கைச் செய்பவரிடம் சென்று பால், புரதம், கால்ஷியம், இரும்பு என்று

கூறி கவர் செய்தது மேக்ஸ். ஆனால் ஐஸ்க்ரீமை உபயோகிப்பவர்களுக்கு அதெல்லாம் கெட்ட வார்த்தைகள் ஆயிற்றே. அதுவே அவர்களைக் காத தூரம் ஓட வைத்துவிட்டது.

மேக்ஸ் ஐஸ்க்ரீம் உருகி, உயிர் ஊசலாடி மேக்சிமம் ஃபெய்லியர் ஆகி இரண்டொரு வருடங்களிலேயே நல்லடக்கம் செய்யப் பட்டும் விட்டது. எந்த நேரத்தில் ப்ராண்டில் பாலின் சத்து கொண்டது என்று வாய் திறந்ததோ, அதே ப்ராண்டுக்கே பால் ஊற்றிக் காரியம் செய்ததுதான் மிச்சம்!

மேக்ஸ் நமக்குக் கற்றுக்கொடுக்கும் பாடம் நிதர்சனம். ஒரு பொருளை வாங்குவதில் யார் யாருக்கு எந்தப் பங்கு என்பதை உணரும் அதே நேரத்தில் அந்தப் பங்களிப்பவர்களே ஒருவருக் கொருவர் போட்டியாளர்போல் எதிரும் புதிருமாக இருந்தாலும் இருப்பார்கள் என்பதுதான் அது!

ஆக, போட்டியாளர்களைப் பந்தாடுவதுதான் போர்க்களம் என்றாலும் நம்மை நாம் முதலில் புரிந்துகொள்ளவேண்டும். நம் ப்ராண்டுகளை அறிந்துகொள்ளவேண்டும். நம் வாடிக்கையாளர் யார் என்பதைத் தெரிந்துகொள்ளவேண்டும்.

அப்படித் தெரிந்துகொண்டால்தானே வாடிக்கையாளர்களுக்கு நம் ப்ராண்டின் மூலம் என்னனென்ன பயன்களைத் தரலாம் என்பதை முடிவு செய்ய முடியும். ப்ராண்ட் என்பது என்ன? பயன்கள் நிறைந்த பொட்டலம். A brand is a bundle of benefits.

உதாரணத்துக்கு, வாடிக்கையாளர்களிடம் எதற்காக அவர்கள் 'க்ளினிக் ப்ளஸ்' வாங்குகிறார்கள் என்று கேட்டுப் பாருங்கள். கேசம் ஆரோக்கியமாகப் பொலிவுடன் இருக்கும் என்று முதலில் சொல்லுவார்கள். அதுதான் அந்த ப்ராண்டின் பொசிஷனிங்கும் கூட. இன்னும்கூடத் துருவிக் கேளுங்கள். ஒரு லிஸ்டே தருவார்கள். 'நல்ல வாசனை' என்பது முதல் 'கொடுக்கும் காசுக்குச் சரியான மதிப்பு' என்பதுவரை பத்து காரணங்களை அடுக்குவார்கள்.

அதுபோல் உங்கள் வாடிக்கையாளர்களுக்கு என்னென்ன தேவை, அவர்கள் என்னென்ன எதிர்பார்க்கிறார்கள், அதை எப்படி எதிர்பார்க்கிறார்கள் என்பதை அறிந்துகொண்டு அதை உங்கள் ப்ராண்ட் அளிக்கும்படிச் செய்வது அவசியம்.

மார்க்கெட்டிங் என்கிற போர்க்களத்துக்குச் சென்று போட்டியாளர் என்கிற எதிரியிடம் மோதுவதற்குமுன் ப்ராண்ட் என்னும் ஆயுதத்தைக் கூர்மைப்படுத்திக்கொள்ளாமல் செல்வது முட்டாள்தனம் அல்லவா? அதற்குத்தான் இத்தனை முஸ்தீபும்!

நீங்கள் செய்யவேண்டிய இன்னொரு முக்கிய விஷயம் உங்கள் ப்ராண்டை வாடிக்கையாளர்கள் எப்படிப் பார்க்கிறார்கள் என்பதைப் புரிந்துகொள்வது தான். 'ஆரோக்கியா பால்' என்பது திக்கான பால், நாலைரை சதவீதம் அதிகக் கொழுப்பு சக்தி அடங்கிய பால் என்று பொசிஷனிங் செய்து விளம்பரம் செய்யப்பட்டதால் பல வாடிக்கையாளர்களும் ஆரோக்கியா பால் மிகவும் கெட்டியான பால், இதில் தயிர் கடைந்தால் திக்காக இருக்கும் என்று எண்ணி ஆரோக்கியா பாலைத் தயிர் கடைய மட்டுமே வாங்கி காபி, டீ போட 'ஆவின் பாலை' உபயோகிக்கிறார்கள். இது ஆரோக்கியா பாலின் தவறு என்று சொல்லவரவில்லை. நம் ப்ராண்டுகளை பொசிஷனிங் செய்து, பயன்களை அளிப்பது எவ்வளவு முக்கியமோ அதே அளவு முக்கியம் வாடிக்கையாளர்கள் நம் ப்ராண்டை எப்படிப் பார்க்கிறார்கள், பயன்படுத்துகிறார்கள் என்பதைச் சரியாகப் புரிந்துகொள்வதும்.

சரி, பக்கத்து வீட்டு பெண் யார் என்பதைப் பார்த்தாகிவிட்டது. அதாவது உங்கள் வாடிக்கையாளர் யார் என்பதை தெரிந்து கொண்டாகிவிட்டது. அவள் மீது காதல் வயப்பட்டாகிவிட்டது. நீங்கள் காதல் வயப்பட்டுவிட்டால் போதுமா, உடனே அவள் ஓடி வந்து உங்களைக் காதலிக்க ஆரம்பித்துவிடுவாளா என்ன?

கவர் செய்யவேண்டும் ஐயா அந்தக் கன்னியை. கஷ்டம் சார் அது. மகா கஷ்டம். காலேஜ் பசங்களைக் கேட்டுப்பாருங்கள், கதை கதையாகச் சொல்லுவார்கள்.

நீங்கள் காதல் வயப்பட்டிருக்கும் அதே பெண்ணை மயக்க உங்களை மாதிரி ஒரு டஜன் மார்க்கெட்டர்கள் மன்மத அம்புகளை அவள்மீது அனுதினமும் வீசிக்கொண்டிருக்கிறார்கள். ஏகப்பட்ட மன்மத அம்புகள் குத்திக் குத்தி, ஊதுவத்தி ஸ்டாண்ட்போல மாறிவிட்டது உங்கள் வாடிக்கையாளரின் உடல்!

உங்கள் காதல் அவளை மயக்க, உங்கள் ப்ராண்ட் அவள் மனத்தில் சிறக்க, அவள் மற்றவர்களின் அம்புகளை மறக்க,

அவள் மனம் உங்களைத் தேடிப் பறக்க, நீங்கள் இன்னமும் பல விஷயங்களைப் புரிந்துகொள்ளவேண்டும்; மேலும் பல முயற்சிகளை மேற்கொள்ளவேண்டும்.

காதலியை கரெக்ட் செய்யும் கலையை விலாவரியாக விளக்கு கிறேன். வாருங்கள் என்னோடு, அடுத்த அத்தியாயத்துக்கு!

மன்மத அம்பு கிடக்கட்டும். வாடிக்கையாளரைத் தெரிந்து கொள்ள நீங்கள் உங்கள்மீது வீசிக்கொள்ளவேண்டிய கேள்விக் கணைகள் இதோ.

1. உங்கள் ப்ராண்ட் என்னென்ன பயன்களை அளிக்க வல்லது? அதில் எவை எவற்றை வாடிக்கையாளர்கள் விரும்புகிறார்கள்?
2. உங்கள் வாடிக்கையாளர்கள் உங்கள் ப்ராண்டை வாங்கப் பிரதான காரணங்கள் எவை?
3. உங்கள் வாடிக்கையாளர் குறைந்த விலையைத்தான் விரும்புகிறார், வேறு எதுவும் அவருக்கு முக்கியமல்ல என்று நினைக்கிறீர்களா? அப்படி என்றால் உங்களை விட அதிக விலையுள்ள ப்ராண்டுகளை ஏன் அவர் வாங்குகிறார்?
4. உங்கள் ப்ராண்டை வாங்காத வாடிக்கையாளர், வேறு எந்த ப்ராண்டை வாங்குகிறார்? எதற்காக?
5. உங்கள் ப்ராண்டை வாங்குவதில் ஐவரின் பங்களிப்பு இருக்கிறதா? யாரின் பங்களிப்பு அதிகம் என்பதை ஆராய்ந்திருக்கிறீர்களா?

5

கஸ்டமரை கரெக்ட் பண்ணுங்கண்ணா!

குமரிப் பெண்ணின் உள்ளத்திலே
குடியிருக்க நான் வரவேண்டும்
குடியிருக்க நான் வருவதென்றால்
வாடகை என்ன தரவேண்டும்

- கவிஞர் வாலி

வாராவாரம் தன்னைப் பார்க்க வரும் பேத்திக்கு பாக்கெட் மணி கொடுப்பது தாத்தாவின் வழக்கம். அவள் அதை எடுத்துக் கொண்டு பெப்பிர்மிண்ட் வாங்கப் பக்கத்துத் தெருவுக்கு ஓடுவாள். அதே தெருவில் இருக்கும் கடையை விட்டுவிட்டு எதற்குப் பக்கத்துத் தெரு வரை செல்கிறாள் தன் பேத்தி என்று தாத்தாவுக்கு ரொம்ப நாளாகச் சந்தேகம். ஒரு நாள் கேட்டுவிட்டார் பேத்தியை.

அவள் சொன்னாள், 'அந்தக் கடை அங்கிள்தான் எக்ஸ்ட்ரா பெப்பிர்மிண்ட் தரார், இந்தத் தெருக் கடையில இருக்கற அங்கிள் ரொம்ப மோசம். நிறைய பெப்பிர்மிண்டடை எடுத்துக் கிட்டு கொஞ்சம்தான் தருவார்,' என்றாள்.

இது எப்படி என்று தாத்தாவுக்கு ஆச்சரியம். இரண்டு கடைக்கும் தானே சென்று பெப்பிர்மிண்டை வாங்கி, காரணத்தையும் தெரிந்துகொண்டார். தன் தெருவில் இருந்த கடைக்காரர் நிறைய பெப்பர்மிண்டை தராசில் போட்டு எடைக்கேற்ப கொஞ்சம் கொஞ்சமாக அதை எடுத்துக்கொண்டு மீதியை மட்டுமே பொட்டலம் கட்டித் தந்தார். ஆனால் பக்கத்துத் தெருக்

கடைக்காரரோ கொஞ்சம் பெப்பர்மிண்டை தராசில் போட்டு அதன்பின் கொஞ்சம் கொஞ்சமாக எடைக்கேற்ப பெப்பிர் மிண்டை சேர்த்துப் பொட்டலம் கட்டித் தந்தார். 'அந்த அங்கிள் நிறைய தரார், நல்ல அங்கிள்' என்று பேத்தி அவர் கடையைத் தேடிச் சென்று வாங்குவது ஏன் என்று புரிந்தது தாத்தாவுக்கு.

ஒரு வகையில் அந்தப் பேத்தியைப்போல்தான் எல்லா வாடிக் கையாளர்களும். அந்த நல்ல கடைக்காரர் அங்கிள் செய்வதுதான் வாடிக்கையாளர் சேவை. கஸ்டமரை கரெக்ட் செய்யும் வழி. வாடிக்கையாளரை மயங்கச் செய்ய மார்க்கெட்டர்கள் வீச வேண்டிய மன்மத அம்பு!

போட்டியாளர்களை வெல்ல எளிதான வழி வாடிக்கையாளர் சேவை. உங்கள் வாடிக்கையாளர்களிடம் போட்டியாளர்களை அண்டவிடாமல் செய்ய சுலபமான சொல்யூஷன் உங்கள் வாடிக்கையாளர்களை மகிழ்ச்சியாக வைத்திருப்பதுதான். இதை நீங்கள் ஒழுங்குமுறையாகச் செய்துவந்தாலே போதும். வாடிக்கையாளர் உங்கள்கூடவே இருப்பார். பத்து பைசா கம்மியாகக் கிடைக்கிறது என்று பக்கத்துப் போட்டியாளரிடம் போக மாட்டார். புதுசா இருக்கே என்று வேறு ப்ராண்டை ஏறெடுத்தும் பார்க்க மாட்டார்.

சுருங்கச் சொல்லவேண்டும் என்றால் உங்கள் வாடிக்கை யாளர்களை மகிழ்ச்சியுடன் வைத்திருப்பதுதான் போட்டியாளர் களைப் போட்டுத் தள்ள ஈசியான வழி!

யோசித்துப் பாருங்கள். நம்மில் பலர் காலகாலமாக ஒரே சலூனுக்குத்தான் சென்று வருகிறோம். ஏன்? உள்ளே நுழையும்போதே சலூன்காரர் நம்மை 'வாங்க சார்' என்று வாய் நிறைய அழைப்பார். நமக்கு எந்த பேப்பர் பிடிக்கும் என்று தெரிந்து, அதை எடுத்துக் கையில் கொடுப்பார். தனக்கு டீ, காபி ஆர்டர் செய்யும்போது நமக்கும் சேர்த்து ஆர்டர் செய்வார். நாம் சொல்லாமலேயே நமக்கு எப்படி வேண்டுமோ அப்படி முடி வெட்டிவிடுவார். 'உங்க பைக்கை விற்கனும்னு சொல்லிட்டிருந் தீங்களே, வித்திட்டீங்களா சார்' என்று நம் பர்சனல் விஷயங் களை அலசுவார். நாமும் எதோ தெரிந்தவர் வீட்டுக்குப் போய் பேசிவிட்டு வருவதுபோல் ரெகுலராக அவரிடமே போய் வருவோம். காலகாலத்துக்கும் அவர் கடையே கதி என்று கிடப் போம். தலையில் முடி இருக்கும்போதும் சரி, இல்லை

என்றாலும் சரி! ஏன்? வாடிக்கையாளராக நம்மை அவர் மகிழ் விப்பதால்.

உங்கள் வீட்டுக்குப் பக்கத்திலேயே புதியதாக இன்னொரு சலூன் திறக்கிறது என்று வைத்துக்கொள்ளுங்கள். பக்கதிலேயே இருக் கிறதே என்று அதை ஏறெடுத்துத்தான் பார்க்கப் போகிறீர்களா? இல்லை அங்கு முடிவெட்டினால் ஷேவிங் ஃப்ரீ என்று சொல்கிறார் என்பதற்காக அங்கு ஓடிப்போய் மழித்துக்கொள்ளத்தான் போகிறீர்களா!

வாடிக்கையாளர்களை மகிழ்ச்சியாக வைத்திருப்பது என்றாலே பல மார்க்கெட்டர்களும், அவர்களிடம் ப்ராண்டை விற்கும் போது இனாமாக ஏதாவது கொடுப்பது; வருட ஆரம்பத்தில் காலண்டர், டைரி விநியோகம் செய்வது என்றுதான் நினைக் கின்றனர். இதைச் செய்யக்கூடாது, இது வாடிக்கையாளர் சேவை இல்லை என்று நான் சொல்லவில்லை. ஆனால் இவைதான் வாடிக்கையாளரை மகிழ்ச்சிப்படுத்தும் செயல்கள், இவற்றைச் செய்தால் போதும் என்று தவறாக எண்ணிவிடாதீர்கள்.

நீங்கள் சிவப்பு கலரில் காலண்டர் கொடுத்தால் உங்கள் போட்டி யாளர் நீல கலரில் தன் பங்குக்கு ஒரு காலண்டர் கொடுப்பார். எங்கள் டிடெர்ஜெண்ட் வாங்கினால் ஒரு மக் ஃப்ரீ என்று நீங்கள் கூறினல், உங்கள் போட்டியாளர் அவர் டிடெர்ஜண்டை வாங்கி னால் ஒரு பக்கெட் ஃப்ரீ என்பார். இன்னொரு போட்டியாளர் இன்னும் ஒரு படி மேலே போய், 'எங்கள் டிடெர்ஜண்டை வாங்குங்கள், நாங்களே உங்கள் வீடு தேடி வந்து துணிகளைத் துவைத்துக் கொடுக்கிறோம்' என்றுகூடக் கூறுவார். ஆக, இவையல்ல உங்கள் போட்டியாளரைக் காட்டிலும் உங்கள் வாடிக்கையாளரை மகிழ்ச்சியாக வைத்திருக்கும் செயல்கள்.

வாடிக்கையாளர் மகிழ்ச்சி என்றால் என்ன? அவர் எதை எதிர்பார்க்கிறாரோ அதை நீங்கள் அளித்தால் அவர் திருப்தி அடைவார். அவர் எதை எதிர்பார்க்கிறாரோ அதைவிட ஒரு படி அதிகம் தரும்போது தான் அவர் மகிழ்ச்சியில் தத்தளிப்பார். அப்போதுதான் போட்டியாளர் பொருட்களைச் சீண்டக்கூட மாட்டார். உங்கள் ப்ராண்டே கதி என்று கிடப்பார்.

நம் பொருட்களை வடிவமைப்பதிலிருந்து அதன் தரம் வரைக் கும், நம் ப்ராண்டை வாங்குவதிலிருந்து அதை வாங்கிய

பின்னரும்கூட வாடிக்கையாளரை மகிழ்ச்சிப்படுத்துவது அவசியம். மார்க்கெட்டிங் என்கிற போர்க்களத்தில் போட்டியாளரை நீங்கள் போரிட்டு வெற்றிபெற நீங்கள் போராடுவது உங்கள் ப்ராண்டை விற்க மட்டுமல்ல, வாடிக்கையாளரோடு நீண்ட, நல்ல உறவை ஏற்படுத்திக்கொள்ளவும்கூட!

இதைத் தான் பீட்டர் டிரக்கர் என்கிற நிர்வாக ராஜகுரு பல வருடங்களுக்கு முன்னமேயே மிக அழகாகச் சொல்லிவிட்டுப் போய்விட்டார்: 'பிசினஸ் என்பதன் ஒரே நோக்கமே வாடிக்கையாளரைச் சம்பாதித்து அவரை மகிழ்ச்சியாக வைத்திருப்பது தான்.'

நம் ப்ராண்டிலிருந்து ஆரம்பிப்போம். வாடிக்கையாளர் எதற்கு நம் ப்ராண்டை வாங்குகிறார்? அது தன் தேவையைப் பூர்த்தி செய்யும் என்கிற நம்பிக்கையில். ஒரு முறை அல்ல, இரு முறை அல்ல; காலாகாலத்துக்கும். எப்போது அவர் வாங்கினாலும், 'உங்கள் நம்பிக்கை வீண் போகாது, கவலை வேண்டாம், உங்கள் தேவையைப் பூர்த்தி செய்கிறோம்' என்கிற வாக்குறுதிதானே நாம் நம் ப்ராண்டுக்கு வழுங்கும் பொசிஷனிங். அதை ஒழுங்காகச் செய்யவில்லை என்றால் நாம் அளிக்கும் வாக்குறுதி நமக்கே நாம் போட்டுக்கொள்ளும் வாய்க்கரிசி ஆகிவிடாதா?

'தி ஹிண்டு' பேப்பரை எடுத்துக்கொள்ளுங்கள். இன்றும் கண்ணில் தூக்கக்கலக்கத்துடன், கையில் டபரா டம்ப்ளரில் சூடான கும்பகோணம் டிகிரி காபியை ஆற்றிக்கொண்டு, புரிகிறதோ இல்லையோ, அந்த பேப்பரைப் படிக்கவில்லை என்றால் பொழுது விடிகிறதா நமக்கு? இன்று நேற்றல்ல, 135 வருடங்களுக்கும் மேலாக, 'நம்பகத்தன்மையான செய்திகளை' தருகிறோம் என்று அவர்கள் நமக்கு அளித்த வாக்குறுதியைப் பேணிக் காத்து வருவதால்தான் ஹிண்டுவே சரணம் என்று நாம் கதியாகக் கிடக்கிறோம்.

நீங்கள் தினமும் ஹிண்டு பேப்பர் படிப்பவர் எனில் உங்களை ஒன்று கேட்கிறேன். ஹிண்டு பேப்பர் என்ன விலை சார்?

'ம்ம்ம்ம் மூனோ, நாலோ... இல்லை நாலம்பதா' என்று என்னையே திருப்பிக் கேட்கிறீர்கள்.

ஒழுங்கு மரியாதையாக, 'எனக்குத் தெரியாது' என்று ஒப்புக்கொண்டுவிடுங்களேன். எதற்கு வராத விடையை வற்புறுத்திக் கொண்டு!

தினமும் வாங்கும் பொருள். அன்றாடம் மறக்காமல் பயன் படுத்தும் பொருள். காலை எழுந்தவுடன் முதல் காரியமாகக் கையில் எடுத்துக்கொள்ளும் பொருள். நினைவு தெரிந்த நாள் முதல் உபயோகித்து வரும் பொருள். அதன் விலை நமக்குத் தெரியவில்லை.

ஏனெனில், ஹிண்டுவின் விலையைப் பார்த்து நாம் அந்த ப்ராண்டை வாங்கவில்லை. அதோடு ஏதாவது ஃப்ரீயாகக் கொடுக்கிறார்களா என்று எதிர்பார்த்து அந்த ப்ராண்டைத் தேர்ந்தெடுக்கவில்லை. தரமான, நம்பகத்தன்மை வாய்ந்த, நம்மை மேம்படுத்தவல்ல ஒரே பேப்பர் இதுதான். இதற்கு முன்னால் மற்ற நியூஸ்பேப்பர்கள் எல்லாம் வேஸ்ட் பேப்பர்கள் என்கிற அசைக்க முடியாத, ஆணித்தரமான எண்ணம்தான் நம்மை ஹிண்டுவை நாடிச் செல்லவைக்கிறது. அது என்ன விலையாக இருந்தால் என்ன என்று நம்மை நம்பவைக்கிறது.

இது தான் வாடிக்கையாளரை மகிழ்ச்சிப்படுத்தும் வித்தை. 'இந்தியன் எக்ஸ்ப்ரஸ்', 'டெக்கன் க்ரானிக்கல்', 'டைம்ஸ் ஆஃப் இந்தியா' என்று எத்தனை போட்டியாளர்கள் வந்தால் என்ன? அவர்கள் ஒரு ரூபாய்க்கும் இரண்டு ரூபாய்க்கும் தங்கள் பேப்பர் களைக் கொடுத்தால்தான் என்ன? 'வாங்குவோம் ஹிண்டுவை, மேய்வோம் அதன் பக்கங்களை' என்று ஹிண்டுவே கதியாகக் கிடக்கிறோம்.

பொருளின் தரம் ஒருபுறம் இருக்கட்டும். ப்ராண்டில் புதுமை களைப் புகுத்தி, அதன் பேக்கேஜிங்கில் புதுமைகளைச் செய்து வாடிக்கையாளர்களுக்கும் பயன் தரும் விதத்தில் அமைந்தால் அதைக் கொண்டே போட்டியைப் பந்தாடலாம். போட்டியாளர் களைப் பாண்டியாடலாம். 'சானிஃப்ரஷ்', 'டோமெக்ஸ்' போன்ற ப்ராண்டுகளைக் கேளுங்கள். ஒரு பாடு ஓவென்று கதறி அழும் இரண்டு ப்ராண்டுகளும். பாத்ரூம் க்ளீனர் பொருள் வகையைச் சேர்ந்த ப்ராண்டுகள் இவை. இவை அழுவதற்குக் காரணம் 'ஹார்பிக்'. அந்தப் பொருள்வகையின் முடிசூடா மன்னன்.

ஹார்பிக்கின் பேக்கேஜிங்கை நீங்கள் பார்த்திருப்பீர்கள். டாய்லெட் பேசினைக் கழுவ ஏதுவான பேக்கேஜிங் வடிவம் கொண்டது ஹார்பிக். வளைந்து, குனிந்து கஷ்டப்படாமல் பேக்கைத் திருப்பிப் பிடித்து ஈசியாய் 'அந்த இடத்தின்' மூளை

முடுக்கெல்லாம் கூட திரவத்தைப் பீய்ச்சி அடிக்கும் வசதி கொண்டது ஹார்பிக். அதனாலேயே பெண்களின் ஏகோபித்த சாய்ஸ் ஆனது ஹார்பிக். அந்தப் பொருள்வகையில் கனஜோராக பிக் செய்யப்படுவது ஹார்பிக். அதன் போட்டியாளர்களை அழ வைத்து, வக்கற்று நிற்க வைத்திருப்பதும் ஹார்பிக். பேக்கேஜிங்கில் புதுமை செய்தால் போட்டியாளர்களை பேக் செய்து வீட்டுக்கு அனுப்பிவிடலாம் என்பதைச் சகலருக்கும் உணர்த்திக்கொண்டிருப்பது ஹார்பிக்!

விலை குறைவாக நம் ப்ராண்ட்டை அளித்தால் வாடிக்கையாளரை மகிழ்விக்கலாம்; அவரை மயக்கிவிடலாம், போட்டியாளர்களை அவரிடத்தில் அண்டவிடாமல் செய்துவிடலாம் என்று மனப்பால் குடிக்காதீர்கள். குறைவான விலை அளிப்பது என்பது அவ்வளவு எளிதான வேலையல்ல. நீங்கள் ஒரு ரூபாய் குறைத்தால், உங்கள் போட்டியாளர் இரண்டு ரூபாய்கூடக் குறைத்துக் கொடுப்பார். இன்னொரு போட்டியாளர் இதற்கு ஒரு படி மேலே போய் அவரே வாடிக்கையாளருக்கு ஒரு ரூபாய் கொடுத்து 'என் ப்ராண்டை வாங்குங்க' என்றுகூடக் கூறுவார்.

'ரொம்ப ஓவராப் போறீரய்யா நீர்!' என்று என்னைப்பற்றி நீங்கள் நினைத்தால் உங்களுக்கு 'வர்ஜின் மொபைல்' கதையைச் சொல்வது அவசியமாகிறது. பல ப்ராண்டுகள் நிறைந்த மொபைல் சர்வீஸ் பொருள்வகையில் பத்தோடு பதினொன்றாவதாக உள்ளே நுழைந்தது வர்ஜின் மொபைல். என்னென்னவோ சொல்லிப் பார்த்தும் விற்க முடியாமல் திணறிய அந்த ப்ராண்ட் கடைசியாக ஒரு பிரம்மாஸ்திரத்தைப் பிரயோகித்தது. 'மொபைல் வாடிக்கையாளர்களே, உங்களுக்கு வரும் இன்கமிங் காலுக்கு நிமிடத்துக்குப் பத்து பைசா நாங்கள் தருகிறோம். வாருங்கள் எங்களிடம், எடுங்கள் ஒரு வர்ஜின் கனெக்ஷனை' என்று கூறி விளம்பரப்படுத்தியது.

இன்கமிங் காலுக்குப் பைசா தருகிறோம் என்றபோதும் ப்ராண்டுக்கு இன்கமிங் வாடிக்கையாளர்கள் இல்லாமல் கொஞ்ச நாட்களிலேயே இழுத்து மூடி சொந்த ஊரான இங்கிலாந்து போய்ச் சேர்ந்தது அந்த ப்ராண்ட். ஆக, காசு கொடுத்தும் வாடிக்கையாளர்களை வாங்க முடியாது, அவர்களை மகிழ்ச்சிப் படுத்த முடியாது என்பதை உணர்ந்துகொள்ளுங்கள்.

விலை கொடுத்து வாங்க முடியாது வாடிக்கையாளர் மகிழ்ச்சி என்றாலும் விலையில் உண்மையாக இருந்தால் வாங்க முடியும்.

உதாரணத்துக்கு என்னிடம் 'டாடா ஸ்கை' கனெக்ஷன் இருக்கிறது. அதில் எனக்கு எது தேவை என்று பட்டதோ அந்த சேனல்கள் கொண்ட ஒரு பேக்கேஜைத் தேர்ந்தெடுத்து பல ஆண்டுகளாகவே வாடிக்கையாளராக இருந்து வருகிறேன். தற்செயலாக ஒரு நாள் அவர்களின் மற்ற பேக்கேஜுகளைப் பார்க்க நேர்ந்தபோதுதான் எனக்கு ஒன்று புரிந்தது. எனக்கு எந்த சேனல்கள் தேவையோ அது மட்டுமே கொண்ட இன்னொரு பேக்கேஜை சில மாதங்களுக்குமுன் டாடா ஸ்கை அறிமுகப் படுத்தியிருக்கிறது. அதுவும், கம்மியான விலையில். ஆனால் இதனை டாடா ஸ்கை எனக்குத் தெரியப்படுத்தவில்லை.

நீங்களே சொல்லுங்கள். ஒரு நல்ல ப்ராண்டாக இருந்தால், அவர்களே எனக்கு ஃபோன் செய்து 'நீங்கள் ஒரு பேக்கேஜை வைத்திருக்கிறீர்கள். அதேபோல் இன்னொரு புதிய பேக்கேஜை நாங்கள் புதிதாக அறிமுகப்படுத்தியிருக்கிறோம். நீங்கள் தற்சமயம் செலுத்தும் கட்டணத்தைவிடக் குறைவு இது. இதை எடுத்துக்கொள்கிறீர்களா?' என்று கேட்டிருந்தால் நான் அந்தப் புதிய பேக்கேஜை எடுத்திருப்பேன். 'ஆஹா! டாடா ஸ்கை நல்ல நல்ல பேக்கேஜுகளை அளிக்கிறார்கள், அதோடு எனக்குப் பணமும் மிச்சம் பண்ணுகிறார்கள்' என்று சந்தோஷப் பட்டிருப்பேன்.

ஆனால் இப்போதோ எனக்கு என்ன தோன்றுகிறது? 'சே! ரொம்ப மோசமான கம்பெனியாக இருக்கும்போல் இருக்கிறதே. பணம் பிடுங்கித் தின்னும் பிசாசாக இருக்கிறதே! முதல் காரியமாக வேறு எதாவது நல்ல ப்ராண்டாகப் பார்த்து மாற வேண்டும்' என்கிற எண்ணம்தான் எனக்கு மேலோங்குகிறது. மகிழ்ச்சிப்படுத்தாததால் ஒரு வாடிக்கையாளரை அனாவசியமாக இழக்கப் போகிறது டாடா ஸ்கை.

மார்க்கெட்டிங் மிக்ஸ் என்கிற கலவையில் பொருள், விலை என்கிற இரண்டு விஷயங்களில் வாடிக்கையாளர்களை மகிழ்ச்சிப்படுத்துவதைப் பார்த்தோம். மூன்றாவதான விநியோக முறையிலும் வாடிக்கையாளர்களை மகிழ்ச்சிப்படுத்த முடியும். மகிழ்ச்சிப்படுத்த வேண்டும்.

நம்மில் சிலருக்கு, தெரிந்தோ தெரியாமலோ புத்தகம் படிக்கும் வழக்கம் தொற்றிக்கொண்டுவிட்டது. ஆனால் புதிய புத்தகங்கள் வாங்குவதுதான் பெரிய பிரச்னையாக இருக்கிறது. அதிலும்

தமிழ்ப் புத்தகக் கடைகள் மிக அரிதாகத்தான் கண்ணில் படுகின்றன. அப்படியே தப்பித் தவறிப் பட்டாலும் நமக்குத் தேவையான புத்தகங்கள் அங்கு கிடைப்பதில்லை. இதனால் தான் பலரும் ஆண்டுக்கு ஒரு முறை நம்மூரில் நடக்கும் புத்தகக் கண்காட்சிவரை காத்திருந்து புத்தகம் வாங்கவேண்டிய நிலை.

பார்த்தது 'நியூ ஹொரைஸன் மீடியா' என்கிற கம்பெனி. புத்தகப்பிரியர்களுக்கு அவர்களுக்குச் சௌகரிப்படும் வகையில் 'டயல் ஃபார் புக்ஸ்' என்கிற ஒரு புதிய சேவையை அறிமுகப் படுத்தியது. அதாவது வாடிக்கையாளர்கள் தேவையான புத்தகத்தை, 94459-01234 என்ற எண்ணுக்கு ஃபோன் செய்து ஆர்டர் செய்தால் கம்பெனியே ஃப்ரீயாக வீட்டுக்கே டெலிவரி செய்து கொடுக்கும் முறை. தனக்குத் தேவையான புத்தகத்தை வீட்டில் இருந்தபடியே வாங்கும்போது அந்த வாடிக்கையாளர் ஏன் மகிழாமல் இருக்கப்போகிறார்?

இந்த நியூ ஹொரைசன் மீடியா வேறு யாருமல்ல. நீங்கள் கையில் வைத்திருக்கும் இந்தப் புத்தகத்தைப் பதிப்பித்துள்ள 'கிழக்கு பதிப்பகம்' ப்ராண்டின் ஓனர்தான்!

மார்க்கெட்டிங் மிக்ஸின் நான்காவது அங்கம் ப்ரமோஷன். இதிலும் வாடிக்கையாளரை மகிழ்விக்கலாம். மகிழ்விக்க வேண்டும். விளம்பரம் மூலமாகத்தான் என்றில்லை. உதாரணத் துக்கு பி அண்ட் ஜி கம்பெனி, 'ப்ராஜக்ட் சிக்ஷா' என்கிற ஒரு நிதியை நிறுவியிருக்கிறது. அந்த கம்பெனியின் ப்ராண்டுகளான 'ஏரியல்', 'விக்ஸ்', 'விஸ்பர்', 'ஓரல் பி', 'ஜில்லட்', 'டைட்', 'பேண்டீன்', 'ட்யூராசெல்' போன்றவற்றை வாடிக்கையாளர்கள் வாங்கும்போது ஒரு குறிப்பிட்ட சதவீதப் பணம் இந்த ப்ராஜக்ட் சிக்ஷா நிதிக்குச் செல்கிறது. இந்தப் பணம் கிராமங்களில் உள்ள ஏழைப் பெண் குழந்தைகளைப் படிக்கவைக்க உதவும்.

இதை அந்த கம்பெனி, பத்திரிகைகளில் விளம்பரப்படுத்தவும் செய்கிறது. அதோடு தாங்கள் விற்கும் ஒவ்வொரு ப்ராண்டின் பேக்கேஜிலும் இதை பிரிண்ட் செய்கிறது. வாடிக்கையாளர் களில் பலருக்கு சமூகத்துக்குத் தங்களால் ஆன உதவிகளைச் செய்யவேண்டும் என்ற ஆசை இருக்கிறது. ஆனால் எப்படிச் செய்வது என்பதுதான் தெரிவதில்லை. பி அண்ட் ஜி போன்ற கம்பெனிகள் இப்படிச் செய்யும்போது பலரும் 'ஆஹா, நாம் பி அண்டு ஜி ப்ராண்டுகளையே வாங்குவோம், நம் பணம் ஒரு

நல்ல காரியத்துக்குப் பயன்படட்டும்' என்று சொல்லும் சாத்தியக்கூறு அமைகிறது. இதனால் பி அண்டு ஜி தங்கள் போட்டியாளர்களைப் போட்டுத் தள்ளவும் முடிகிறது!

மார்க்கெட்டிங் மிக்ஸ்தான் என்றில்லை. வாடிக்கையாளர் களைப் பல வழிகளிலும் மகிழ்ச்சிப்படுத்தி போட்டியாளர்களை வெல்ல முடியும். இதோ சில டிப்ஸ்.

ப்ராண்ட் பேக்கேஜிங் முதல் விற்பனை மேம்பாடு வரை முடிந்த வரை உண்மையைச் சொல்லுங்கள். மார்க்கெட்டிங் என்பதே பொய் என்னும் நெய் தடவிய ஸ்வீட்தான். அதற்காக நெய்யை ஓவராக ஊற்றித் தொலைக்காதீர்கள். பொய்யைச் சகட்டு மேனிக்கு அள்ளித் தெளிக்காதீர்கள். என் ப்ராண்ட் அதைச் செய்யும், இதைச் செய்யும், எதை வேண்டுமானாலும் செய்யும் என்று பெரிய ரேஞ்சுக்குப் பீலா விடாதீர்கள்.

டீவிஎஸ் சில வருடங்களுக்குமுன் 'ஸ்டார்' என்கிற பைக்கை அறிமுகப்படுத்தியது உங்களுக்கு நினைவிருக்கலாம். வாடிக்கை யாளர்களை மகிழ்விக்கிறேன் பேர்வழி என்று அந்த கம்பெனி ஸ்டார், லிட்டருக்கு 101 கிலோமீட்டர் கொடுக்கும் என்று அண்டப் புளுகை அவிழ்த்துவிட்டார்கள்.

அந்த பைக் 101 கிலோமீட்டர் எல்லாம் கொடுக்கவில்லை. அதனை ஒரு மீன்பாடி வண்டியில் ஏற்றி ஸ்டாண்ட் போட்டு நிறுத்தி, அந்த மீன்பாடி வண்டியை ஓட்டினால் அது ஒரு வேளை லிட்டருக்கு 101 கிலோமீட்டர் கொடுக்குமோ என்னவோ, நான் ஓட்டிப் பார்க்கவில்லை. ஆனால் ஸ்டாரை வாங்கிய வாடிக்கை யாளர்களுக்குக் கன்னாபின்னா என்று ஏமாற்றம்; காட்டுத்தன மாகக் கோபம். கிடைத்திருந்தால் டீவிஎஸ் கம்பெனி ஆட்களை மீன்பாடி வண்டியில் ஏற்றி நாடு கடத்தியிருப்பார்கள்!

செய்வதைச் சொல்கிறீர்களோ, இல்லையோ, சொன்னதை ஒழுங்காகச் செய்யுங்கள். வாடிக்கையாளர்கள் மகிழ்வதோடு உங்களையும் உங்கள் ப்ராண்டையும் மகிழ்ச்சியாக வைத்திருப் பார்கள்.

வாடிக்கையாளர்களிடம் அதிகம் சொல்லிக் குறைவாகச் செய் யாதீர்கள். அநியாயத்துக்கு அவர்களுக்கு உங்கள்மீது கோபம் வரும். அந்தக் கோபத்தை உங்கள்மீது காட்டவும் தயங்கமாட் டார்கள். உங்கள் ப்ராண்டை வாங்குவதை நிறுத்துவதன்மூலம்!

உதாரணத்துக்கு, உங்கள் கடைக்கு வரும் வாடிக்கையாளரிடம் அவர் கேட்பதைத் தர அரை மணி நேரம் ஆகும் என்றால் அவரிடம் 'சார், ஒரு முக்கால் மணி நேரமாவது ஆகும், கொஞ்சம் பொறுத்திருங்கள்' என்று பக்குவமாகச் சொல் லுங்கள். வாடிக்கையாளர் எரிச்சல் அடையத்தான் செய்வார். ஆனால் நீங்கள் அந்த வேலையை அரை மணி நேரத்தில் முடித்து கொடுத்துப் பாருங்கள். 'ஓ, முடித்துவிட்டீர்களா, ரொம்ப தேங்க்ஸ்' என்று ஆனந்தப்படுவார். உங்கள் கடையே கதி என்று கிடப்பார். போட்டியாளர் கடைப்பக்கம் திரும்பிக்கூடப் பார்க்கமாட்டார்.

அதேபோல், நீங்கள் விற்கும் ப்ராண்டில் ஏதாவது வில்லங்கம் இருந்தால் அதை ஒளிவு மறைவு இல்லாமல் வாடிக்கை யாளரிடம் சொல்லிவிடுங்கள். வாடிக்கையாளர் கேட்கட்டும், அப்போது சொல்வோம் என்று காத்திருக்காதீர்கள்.

ஒன்றைப் புரிந்துகொள்ளுங்கள். 95% வாடிக்கையாளர்கள் குறை சொல்லும் ரகம் கிடையாது; கம்ப்ளெய்ன்ட் செய்யும் ஜாதி இல்லை; உங்கள் ப்ராண்டில் குறை இருந்தால் அவர்கள் அதைக் கழட்டி, ஓரம்கட்டி, ஒதுக்கிவிட்டுப் பேசாமல் மற்ற ப்ராண்டு களுக்குத் தாவிவிடுவார்கள். உங்களிடம் சொல்லிக்கொண்டு செல்லமாட்டார்கள்.

உங்கள் மனைவியிடமாவது ஆர்க்யுமெண்ட் செய்தாலும் செய்யலாம், தப்பித்தவறிக்கூட வாடிக்கையாளரிடம் வாக்கு வாதம் செய்து தொலைக்காதீர்கள். அது மகா பாவம். வாடிக்கை யாளர் என்பவர் ப்ராண்டை வாங்குபவர். நீங்கள் ப்ராண்டை விற்பவர். அவர் சொல்வதுதான் சட்டம். உங்கள் சௌகரியத் துக்கு அல்ல அவர். அவர் தேவைக்குத்தான் நீங்கள்.

இல்லை, வாடிக்கையாளரிடம் சில சமயம் வாக்குவாதம் செய்யத்தான் வேண்டியிருக்கிறது என்று நீங்கள் இன்னமும் நினைத்துக்கொண்டிருந்தால் முந்தைய பத்தியை மீண்டும் ஒரு முறை படிப்பது பயன் தரும்!

டேவிட் ஒகில்வி என்ற ஒரு விளம்பரத் துறை விற்பன்னர் அழகாகக் கூறினார்: 'வாடிக்கையாளரை முட்டாள் என்று நினைக்காதீர்கள். அவள் உங்கள் மனைவி'!

வாடிக்கையாளரை மகிழ்ச்சியாக வைத்திருக்க, அவரை அடுத்த ப்ராண்டை அண்டவிடாமல் செய்ய சிம்பிள் ஐடியா ஒன்று

உண்டு. 1-800 என்று ஆரம்பிக்கும் ஃபோன் நம்பர் பற்றிக் கேள்விப்பட்டிருக்கிறீர்களா? பல மார்க்கெட்டர்களுக்கு அது என்னவென்றே தெரியாது. தெரிந்தால்தானே அதைப் பிரயோகிப்பதற்கு.

1-800 நம்பர் என்பது ஃப்ரீ கால் சர்வீஸ். 1-800 என்று ஆரம்பிக்கும் பத்து டிஜிட் நம்பர் ஒன்றை டெலிஃபோன் கம்பெனிகளிடமிருந்து வாங்கிக்கொள்ளலாம். இந்த நம்பரை டயல் செய்பவர்களுக்கு அது ஃப்ரீ கால். யார் அந்த நம்பரை வைத்திருக்கிறார்களோ அவர்கள்தான் அந்த அழைப்புக்கான காசைச் செலுத்தவேண்டும். மேல்நாடுகளில் பிரபலமான இந்தச் சேவை இப்போது இந்தியாவிலும் இருக்கிறது; ஆனால் உபயோகிக்கும் கம்பெனிகள் மிகவும் கம்மி.

இந்த நம்பர் ஒன்றை வாங்கி உங்கள் ப்ராண்டில் பதிவு செய்து விற்கலாம்: 'இந்த ப்ராண்டைப் பற்றிய உங்கள் எண்ணங்கள், குறைகள், யோசனைகள் முதலியவற்றை நாங்கள் பெரிதும் வரவேற்கிறோம். இந்த இலவச எண்ணுக்குத் தொடர்பு கொண்டு பேசுங்கள்' என்று வாடிக்கையாளர்களைத் தொடர்பு கொள்ள அழைக்கலாம். நம் ப்ராண்டைப் பற்றி வாடிக்கையாளர்களின் ஃபீட்பேக்கைப் பெற என்ன அழகான, அருமையான வழி இது! வாடிக்கையாளர்கள் கூப்பிடுகிறார்களோ இல்லையோ, 'ஃப்ரீ நம்பர் இருக்கிறது, தைரியமாக இந்த ப்ராண்டை வாங்கலாம். எதாவது ப்ராப்ளம் என்றால் கூப்பிடவும் செய்யலாம்' என்று இன்னும்கூடப் பல புதிய வாடிக்கையாளர்கள் உங்கள் ப்ராண்டை வாங்கலாம் அல்லவா?

அது உங்கள் வாடிக்கையாளகளுக்கோ ஃப்ரீ கால். உங்களுக்கு ஜஸ்ட் ஒரு ஃபோன் கால். உங்கள் போட்டியாளர்களுக்கோ அந்த வாடிக்கையாளர் ஒரு மிஸ்ட் கால்!

வாடிக்கையாளர்களை மகிழ்விக்கும்போது, அவர்கள் உங்கள் ப்ராண்டே கதி என்று கிடப்பார்கள். இதற்கு ப்ராண்ட் லாயல்டி என்று பெயர். ப்ராண்ட் லாயல்டி என்பது வாடிக்கையாளர் ப்ராண்டோடு கொண்டிருக்கும் உறவைக் குறிப்பது. "Brand loyalty is the measure of attachment a customer has with the brand" என்றார் டேவிட் ஏக்கர் என்கிற ப்ராண்டிங் குரு.

அதோடு அவர்களே உங்கள் ப்ராண்டைப் பற்றி மற்றவர்களுக்கு எடுத்துச்சொல்லி அவர்களையும் உங்கள் ப்ராண்டை வாங்கச்

செய்வார்கள். இதற்கு வேர்ட் ஆஃப் மவுத் (word of mouth) என்று பெயர்.

சந்தோஷமான கஸ்டமர்கள்தான் உங்களின் சிறந்த விளம்பரம்; உங்கள் சீரிய சேல்ஸ்மென். நீங்கள் அதிகம் மெனக்கெட வேண்டாம். அவர்கள் மற்ற வாடிக்கையாளர்களை உங்களிடம் அழைத்துவருவார்கள். உங்கள் போட்டியாளர்களை அவர்களே போட்டுத் தள்ளிவிடுவார்கள்!

இது ஒன்றும் பெரிய கம்பசூத்திரம் அல்ல. சப்பை மேட்டர்தான். வாடிக்கையாளரை எரிச்சலடையச் செய்வது எது என்று பாருங்கள். அதைச் சரி செய்யுங்கள். வாடிக்கையாளர் பிறகு 'ஆடுறா ராமா' என்று நீங்கள் குச்சியை கொண்டு தட்டுவதற் கெல்லாம் ஆடிக்கொண்டே இருப்பார்!

மார்க்கெட்டிங்கில் வாடிக்கையாளர்தான் பிரதானம். மார்க்கெட்டிங் போர் நடப்பது கடைகளிலோ, ஷாப்பிங் காம்ப்ளெக்ஸுகளிலோ, பஜாரிலோ அல்ல. அது நடப்பது வாடிக்கையாளர் மனத்தில். அதுதான் போர்க்களம். சண்டை யிடுவது வேண்டுமானால் போட்டியாளர்களோடு இருக்கலாம். ஆனால் போர்க்களம் என்னவோ வாடிக்கையாளர் மனம்தான்.

அந்த வாடிக்கையாளர் மனத்தில் பால் காய்ச்சிக் குடிபுக, சௌகரியமாகக் குடியிருக்க, அங்கேயே பெர்மனெண்டாக செட்டில் ஆக நீங்கள் கொடுக்கவேண்டிய வாடகை என்ன என்பதைப் புரிந்துகொண்டீர்களா!

பை தி பை, நான் முன்னே கேட்டேனே, ஹிண்டுவின் விலை என்ன என்று? நீங்கள்கூட திருதிருவென்று விழித்தீர்களே. எதற்குக் குறை, நானே சொல்லிவிடுகிறேன். ஹிண்டுவின் விலை, வாரநாட்களில் ரூ.3. ஞாயிற்றுக் கிழமைகளில் ரூ.4.

வாடிக்கையாளர்களை கரெக்ட் செய்ய இந்தக் கேள்விகளுக்கு நீங்கள் முதலில் சரியான விடைகள் வைத்திருக்கிறீர்களா என்று ஆத்ம பரிசோதனை செய்துகொள்ளுங்கள்.

1. உங்கள் ப்ராண்ட் என்னென்ன பயன்களைத் தருகிறது?
2. உங்கள் ப்ராண்டை வாடிக்கையாளர்கள் எந்தக் காரணங்களுக்காக வாங்குகிறார்கள்?

3. உங்கள் ப்ராண்ட் பொசிஷனிங் என்ன?

4. உங்கள் ப்ராண்ட் கிடைக்கவில்லை என்றால், உங்கள் வாடிக்கையாளர் எந்தப் போட்டியாளர் ப்ராண்டை வாங்குகிறார்? ஏன்?

5. நீங்கள் எதிர்பார்க்காத உபயோகம் எதற்காகவாவது உங்கள் வாடிக்கையாளர்கள் உங்கள் ப்ராண்டை வாங்குகிறார்களா? அது என்ன என்று உங்களுக்குத் தெரியுமா?

6. மார்க்கெட்டிங் மிக்ஸின் மூலம் உங்கள் வாடிக்கையாளர் களை நீங்கள் திருப்திப்படுத்துகிறீர்களா?

7. உங்கள் ப்ராண்டை உபயோகப்படுத்தும் வாடிக்கை யாளர்களின் திருப்தியின் அளவோடு உங்கள் போட்டி யாளர்களின் திருப்தி அளவை அளந்து பார்த்ததுண்டா?

8. உங்கள் ப்ராண்டைப் பற்றியும் உங்கள் போட்டி யாளர்களின் ப்ராண்டைப் பற்றியும் வாடிக்கையாளர்கள் பரப்பும் வேர்ட் ஆஃப் மவுத் என்ன என்று தெரியுமா?

6

ஓய் திஸ் கொலவெறி, கொலவெறி, கொலவெறி, கொலவெறி, கொலவெறி டி

மேலே உள்ள அத்தியாய டைட்டில் பாட்டில் பிழை இருக்கிறது. 'கொலவெறி' என்கிற வார்த்தை தேவைக்குமேல் இரண்டு முறை அதிகமாக வந்திருக்கிறது என்று குற்றம் சாட்டும் நக்கீரரா நீங்கள்?

பாட்டு வரியைத் தவறாகப் போட்டுவிட்டேன் என்று நினைக்க வேண்டாம். இரண்டுமுறை அதிகமாகப் போட காரணம் இருக்கிறது. அத்தனை கொலைவெறி. எனக்கல்ல. எல்லாம் இந்த பாழாகப் போன மார்க்கெட்டில்தான். இந்த அத்தியாயத்தில் நாம் அலசப் போவது மார்க்கெட்டில் உள்ள ஐந்து கொலைவெறி பிடித்த அம்சங்களை.

நம்மில் பலர் போட்டியாளர்கள் மத்தியில் நிகழும் மார்க்கெட்டிங் மோதல்கள் மட்டுமே ஒரு பொருள்வகையின் போட்டியின் தன்மையையும் அந்தப் பொருள்வகையில் நிலவும் போட்டியின் உக்கிரத்தையும் நிர்ணயிக்கின்றன என்று நினைக்கிறார்கள். போட்டியாளர்களைப் போட்டுத் தள்ளினால் போதும், பெட்டி பெட்டியாகப் பணத்தைக் கல்லாவில் கட்டு கட்டாகக் கட்டலாம் என்று நம்புகிறார்கள்.

எந்த ஒரு பொருள்வகையில் நிலவும் போட்டியின் தன்மையையும் உக்கிரத்தையும் ஐந்து சக்திகள் நிர்ணயிக்கின்றன என்கிறார் ஹார்வர்ட் பல்கலைக்கழகப் பேராசிரியர் மைக்கல் போர்டர். உலகப்புகழ் பெற்ற ஹார்வர்ட் பிசினஸ் ரெவ்யூவின் 1979

மார்ச்-ஏப்ரல் இதழில், How competitive forces shape strategy என்கிற தலைப்பில் இதனை அழகாக விளக்கியுள்ளார். ஒரு மார்க்கெட்டில் நிலவும் போட்டியின் உக்கிரத்தை நிர்ண யிக்கிக்கும் சக்திகள் என்று அவர் குறிப்பிடுவது இவற்றைத்தான்.

1. புதிய வரவுகளின் தாக்கம் (Threat of new entrants)
2. போட்டியாளர்கள் மத்தியில் நிலவும் ஆக்ரோஷமான மோதல் (Rivalry among contestants)
3. மாற்றுப் பொருட்களின் தாக்கம் (Threat of substitute products)
4. வாடிக்கையாளர்களின் பேரம் பேசும் வலிமை (Bargaining power of customers)
5. சப்ளையர்களின் பேரம் பேசும் வலிமை (Bargaining power of suppliers)

இந்த ஐந்து ஆதிக்கச் சக்திகள் ஒன்று சேர்ந்துதான் ஒரு பொருள்வகையின் லாபம் ஈட்டும் திறனை நிர்ணயிக்கின்றன. உதாரணத்துக்கு நம் நாட்டில் தொலைத்தொடர்பு, ஏர்லைன்ஸ் போன்ற பொருள்வகைகளில் இந்த ஐந்து சக்திகளின் உக்கிரம் அதிகம் இருப்பதால்தான் இந்தத் துறையில் லாபம் ஈட்டும் திறன் குறைந்து வருகிறது. இந்த ஐந்து சக்திகளின் தாக்கம் குறைவாக இருப்பதால்தான் மருத்துவ சாதனங்கள், குழந்தைப் பராமரிப்புப் பொருட்கள் போன்ற பொருள்வகைகளில் லாபம் ஈட்டும் தன்மை அதிகமாகக் காணப்படுகிறது.

மார்க்கெட்டகள் அஞ்சவேண்டியது இந்தப் பஞ்ச பூதங்களின் ஆதிக்கத்துக்குத்தான். இப்போது புரிகிறதா இந்த அத்தியாயத் தின் தலைப்பில் கொலைவெறி என்கிற வார்த்தை ஏன் இரண்டு முறை கூடுதலாக இருந்தது என்று!

போட்டியின் உக்கிரம் என்பது போட்டியாளர்கள் மத்தியில் நிலவும் ஆக்ரோஷம் மட்டுமே அல்ல. போட்டியாளர்களை மட்டுமே மனத்தில் வைத்து உத்திகளையும் வியூகங்களையும் அமைக்கக்கூடாது என்பதே போர்டரின் வாதம். மேற்கூறிய ஐந்து சக்திகள் எப்படி ஒரு பொருள்வகையைத் தாக்குகின்றன, அவை எவ்வாறு நம் தொழிலின் லாபம் ஈட்டும் தன்மையைப் பாதிக்கின்றன என்பதை முழுவதுமாக ஆராய்ந்தபின்னரே ஒரு பொருள்வகையில் நுழையலாமா, வேண்டாமா,

அப்பொருள்வகையில் எப்பேர்ப்பட்ட உத்திகளை வகுக்க வேண்டும் என்பதையெல்லாம் சிந்திக்கவேண்டும் என்கிறார் போர்டர்.

ஒரு பொருள்வகையில் நிலவும் போட்டியின் உக்கிரம் ஏதோ தற்செயலான விஷயமோ அல்லது நம் போதாத நேரமோ அல்ல. அது அந்தப் பொருள்வகையின் ஆதாரப் பொருளாதாரச் சித்தாந்தத்தை அடிப்படையாகக் கொண்டு, அந்த பொருள் வகையில் உள்ள போட்டியாளர்களையும் மீறி மற்ற சில சக்திகளின் ஆதிக்கத்தின்படி அமையும் தன்மை கொண்டது என்பது தான் போர்டரின் வாதம்.

அந்த ஐந்து சக்திகளைப் பற்றிய தெளிவான புரிதலும் அவற்றின் அடிப்படையைப் பற்றிய அறிவும்தான் நம் அடுத்த கட்ட நடவடிக்கைகளின் அடித்தளமாக இருக்கவேண்டும். ஒவ்வொரு பொருள்வகையிலும் ஏதாவது ஒரு சக்தியின் தாக்கம் சற்று கூடுதலாக இருக்கலாம். உதாரணத்துக்கு கோலா பானங்கள் என்னும் பொருள்வகையில் போட்டியின் உக்கிரத்தை நிர்ணயிப்பது ஆரஞ்சு பானங்கள், ஜூஸ்கள், ஐஸ் டீ, மினரல் வாட்டர் போன்ற மாற்றுப் பொருட்களின் தாக்கம். அதேபோல் சோப் மார்க்கெட்டில் நிலவும் கட்-த்ரோட் காம்பெடிஷனுக்குக் காரணம் அந்தப் பொருள்வகையில் உள்ள நூற்றுக்கணக்கான ப்ராண்டுகளின் போட்டியின் உக்கிரம்.

ஆக எந்த ஒரு மார்க்கெட்டரும் ஒரு பொருள்வகையை முழுவது மாக அறிந்துகொள்ள, அதில் நிலவும் போட்டியின் உக்கிரத்தைப் புரிந்துகொள்ள, அந்தப் பொருள்வகையில் வெற்றிபெறத் தேவையான உத்திகளை வகுத்துக்கொள்ள முதலில் அந்தப் பொருள்வகையில் நிலவும் இந்த ஐந்து சக்திகளையும் அவற்றின் ஆதிக்கத்தையும் புரிந்துகொள்ளவேண்டும்.

அந்த ஐந்து சக்திகளை, அவற்றின் தாக்கத்தை நிர்ணயிக்கும் முறையை, அவற்றைச் சமாளிப்பது எப்படி, முடிந்தால் அவற்றை எப்படி வசப்படுத்தி நமக்குத் தோதாக மாற்றிக்கொள்வது என்பதையும் போர்டர் விளக்கியுள்ளார்.

புதிய வரவுகளின் தாக்கம் (Threat of new entrants)

ஒரு பொருள்வகையில் புதிய போட்டியாளர்கள் எவ்வளவு எளியதாக நுழைய முடிகிறது என்பது அந்தப் பொருள்வகையின்

போட்டியின் உக்கிரத்தை நிர்ணயிக்கும். சில பொருள்வகை களில் புதிய போட்டியாளர்கள் நுழைவது மிக எளிதாக இருக்கும். அது அந்தப் பொருள்வகைகளில் போட்டியின் உக்கிரத்தை அதிகரிக்கும். சில பொருள்வகைகளில் புதிய வரவுகள் வருகைக்குப் பல முட்டுக்கட்டைகள் இருக்கும். அங்கெல்லாம் போட்டியின் உக்கிரம் குறைந்து காணப்படும்.

புதிய வரவுகள் ஒரு பொருள்வகையின் தயாரிப்பை அதிகப் படுத்தலாம். புதிய தொழில்நுட்பத்தைக் கொண்டுவருவதன் மூலம் புதிய வரவுகள் போட்டியின் அழுத்தத்தை அதிகரிக் கலாம். பண பலம் கொண்ட பெரிய கம்பெனி ஒன்று, ஒரு பொருள்வகையில் நுழைவதன்மூலமும் போட்டியின் உக்கிரம் அதிகரிக்கலாம். பாக்கெட் பாக்கெட்டாக சிகரெட் விற்று சம்பாதித்த கோடிக்கணக்கான லாபத்தை என்ன செய்வது என்று தெரியாமல் பிஸ்கெட் பொருள்வகையில் 'சன்ஃபீஸ்ட்' என்கிற ப்ராண்டோடு நுழைந்து பிஸ்கெட் மார்க்கெட்டில் போட்டியின் உக்கிரத்தை அதிகப்படுத்தியிருக்கும் ஐடிசி நிறுவனம் இதற்கு உதாரணம்.

சில பொருள்வகைகளில் நுழைவுத் தடைகள் (entry barriers) அதிகமாக இருக்கலாம். அதாவது எளிதில் ஒரு பொருள் வகையில் நுழைய மார்க்கெட் விதிகளோ, மார்க்கெட்டின் தன்மையோ, சட்டதிட்டங்களோ இடம் தராமல் இருக்கலாம். ஆயுள் காப்பீட்டுத் துறையில் நுழைய ஒரு கம்பெனி குறைந்தது நூறு கோடி ரூபாயாவது முதலீடு செய்யவேண்டும் என்று ஐஆர்டீஏ என்னும் ஆயுள் காப்பீட்டுத் துறை கட்டுப்பாட்டு வாரியத்தின் விதி கூறுகிறது. இந்தத் துறையில் எல்லோராலும் எளிதில் நுழைய முடியாது. ஆனால் ஒரு ரைஸ் மில் ஆரம்பிக்க நுழைவுத் தடைகள் மிகவும் சொற்பம். அதனால்தான் பல ஊர்களில் தெருவுக்கு ஒரு ரைஸ் மில் தொடங்கப்பட்டு அவர் களுக்குள் போட்டியும் அதிகம் இருப்பதைக் காண முடிகிறது.

நுழைவுத் தடைகளின் வலிமையை உங்களுக்கு எளிமையாக விளக்குகிறேன். ரயில் வண்டியில் கூட்டம் கட்டுக்கடங்காமல் அலை மோதுவது எந்த கம்பார்ட்மெண்டில்? அன்ரிசர்வ்ட் கம்பார்ட்மெண்டில். அடுத்து எங்கு கூட்டம் அதிகமாகக் காணப்படுகிறது? செகண்ட் க்ளாஸ் கம்பார்ட்மெண்டில். அதன் பின் ஃபர்ஸ்ட் க்ளாஸில். அடுத்து செகண்ட் ஏசியில். கூட்டம்

குறைவாக ஏறுவது எந்த கம்பார்ட்மெண்டில்? ஃப்ர்ஸ்ட் க்ளாஸ் ஏசியில், இல்லையா?

அதிக விலை என்கிற நுழைவுத் தடையால்தான் ஃபர்ஸ்ட் க்ளாஸ் ஏசி கம்பார்ட்மெண்ட்டில் ஏறுபவர்கள் எண்ணிக்கை குறைவாக இருக்கிறது. குறைந்த டிக்கெட் விலை, எத்தனை பேர் வேண்டுமானாலும் ஏறலாம் என்று நுழைவுத் தடைகள் குறைவாக இருப்பதால் அன்ரிசவர்ட் கம்பார்ட்மெண்டில் மென்னியைப் பிடிக்கும் அளவிற்கு ஏறுபவர்களின் எண்ணிக்கை அதிகமாக இருக்கிறது. பாமரத்தனமாகத் தெரிந்தாலும், இந்த உதாரணம் உங்களுக்கு நுழைவுத் தடைகளின் வலிமையை உணர்த்தியிருக்கும்.

ஒரு பொருள்வகையில் நுழைவுத் தடைகள் பல வகைகளில் அமையும். சில பொருள்வகைகளில் ப்ராண்ட் லாயல்டி மிக அதிகமாகக் காணப்படும். அப்பேர்ப்பட்ட பொருள்வகை களுக்குள் நுழைய பலரும் ஒரு முறைக்குப் பல முறை யோசிக்கவேண்டும். தமிழ்நாட்டின் ஆங்கில தினசரி மார்க்கெட்டில் ‘தி ஹிண்டு’வுக்குத் தனி அந்தஸ்து உண்டு. எழுந்ததும் எழாததுமாகக் காலையில் அந்த பேப்பரைக் கையில் பிடித்து, காபியை உறிஞ்சினால்தான் பொழுது விடிகிறது நம்மில் பலருக்கும். அதனால்தான் பல ஆங்கில பேப்பர்கள் தமிழகத்துக்கு வருவதற்கே தயங்குகின்றன. வந்த பேப்பர்களான ‘டெக்கன் க்ரானிகில்’, ‘டைம்ஸ் ஃஆப் இந்தியா’ போன்றவையும் பெரிதாக ஒன்றையும் கிழித்து விடவும் இல்லை. ஹிண்டுவின் இடத்தை அசைக்க முடியவும் இல்லை.

சில பொருள்வகைகளில் விநியோக முறைகளால் நுழைவுத் தடைகள் அமையலாம். அழகு சாதனப் பொருள்வகையை எடுத்துக்கொண்டால் அதில் ‘பாண்ட்ஸ்’, ‘லாக்மே’, ‘நிவியா’, ‘ஃபேர் அண்டு லவ்லி’, ‘கார்னியே’, ‘டவ்’, ‘லோரியல்’ என்று ஏகப்பட்ட ப்ராண்டுகள் உள்ளன. அதை விற்கும் கடைகளில் இந்த ப்ராண்டுகளை வைக்கவே இடம் இல்லை என்னும் போது புதிய ப்ராண்டுகள் நுழைந்தால் அவற்றை எங்கு அடுக்கி வைப்பது? புதிய வரவுகள் இந்தப் பொருள்வகையில் வருவ தற்குத் தயங்குவது இந்த நுழைவுத் தடையால்தான்.

போட்டியாளர்கள் மத்தியில் நிலவும் ஆக்ரோஷமான மோதல் (Rivalry among contestants)

மடிப்பு கலையாத புத்தம் புது டிரெஸ் அணிந்துகொண்டு பஸ் ஸ்டாப்பில் நின்றுகொண்டிருக்கிறீர்கள். நீங்கள் காத்திருக்கும் பஸ் வருகிறது. ஆனால் அதில் கட்டுக்கடங்காத கூட்டம். படிக்கட்டிலேயே பத்து பேர் இருக்க, பஸ் மேலேயே கூட ஏறலாமா என்று அதில் உள்ளவர்கள் நினைக்கும் அளவுக்குக் கூட்டம். என்ன செய்வீர்கள்?

'வேறு பஸ் வருகிறதா பார்ப்போம்' என்று காத்திருக்கத்தான் நீங்கள் விரும்புவீர்கள். இல்லை என்றால் தலையெழுத்தே என்று ஆட்டோவைத் தேடுவீர்கள்.

அதேபோல்தான் நீங்கள் நுழைய நினைக்கும் பொருள்வகையும். ஒரு பொருள்வகையில் ஏகத்துக்குப் போட்டியாளர்கள் இருந் தாலோ, அல்லது உக்கிரத்தோடு போட்டியிடும் போட்டி யாளர்கள் இருந்தாலோ அங்கு அதிக விலை குறைப்பு, அமோக விளம்பரப் பிரயோகம், அதீத அளவிலான விளம்பர மேம் பாட்டுத் திட்டங்கள் என்று அந்தப் பொருள்வகையே அல்லோல கல்லோலப்படும். நீங்கள் மட்டுமல்ல, அதன் உள்ளே நுழைய எந்தப் புதிய போட்டியாளருமே தயங்குவார்.

உதாரணத்துக்கு, மொபைல் கனெக்ஷன் மார்க்கெட்டில் சுமார் பதினாறு, பதினேழு ஆப்பரேட்டர்கள் இருக்கின்றனர். அதனால் தான் இந்தப் பொருள்வகையில் குடுமிப்பிடிச் சண்டை. இரண்டு ஆப்பரேட்டர்கள் மட்டுமே இருந்தபோது அந்த மார்க்கெட்டில் அவுட்கோயிங் கால் என்றாலும் பில், இன்கமிங் கால் என்றாலும் பில் என்று இருந்தது உங்களுக்கு நினைவிருக்கலாம். இரண்டு ஆப்பரேட்டர்கள் மூன்றாகி, நான்காகி, ஐந்தாகி, அவரோடு அறுவரானோம் என்று நவீன ராமாயணக் கதையாக மாற, அவர்களுக்குள் போட்டி இறுகி 'இன்கமிங் கால்கள் ப்ரீ' என்றானது.

கதை அதோடு முடிவடையவில்லை. அந்த மார்க்கெட்டில் இன்னும் புதிய ப்ராண்டுகள் நுழைய, போட்டியின் உக்கிரம் அதிகரிக்க, அவுட்கோயிங் கால் ரேட் படிப்படியாகக் குறைய ஆரம்பித்து படாரென்று விழுந்தது. இன்று அந்த மார்க்கெட்டில் அத்தனை போட்டியாளர்கள் மத்தியில் அடிதடி, வெட்டுக்

குத்து, கத்தி வீச்சு, கன் ஃபைட் மோதல் என்று ஒரே ரத்தக்களரி. மாமியார் மருமகள் சண்டை தோற்றது போங்கள்!

இது போதாது என்று உள்ளே நுழைந்த 'டோகோமோ' என்கிற கம்பெனி. 'மற்றவர்கள் அனைவரும் நிமிடக் கணக்கில் பில் செய்து வருடக்கணக்காக உங்களை ஏமாற்றி வருகிறார்கள். எங்களிடம் வாருங்கள்; எங்களிடம் வினாடி கணக்குதான்' என்று கூற, மற்ற ப்ராண்டுகளும் வினாடிக் கணக்குக்கு மாற, அந்தப் பொருள்வகையில் போட்டியின் உக்கிரம், வக்கிரமாகி இருக்கிறது.

இதனால் மொபைல் கனெக்ஷன் மார்க்கெட்டில் லாபம் ஈட்டும் தன்மையும் பொடென்ஷியலும் மிகவும் குறைந்துவிட்டன. இனி இந்தப் பொருள்வகையில் புதிய ப்ராண்டுகள் உள்ளே வர ஒரு முறைக்குப் பல முறை யோசித்து 'ஆளை விடப்பா, இந்தப் பக்கமே வரவில்லை' என்று ஓடத்தான் யோசிப்பார்கள். புதிய வரவுகளுக்கு செல்ஃபோன் மார்க்கெட் இனி செல்லரித்துப் போன மார்க்கெட்தான்.

அதற்காகப் போட்டியாளர்கள் அதிகமாக இருந்தால் அந்த மார்க்கெட்டில் போட்டி உக்கிரமாகத்தான் இருக்கும் என்றும் சொல்வதற்கில்லை. அவர்கள் அனைவரும் ஒத்த சைசாக இருந்து அவர்களுக்குள் நீயா நானா என்கிற போட்டி இருப்பதும் அவசியம். சிவப்பழகு க்ரீம் வகையை எடுத்துக்கொள்ளுங்கள். அந்த மார்க்கெட்டில் 'ஃபேர் க்ளோ', 'ஃபேர்எவர்', 'ஃபேர் அண்டு ப்யூட்டிஃபுல்' என்று ஃபேர் ஃபேராக ஏகத்துக்கும் ப்ராண்டுகள். ஆனால் அத்தனை ப்ராண்டுகளும் அதனதன் ட்யூப் சைஸ் போலவே சின்னதாகத்தான் இருக்கின்றன.

அந்த மார்க்கெட்டில் கொடி கட்டி, கோலோச்சி, கொட்டம் அடித்துக்கொண்டிருப்பது 'ஃபேர் அண்டு லவ்லி' மட்டுமே. ஃபேர்னஸ் க்ரீம் மார்க்கெட்டில் ஃபேர் அண்டு லவ்லியின் மார்க்கெட் ஷார் சுமார் 85%. அதாவது பத்துப் பதினைந்து ப்ராண்டுகள் நண்டும் சிண்டுமாக இருக்க அந்தக் காட்டின் தனிக்காட்டு ராணி ஃபேர் அண்டு லவ்லிதான். இந்த ப்ராண்ட் சொல்வதுதான் சட்டம். இந்த ப்ராண்ட் நினைப்பதுதான் வேதவாக்கு. இந்த ப்ராண்ட் காட்டுவதுதான் வழி. அதனால்தான் இந்த மார்க்கெட்டில் போட்டியின் உக்கிரம் குறைவாகக் காணப்படுகிறது.

அதேபோல் ஒரு மார்க்கெட்டில் அதிக அளவில் ப்ராண்டுகள் இருந்தும் அந்த மார்க்கெட் வேகமாக வளர்ந்து வரும் மார்க்கெட்டாக இருந்தால் அங்கு போட்டியின் உக்கிரம் அதிகம் இருக்காது. டீவி மார்க்கெட்டில் சுமார் நாற்பது ப்ராண்டுகள் இருந்தாலும் அந்த மார்க்கெட் வேகமாக வளர்ந்து வருவதால் இன்னமும்கூட புதிய போட்டியாளர்கள் நுழைந்தவண்ணம் இருக்கின்றனர். போட்டியின் அளவு அதிகம் இருந்தாலும் உக்கிரம் இன்னும் வக்கிரமாகவில்லை.

சில பொருள்வகைகளில் விலகல் தடைகள் (exit barriers) அதிகம் இருக்கும். எளிதில் ஒரு பொருள்வகையிலிருந்து விலக முடியாத வண்ணம் மார்க்கெட் விதிகளோ, மார்க்கெட்டின் தன்மையோ, சட்டதிட்டங்களோ அமையலாம். அப்பேர்ப்பட்ட பொருள்வகைகளில் போட்டியின் உக்கிரம் அதிகம் இருக்கும்.

உதாரணத்துக்கு, நமது நாட்டில் தொழிலாளர் சம்பந்தப்பட்ட சில சட்டங்கள் மிகவும் கடுமையாக இருப்பதால், நஷ்டத்தில் இயங்கினாலும் தொழிற்சாலைகளை அரசாங்க அனுமதி இல்லாமல் மூட முடியாது என்கிற நிலை. அதனால் நஷ்டத்தில் நடந்தாலும் அந்த கம்பெனிகள் மூட முடியாமல், பொருள் வகையை விட்டு வெளியேற முடியாமல் எப்படியாவது இயங்க வேண்டும் என்பதற்காக விலைக் குறைப்பு, விற்பனை மேம்பாடு என்று மற்றவர்கள் கழுத்தை அறுத்துத் தொலைத்துக் கொண்டிருக்கும். அதனால் அந்தப் பொருள்வகையில் போட்டி யின் உக்கிரம் கடுமையாக இருக்கும்.

மாற்றுப் பொருட்களின் தாக்கம் (Threat of substitute products)

போட்டியாளர்கள் உக்கிரம் ஒரு புறம் பாடாய்ப் படுத்தும் என்றால் மாற்றுப் பொருட்களின் தாக்கம் மறுபுறம் உங்களைப் படுக்கப்போட்டுப் பாடாய்ப் படுத்தும். நாம் ஏற்கெனவே மூன்றாவது அத்தியாயத்தில் பார்த்ததுபோல் போட்டியாளர் என்பவர் உங்கள் பொருளைப் போலவே இருக்கவேண்டும் என்கிற அவசியம் இல்லை. உங்கள் பொருள்வகையைச் சேர்ந்த வராக இருக்கவேண்டிய கட்டயாமும் இல்லை. உங்கள் பொருள் தரும் அதே பயனைத் தருபவராக இருந்தால் அவரும் உங்கள் போட்டியாளரே.

அப்பேர்ப்பட்ட மாற்றுப் பொருட்களின் தாக்கமும் பொருள் வகையின் போட்டியின் உக்கிரத்தை நிர்ணயிக்கும் தன்மை

கொண்டது. சில பொருள்வகைகளுக்கு மாற்றுப் பொருள்கள் அதிகம். உதாரணத்துக்கு எஃப் எம் ரேடியோ நிலையங்களை எடுத்துக்கொள்வோம். 'மிர்ச்சி'க்கும் 'ஹலோ எஃப் எம்'முக்கும் போட்டி 'சூரியன் எஃப் எம்', 'ஆஹா எஃப் எம்' மட்டுமல்ல. 'சன் டீவி'யும், 'விஜய் டீவி'யும் கூடத்தான். பொழுது போக வேண்டும் என்று நினைப்பவர்கள் எஃப் எம் ரேடியோவைக் கேட்கலாம், முடிந்தால் டீவியைக்கூடப் பார்க்கலாம். இவ்வளவு ஏன், பத்திரிகைகளைக்கூடப் படிக்கலாமே? அப்படிப் பார்க்கும்போது எஃப் எம் என்னும் பொருள் வகைக்கு, மாற்றுப் பொருட்களான டீவியும் பத்திரிகைகளும் கூடப் போட்டிதானே.

ஆக, ஒரு பொருள்வகைக்கு, அதன் பயனைத் தரும் மாற்றுப் பொருட்கள் அதிகமிருந்தால் அந்தப் பொருள்வகையில் போட்டியின் உக்கிரம் சக்கரமாகச் சுழன்று உங்களைத் துரத்தி அடிக்கும். ஃபில்டர் காபி பொருள்வகையில் போட்டியின் உக்கிரம் அதிகமாக இருப்பதற்குக் காரணம் அந்தப் பொருள் வகையின் விற்பனை குறைந்துவருவது மட்டுமல்ல. அதன் மாற்றுப் பொருட்களான 'இன்ஸ்டண்ட் காபி', 'டீ', 'ஹெல்த் ட்ரிங்க்ஸ்' போன்ற பொருள்வகைகளின் தாக்கம் அதிகரித்து வருவதனாலும்கூட.

வாடிக்கையாளர்களின் பேரம் பேசும் வலிமை (Bargaining power of customers)

பல மார்க்கெட்டுகளில் விற்பவரைவிட வாங்குபவர்களுக்குப் பலம் அதிகமிருக்கும். பேரம் பேச, அடிமாட்டு விலையிலிருந்து ஆரம்பிக்க, முடிந்தால் அந்த விலையிலேயே நின்று கேட்டதைச் சாதித்துக்கொள்ள முடியும். அப்பேர்ப்பட்ட சூழ்நிலைகளில் வாடிக்கையாளர்கள் கை ஓங்கி அந்த மார்க்கெட்டுகளில் போட்டியின் உக்கிரத்தை அதுவே தீர்மானிக்கும்.

தமிழ்ப் புத்தக வெளியீட்டாளர்களைக் கேளுங்கள். புத்தகம் நனைந்து போகும் அளவுக்கு அழுது புலம்புவார்கள். தமிழ்ப் புத்தகங்கள் விற்கும் கடைகளைப் பார்ப்பதே வெகு அரிதான காரியம் ஆகிவருகிறது. அதோடு தமிழ்ப் புத்தகங்கள் படிக்கும் வழக்கமும் வழக்கொழிந்து போய்விடும் நிலையில் இருக்கிறது. இதனால்தான் இருக்கும் கொஞ்ச நஞ்ச கடைக்காரர்களின் கொட்டம் கொடி கட்டிப் பறக்கிறது. எல்லா புத்தக

வெளியீட்டார்களின் புத்தகங்களையும் வாங்கி வைக்கமாட்டேன் என்பது, இந்த இந்தப் புத்தகங்களைத்தான் வாங்கி வைப்பேன் என்று அடம் பிடிப்பது, இத்தனை கமிஷன் தந்தால் தான் புத்தகத்தைக் கடையில் வைப்பேன் என்று அழிச்சாட்டியம் செய்வது என்று அவர்களின் பேரம் பேசும் வலிமை வலியது. அதனால் தமிழ்ப் புத்தக வெளியீட்டு தொழிலில் போட்டியின் உக்கிரம் அதிகமாக இருப்பதோடு, லாபம் ஈட்டும் தன்மையும் வெகுவாகக் குறைந்துவருகிறது.

பொதுவாகவே மளிகை சாமான்கள், அழகு சாதனப் பொருட்கள் போன்றவற்றில் போட்டியின் உக்கிரம் அதிகமாக இருப்பதற்குக் காரணம் அந்தப் பொருட்களை விற்கும் கடைக் காரர்களின் அழிச்சாட்டியம்தான். இந்த ப்ராண்டுகளைத்தான் வாங்கிக் கடையில் வைப்பேன், இந்த ப்ராண்டுகளை வாங்க மாட்டேன் என்று சொல்லும் அசாத்திய பலம் அவர்களுக்கு இருக்கிறது. அப்பேர்ப்பட்ட சமயங்களில் கடைக்காரர் வாங்காத ப்ராண்டுகள் அவர்களை வாங்கவைக்கக் கூடுதல் கமிஷன் கொடுக்கவேண்டியிருக்கும். இதனால் கடைக்காரர்கள் இன்னமும்கூட மற்றவர்களிடமும் கமிஷன் அதிகமாகக் கேட்கக் கூடிய சூழ்நிலை உருவாகி அவர்களின் பலம் ஏகத்துக்கும் கூடிவிடுகிறது.

அது மட்டுமல்ல. நம் நாட்டில் பல வாடிக்கையாளர்களிடம் ப்ராண்டுகளைப் பற்றிய தெளிவான அறிவு குறைவு. அப்பேர்ப் பட்டவர்கள் கடைக்கு வந்து ‘ஏம்பா, ஒரு ஷாம்பு கொடு’ என்றோ ‘ஏங்க நல்ல டீவி வாங்கணும், எதை வாங்கலாம்’ என்றோ கடைக்காரரையே கேட்கும் நிலை. அப்பேர்ப்பட்ட சமயங்களில் கடைக்காரர் கொடுப்பதுதான் ப்ராண்டு; அவர் சொல்வதுதான் சட்டம் என்கிற நிலை தோன்றுவதால் அவர் களின் பலம் கூடுகிறது. அப்புறம் என்ன, அவர்கள் சொல்படி மார்க்கெட்டர்கள் ஆடத்தான் வேண்டும். போட்டியின் உக்கிரத்தை அனுபவித்துத்தான் தொலைக்கவேண்டும். லாபத்தின் அளவு குறைவதை அழுதுகொண்டே சகித்துக் கொள்ளவும் வேண்டும்!

நாம் விற்கும் பொருள்வகையில் பெரிய அளவு வித்தியாசங்கள் இல்லாமல் எல்லா ப்ராண்டுகளும் ஒன்றுபோல் தோன்றினாலும் தொலைந்தோம். அந்தப் பொருள்வகையில் வாங்குபவர்களின் பேரம் பேசும் வலிமை அதிகமாக அமைந்து, அங்கு

போட்டியின் உக்கிரம் அதிகம் இருக்கும்; லாபம் ஈட்டும் திறன் குறைந்து இருக்கும். மினரல் வாட்டர், பிஸ்கெட், பால் போன்ற பொருள்வகைகளில் இந்தக் கூத்தைக் கண்கூடாகக் காணலாம்.

கடைக்காரரை விடுங்கள். பல சமயங்களில் நம் ப்ராண்டுகளைக் கடையில் வாங்கும் வாடிக்கையாளர்களின் பலம் கூடினாலும் அவர்கள் இஷ்டத்துக்குத்தான் ஆடவேண்டியிருக்கும். இதைப் புரிந்துகொள்ள மீண்டும் மொபைல் கனெக்ஷன் மார்க்கெட்டுக்குச் செல்வோம்.

முன்பெல்லாம் ஒரு மொபைல் சர்வீஸைத் தேர்ந்தெடுத்து அதை உபயோகித்து, அது திருப்தியியாக இல்லை என்றால் என்ன செய்தோம்? சிலர் வேறு சர்வீஸைத் தேர்ந்தெடுத்தோம். ஆனால் பலரும் 'வேறு சர்வீஸைத் தேர்ந்தெடுத்தால் இத்தனை நாள் இருந்த நம் நம்பர் மாறிவிடுமே. இதை எத்தனை பேருக்குக் கொடுத்திருக்கிறோம். விசிட்டிங் கார்டில் வேறு போட்டிருக் கிறோம். சே, இந்த தரித்திரம் பிடிச்ச சர்வீஸே இருந்து தொலையட்டும்' என்று வேண்டாவெறுப்பாக, திருப்தியில்லாத மொபைல் சர்வீஸையே கட்டிக்கொண்டு அழுதோம்.

வந்தது நம்பர் போர்ட்டபிலிட்டி. அதோடு ஆரம்பித்தது மொபைல் கனெக்ஷன் கம்பெனிகளுக்குச் சனி. இன்று நம் செல்ஃபோன் நம்பர் நமக்குச் சொந்தம். திருப்தியில்லாத மொபைல் சர்வீஸை மாற்றிக்கொண்டே இருக்கலாம். நம்பர் மாறாது. அதாவது, வாடிக்கையாளர்களின் கை ஓங்கி இருக் கிறது. ஓங்கிய கையால் அவர்கள் பலம் கொண்ட மட்டும் மொபைல் கம்பெனிகளைக் கிள்ளலாம், அடிக்கலாம், திருக லாம், குத்தலாம், குமுறலாம், கொன்றேகூடப் போடலாம்!

சப்ளையர்களின் பேரம் பேசும் வலிமை (Bargaining power of suppliers)

விஷயம் தெரிந்த சென்னைவாசிகள் ஆட்டோ பிடிக்க ஸ்டாண்டுக்குச் செல்ல மாட்டார்கள். அங்கே அனைவரும் சொல்லிவைத்தாற்போல் சேர்ந்து, கோஷ்டி கானமாக அக்கிரமத்துக்கு அதிகமான ரேட்டைக் கேட்டு பயமுறுத்து வார்கள். அவர்கள் கேட்கும் ரேட்டுக்கு நாமே சொந்தமாக ஓர் ஆட்டோ வாங்கி, போகவேண்டிய இடத்துக்கு ஓட்டிக்கொண்டு போய்விடலாம். ஏன் ஆட்டோ ஸ்டாண்டில் இப்படி

அடாவடியாகக் கேட்கிறார்கள்? ஏனெனில் அங்கு அவர்களிடம் பேரம் பேசும் வலிமை அதிகமாக இருப்பதால்.

ஸ்டாண்டுக்குச் செல்லாமல் ரோட்டில் வரும் ஆட்டோவை நிறுத்திக் கேட்டுப் பாருங்கள். ஸ்டாண்டில் கேட்ட தொகையை விடக் கொஞ்சமாவது கம்மியான ரேட்டைக் கேட்பார் ஆட்டோ டிரைவர். நீங்கள் அவரோடு பேரம் பேசிக்கொண்டிருக்கும்போது பின்னால் இன்னோர் ஆட்டோ வந்து நிற்கட்டுமே, அதைக் கவனிக்கும் ஆட்டோ டிரைவர் டக்கென்று தான் கேட்ட ரேட்டை இன்னமும்கூடக் குறைத்துக்கொள்வார். நாம் கேட்கும் ரேட்டுக்குப் படிந்து வந்தாலும் வருவார். எங்கே பின்னால் நிற்கும் ஆட்டோக்காரர் நாம் கேட்ட ரேட்டுக்குப் படிந்து வந்து தன் சவாரியைப் பிடுங்கிவிடுவாரோ என்கிற பயம்தான். இந்த இடத்தில் ஆட்டோக்காரரின் பேரம் பேசும் வலிமை குறைவாக இருப்பதால், நமக்கு அது சாதகமாக முடிகிறது.

மார்க்கெட்டிலும் இதே நிலைமைதான். எல்லாப் பொருள் வகைகளிலும் இதே கதிதான். எங்கெல்லாம் பொருளை விநியோகிப்பவர்கள், சப்ளையர்கள், தயாரிப்பாளர்கள் ஆகியோரின் பேரம் பேசும் வலிமை கூடியிருக்கிறதோ அங்கு போட்டியின் உக்கிரம் அதிகம் இருக்கும். அவர்கள் கேட்கும் விலையைக் கொடுத்து வாங்கவேண்டிய நிலையில்தான் வாடிக்கையாளர்கள் இருப்பார்கள்.

கச்சா எண்ணெயின் விலையை எடுத்துக்கொள்ளுங்கள். தீயை வைத்தால் பெட்ரோல் எரிகிறதோ இல்லையோ, அதன் விலை மட்டும் தீ வைக்காமலேயே நன்றாகக் கொழுந்துவிட்டு எரிகிறது. இதற்கு முக்கியமான காரணம் Organization of Petroleum Exporting Countries (OPEC) என்கிற கூட்டமைப்பு.

OPEC என்பது கச்சா எண்ணெ தயாரிக்கும் நாடுகள் ஒன்று சேர்ந்து அமைத்த ஒரு அழிச்சாட்டிய, அக்கிரம, அயோக்கியத் தனமான ஏற்பாடு. எத்தனை கச்சா எண்ணெய் தயாரிப்பது என்பது முதல் அதை எந்த விலைக்கு விற்பது என்பது வரை கச்சா எண்ணெயின் அனைத்து சமாசாரங்களையும் கண்ட்ரோல் செய்கிறது இந்தக் கூட்டமைப்பு. அந்த எண்ணெயை வாங்கிச் சுத்திகரித்து அதை நமக்கெல்லாம் விற்கும் ரிஃபைனரிகள், இந்தக் கூட்டமைப்பு விதிக்கும் விலையின் கட்டுப்பாட்டுக்குள்

இருக்கவேண்டிய துர்பாக்கிய நிலைமை. அதாவது இந்த இடத்தில் சப்ளையர்களின் பேரம் பேசும் வலிமை கூடுதலாகப் போய் வாங்குபவர்களுக்கு அதுவே கெடுதலாக அமைகிறது.

இதே கதி தான் விமானங்கள் உபயோகப்படுத்தும் Aviation Turbine Fuel (ATF) என்கிற எரிபொருளிலும். இதன் விலையை நிர்ணயிப்பது அரசாங்கத்தின் வரி விகிதம். நம் நாட்டு அரசுகள் விதிக்கும் அதிக வரிவிகிதத்தால் ஏ.டி.எஃப்பின் விலை விமானச்சேவை நடத்தும் செலவில் கிட்டத்தட்டப் பாதியாக இருக்கிறது. அதனால்தான் விமானத்தில் சவாரி செய்ய வேண்டும் என்றால் டிக்கெட்டின் விலை விமானத்தை விடவும் அதிகமாகப் பறக்கிறது. அரசாங்கத்துக்குச் சொந்தமான கம்பெனி களிடமிருந்து வாங்கவேண்டிய தலையெழுத்து வேறு இருப்ப தால் எரிபொருளை வாங்கும் விமானங்களுக்குப் பேரம் பேசும் பலம் குறைவாக இருக்கிறது. இதனால் விமான சேவையில் லாபம் ஈட்டும் தன்மையும் அறவே இல்லாமல் போய், போட்டியின் உக்கிரமும் அதிகமாக இருக்கிறது.

'இதயம்', 'அஞ்சலி', 'சாஸ்தா' போன்ற நல்லெண்ணெய் தயாரிக்கும் கம்பெனிகள் அவர்களுக்குத் தேவையான எள்ளை அதிக விலை கொடுத்து வாங்கவேண்டியிருக்கிறது. ஏனெனில் எள்ளை வெளிநாடுகளுக்கு விற்றால் அதிக லாபம் கிடைப்ப தால், எள் அதிகம் வெளிநாடுகளுக்குத்தான் ஏற்றுமதி செய்யப் படுகிறது. இங்கே அதை வாங்கவேண்டும் என்றால் அதிக விலை கொடுக்கவேண்டிய கட்டாயம். நல்லெண்ணெய் விற்கும் கம்பெனிகளின் பேரம் பேசும் வலிமை குறைவாக இருப்பதால்தான் நல்லெண்ணய் மார்க்கெட்டில் போட்டியின் உக்கிரம் அதிகமாக இருக்கிறது. அதன் விலையும் ஏறிக் கொண்டே போகிறது. அந்தப் பொருள்வகையில் லாபத்துக்கே எள்ளும் தண்ணீரும் விட்டு திவசம் செய்யும் நிலை நீடிக்கிறது!

மைக்கல் போர்டரின் தியரி இந்நேரம் உங்களுக்குப் புரிந் திருக்கும். கொட்டமடிக்கும் இந்தக் கொலைவெறி மேட்டர் களின் சமாசாரம் விளங்கியிருக்கும்.

நாம் போட்டியிடப் போகும் பொருள்வகையில் போட்டியின் உக்கிரத்தை அனுமானித்து, அதைச் சமாளிக்கும் விதத்தைத் தீர்மானிப்பது மார்கெட்டரின் தலையாயப் பணிகளில் ஒன்று. போட்டியின் உக்கிரத்தை நிர்ணயிப்பது நம்மோடு நேருக்கு நேர்

மோதும் போட்டியாளர்கள்தான் என்பதில்லை. இதைப் புரிந்து கொண்டு நம் கம்பெனியைத் தயார்படுத்திக்கொள்ளவேண்டும்.

'ஐந்து கொலைவெறி சமாசாரங்கள் இருக்கின்றன. நான் என்ன செய்வது, விதி விட்ட வழி' என்று வியாக்கியானம் பேசாமல் போர்டர் சுட்டிக்காட்டியிருக்கும் ஐந்து சக்திகளையும் அவற்றின் தாக்கத்தையும் ஆராய்ந்து அவற்றைத் தாக்குப்பிடிக்கத் தேவையான உத்திகளை வகுக்கவேண்டியது மார்க்கெட்டரின் சாமர்த்தியம்.

உதாரணத்துக்கு நுழைவுத் தடை அதிகமாக இருக்கிறது என்பதற்காக 'ஒரு பொருள்வகையை விட்டுவிடுவோம், அங்கு நுழைவது பிரயோஜனமில்லை, அங்கு வெற்றி பெறுவது கடினம்' என்று புறமுதுகு காட்டி ஓடுவது கோழைத்தனம். ஸ்மார்ட்டாக யோசித்து சமயோஜிதமாக அதே பொருள் வகையில் நுழைந்து சமர்த்தாக சக்ஸஸ் ஆவதுதான் சிறந்த மார்க்கெட்டருக்கு அழகு.

'ஆம்வே'யை எடுத்துக்கொள்ளுங்கள். அவர்கள் விற்கும் பொருள்வகைகளில் ஏகப்பட்ட நுழைவுத் தடைகள். அவர்கள் பொருட்களைக் கடைக்காரர்கள் வாங்க ரொம்பவே யோசித் தார்கள். பன்னாட்டு கம்பெனிகள் பலவும் அதே பொருள்வகை களில் இருந்ததால் அவர்கள் விற்கும் ப்ராண்டுகளையே கடைக்காரர்கள் வாங்கிக் கடைகளில் அடுக்கி வைத்தனர். அப்படியே ஆம்வேயின் ப்ராண்டுகளை வாங்கினாலும் கடை களில் பிரதானமான இடங்களில் வைக்க இடம் இல்லை. இத்தனை நுழைவுத் தடைகளும் ஆம்வேயைத் தடுத்தனவா?

இல்லை; கடைக்காரர்கள் இல்லையென்றால் என்ன? நேராக வாடிக்கையாளர்களையே தேடிப் பிடிப்போம்; அவர்களையே வீடு வீடாகச் சென்று மற்றவர்களுக்கு விற்க வைப்போம். அவர் களைக் கொண்டே நம் ப்ராண்டுகளைப் பற்றிய விவரங்களை மற்றவர்களுக்கு கூறவைப்போம் என்று யோசித்து மல்டி லெவல் மார்க்கெட்டிங் என்கிற உத்தி மூலம் கடைகளைத் தவிர்த்து வாடிக்கையாளர்கள் மூலமே விநியோகம் செய்யும் புதிய முறையைக் கையாண்டு நுழைவுத் தடைகளைத் தகர்த்து எறிந்தது. இன்று இந்தியாவில் கோடிக்கணக்கில் விற்றுக் கொண்டிருக்கிறது.

சாமர்த்தியமாகச் சிந்தித்து வெற்றி பெற்றது ஆம்வே. சமயோஜிதமாகச் சிந்தித்தால் உங்களுக்கும் கிடைக்கும் எதாவது ஒரு வே!

பஞ்ச பூதங்களைக் கண்டு நீங்கள் அஞ்ச வேண்டியதில்லை. இந்தக் கேள்விகளுக்கு விடை தேடினால் உங்களை மிஞ்ச ஆளும் இல்லை!

1. உங்கள் மார்க்கெட்டில் புதிய வரவுகளின் தாக்கம் அதிகமா, குறைவா?
2. உங்கள் மார்க்கெட்டில் நுழைவுத் தடைகள் உண்டா? அவை எவை? அவற்றை முறியடித்து உள்ளே நுழையும் தகுதி படைத்த கம்பெனிகள் உள்ளனவா?
3. உங்கள் மார்க்கெட்டில் விலகுவதற்குத் தடைகள் உண்டா? அவை எவை? அவற்றை முறியடித்து வெளியேறும் நிலையில் உங்கள் போட்டியாளர்கள் உள்ளனரா?
4. உங்கள் மார்க்கெட்டில் போட்டியாளர்கள் மத்தியில் நிலவும் மோதலின் ஆக்ரோஷம் எத்தகையது? அதைத் தாக்குப் பிடிக்கும் சக்தி உங்களிடம் உள்ளதா?
5. நீங்கள் விற்கும் ப்ராண்டுக்கு மாற்றுப் பொருட்கள் எவை? அவற்றின் தாக்கத்தின் அளவு அதிகமா, குறைவா?
6. உங்கள் ப்ராண்டை வாங்குவோரின் (கடைக்காரர்கள், விநியோகஸ்தர்கள், வாடிக்கையாளர்கள்) பேரம் பேசும் வலிமை எத்தகையது?
7. ப்ராண்ட் தயாரிக்க நீங்கள் வாங்கும் உட்பொருட்களைத் தயாரிப்பவர்களின் பேரம் பேசும் வலிமை எத்தகையது?

7

போட்டியாளர் வராருடோய்!

பஜார்ல உஜாரா இருக்கோனுங்க
இல்லாட்டி நிஜாரக் கழட்டிடுவானுங்க!

- லோக்கல் கானா

ஊரில் நீங்கள் ஒருவர்தான் ஆண் மகன், வேறு ஆடவனே இல்லை என்கிற நிலை இருந்தால் எப்படி இருக்கும் என்று நினைத்துப் பாருங்கள். என்ன ஆகும் என்று யோசித்துப் பாருங்கள்.

அனாவசியமாக நீங்கள் முக்கி முனகி, தட்டுத் தடுமாறி பெண்களைக் கவர முயல வேண்டாம். கஷ்டப்பட்டு அவர் களை மயக்கி, கரெக்ட் செய்யவேண்டாம். இன்ஃபாக்ட் நீங்கள் ஒன்றுமே செய்யாமல் 'அக்கடா' என்று உட்கார்ந்திருந்தாலே போதும். 'எக்கட' என்று உங்களைத் தேடி வரும் பெண்கள் கூட்டம் 'பக்கோடா' போல் உங்களைக் கொத்திச்செல்லும்.

இருப்பதே நீர் ஒருவர்தான் ஆண்மகன் என்றால் பெண்களுக்கு வேறு போக்கிடம் ஏது? அவர்கள் அல்லவா போட்டி போட்டுக் கொண்டு உங்கள் பின்னால் க்யூ கட்டி நிற்கவேண்டும். அவர்கள் அல்லவா உங்களை ரவுண்ட் கட்டி ரவுசு செய்யவேண்டும். அவர்கள் அல்லவா உங்களை கரெக்ட் செய்து உங்களோடு தங்களை கனெக்ட் செய்ய மெனக்கெட வேண்டும்.

அப்படி ஒரு நிலை வந்தால் உங்கள் ரேஞ்சே வேறு அல்லவா? ஏகாந்த, ஏகோபித்த, ஏராளமான பெண்கள் சூழ்ந்த கோபியர் கொஞ்சும் ரமணனாக அல்லவா இருப்பீர்!

சரி சரி, ஆசைப்பட்டது போதும். திறந்த வாயை மூடித் துடைத்துக் கொள்ளுங்கள். கன்னிகாஸ்திரீகள் நிறைந்த கனவுலகிலிருந்து நனவுலகுக்கு வாருங்கள். இங்கு நிலைமையே தலைகீழாக இருக்கிறதா? பாழாய்ப் போன நனவுலகில் உங்களைப்போல் பல ஆண்கள் இருந்து தொலைக்கிறார்களே. அதனால்தானே பிரச்னையே. உங்களைக் காட்டிலும் அழகாக, அமர்க்களமாக வேறு இருந்து கழுத்தறுக்கிறார்களே. அதுதானே ப்ராப்ளமே.

மார்க்கெட்டிங் உலகிலும் இதே நிலைதான். ப்ராண்டுகளை விற்பவர் நீங்கள் மட்டும் அல்லவே. உங்களுக்குக் குழி பறிக்க ஒரு கூட்டமே இங்கு அலைகிறதே. உங்களை வழிமறிக்க ஒரு வழிப்பறி கோஷ்டியே காத்திருக்கிறதே. உங்கள் வாடிக்கை யாளர்களை கரெக்ட் செய்ய நீங்கள் நினைக்கும் அதே நேரத்தில் அவர்களை அப்படியே மொத்தமாக கலெக்ட் செய்துகொண்டு போக உங்கள் போட்டியாளர்களும் மெனெக்கெட்டுக்கொண் டிருக்கிறார்களே. அதுதானே பிரச்னையே. உங்கள் விற்பனை யைப் பறிக்க நினைக்கும் கற்பனையில் இருக்கிறார்கள் காம்பெடிட்டர்கள். அங்குதானே வில்லங்கமே.

‘பூஸ்ட்டின்’ ப்ராப்ளம் அதைப் பருகுபவர்கள் அல்ல, ‘போர்ன் வீட்டா’, ‘ஹார்லிக்ஸ்’, ‘மால்டோவா’ போன்றவை.

‘போத்தீஸின்’ பிரச்னை அவர்களுடைய வாடிக்கையாளர்கள் அல்ல, ‘சென்னை சில்க்ஸ்’, ‘ஆர்எம்கேவீ’, ‘கணபதி சில்க்ஸ்’ மற்றும் வகையறா.

‘சன் டீவியியோடு’ சண்டை போடுவது நேயர்கள் அல்ல, ‘விஜய் டீவி’, ‘ஜெயா டீவி’, ‘ராஜ் டீவி’ என்கிற கூட்டம்.

வாடிக்கையாளர்களை நன்றாகத் தெரிந்து கொள்ளவேண்டும். அவர்கள் தேவைகளை ஒழுங்காகப் புரிந்துகொள்ளவேண்டும். அவர்களை மகிழ்ச்சியாக வைத்துகொள்ளவேண்டும். அதெல் லாம் ரைட்தான். இல்லை என்று சொல்லவில்லை. ஆனால் போட்டியாளர்கள் இல்லை என்றால் பிரச்னையே இல்லையே. காம்பெடிஷன் இல்லை என்றால் கஷ்டமே இல்லையே.

கடும் போட்டி நிறைந்த சந்தைப் பொருளாதாரம் இங்கு வளர்ந் திருக்கிறது. அதனால்தான் நம் கவனம் வாடிக்கையாளர்களை மட்டுமே சுற்றி இருந்துவிடக்கூடாது. போட்டியாளர்கள்மீதும் ஒரு பார்வை படர்ந்துகொண்டே இருக்கவேண்டும்.

போட்டியாளர்களைச் சமாளிக்கும் உத்திகளும் போட்டியை வெல்லும் தந்திரங்களும் போர்க்கால நடவடிக்கைகளை ஒத்தவை. யுத்த தந்திரங்களைப் போன்றவைதான் மார்க்கெட்டிங் கில் நாம் பிரயோகப்படுத்தவேண்டிய உத்திகளும் தந்திரங்களும்.

அமெரிக்காவில் பியர் (சாராயம்தான்!) மார்க்கெட் கடும் போட்டி நிறைந்தது. அங்கு விற்பனையில் முன்னணி வகிக்கும் 'ஆன்ஹவுஸர் புஷ்' என்கிற கம்பெனியின் கார்ப்பரேட் போர்ட் ரூமுக்கு 'வார் ரூம்' என்று பெயர் வைத்திருக்கிறார்கள். கடும் போட்டிகளை எப்படிச் சமாளிப்பது, காம்பெடிட்டர்களின் தாக்குதலை எப்படிச் சமாளிப்பது, போட்டியாளர்களை எப்படிப் போட்டுத் தள்ளுவது போன்ற சூடான விவாதங்கள் நடக்கும் அறைக்கு அந்தப் பெயர் எவ்வளவு பொருத்தமானது பாருங்கள்!

மார்க்கெட்டர்கள் செய்யும் பிரதான தவறுகளில் ஒன்று, போட்டி யாளர்களின் தன்மையையோ, தரத்தையோ, தாக்குதலையோ உணராமல் தங்களை மட்டுமே சிந்தித்துச் செயல்படுவது. நல்ல, நம்பிக்கையான ஆட்களை வேலைக்கு வைத்துக்கொள்வோம், தரமான பொருட்களைத் தயாரிப்போம், வெற்றி நமதே என்கிற அதீத நம்பிக்கையோடு தொழில் செய்வது பலரிடத்தில் பரவலாக இருக்கிறது.

இரண்டுமே தேவைதான். ஆனால் இந்த இரண்டும் இருந்தும் தோல்விகண்ட ப்ராண்டுகள் ஆயிரம் உண்டிங்கு. இங்கு அன்னியன் வந்து புகுவதென்ன நீதி என்று கேட்டுப் பிரயோஜன மில்லை.

'மைலோ' என்கிற ஹெல்த் ட்ரிங் நல்ல பானம்தான். அதைத் தயாரித்து விற்ற 'நெஸ்லே'வும் பெரிய பன்னாட்டு கம்பெனி தான். அதில் வேலை செய்தவர்களும் சாமானியர்கள் இல்லை தான். ஆனாலும் மைலோ ஃபெயில் ஆனதே. எதனால்? 'பூஸ்ட்', 'காம்ப்ளான்', 'போர்ன்விட்டா' என்று ஒரு கூட்டமே அதன் மென்னியைப் பிடித்து, நெறித்து, நெட்டித் தள்ளி நசுக்கியதால்.

'இந்தியன் எக்ஸ்பிரஸ்' நல்ல பேப்பர்தான். அதில் வேலை செய்பவர்களும் பல ஆண்டு அனுபவம் வாய்ந்தவர்கள்தான். ஓரளவேனும் தரமான பேப்பர்தான். ஏன் அந்த பேப்பர் விற்க

முடியாமல் கிழிந்து வருகிறது. 'தி ஹிண்டு' அதன்மீது பாய்வதால்!

மைலோ என்ன செய்து விற்க முயன்றிருக்கவேண்டும். இந்தியன் எக்ஸ்பிரஸ் என்ன செய்து தன்னைத் தற்காத்துக் கொண்டிருக்கவேண்டும்? போட்டியாளர்களோடு எப்படி நாம் போரிட வேண்டும்?

மைலோவின் போட்டியாளரான 'ஹார்லிக்ஸ்' அதே பொருள் வகையில் நம்பர் ஒன் இடத்தில் இருக்கும் ப்ராண்ட். சக்கை போடு போட்டிக்கொண்டிருக்கும் ப்ராண்ட். எந்த மார்க்கெட்டில் மைலோ தோல்வியுற்றதோ, அதே மார்க்கெட்டில் ஹார்லிக்ஸ் எப்படி வெற்றிபெற்றது? ஹார்லிக்ஸ் வெற்றி பெறச் செய்த வித்தைகளை மைலோ செய்திருந்தால் பிழைத்திருக்குமா? இல்லை, தி ஹிண்டு செய்வதை இந்தியன் எக்ஸ்பிரஸ் செய்தால் தழைத்திருக்குமா?

இல்லை. கண்டிப்பாக இல்லை!

விரலுக்கேற்ற வீக்கம் எப்படித் தேவையோ, நோய்க்கேற்ற மருந்து எப்படி அவசியமோ, ஜாடிக்கேற்ற மூடி எப்படி முக்கியமோ, அதேபோல் போட்டியாளர்களைச் சமாளிக்க, அவர்களோடு போட்டி போட, அவர்களிடமிருந்து தற்காத்துக் கொள்ள, வேறுபட்ட உத்திகளைப் பயன்படுத்தவேண்டும்.

அதற்கு முக்கியமாக நாம் யார், மார்க்கெட்டில் எந்த இடத்தில் இருக்கிறோம், நம் சக்தி என்ன, போட்டியாளர்களின் நிலை என்ன என்பதை அறிந்து அதற்கேற்பத்தான் உத்திகளை வகுக்க வேண்டும்.

சுருக்கமாகச் சொன்னால், மற்றவர்கள் பயன்படுத்தி அவர்கள் வெற்றி பெற உதவிய உத்தி நமக்கும் பயன்படும், வெற்றியைத் தேடித் தரும் என்று நினைப்பது அறிவீனம். ஒருவர் உபயோகிக்கும் தந்திரங்கள் நமக்கும் உபயோகப்படும் என்று நினைப்பது மடத்தனம்.

மார்க்கெட்டிங் உலகில் வெற்றிபெற முதலில் வெற்றி என்றால் என்ன என்பதையே தெளிவாகப் புரிந்துகொள்ளவேண்டும்!

வெற்றி என்பது ப்ராண்டுக்கு ப்ராண்டு மாறுபடும். தோல்வி என்பது கம்பெனிக்கு கம்பெனி வேறுபடும். உதாரணத்துக்கு

மாருதி சுசூக்கிக்கு வெற்றி என்பது தன் விற்பனையையும் தன் லாபத்தையும் தக்கவைத்துக்கொள்வது. ஃபோர்டுக்கு வெற்றி என்பது தன் விற்பனையையும் லாபத்தையும் அதிகப்படுத்து வது. ரேவா எலக்ட்ரிக் காருக்குத் தன் விற்பனையையும் லாபத் தையும் குறையாமல் பார்த்துக்கொண்டால் அதுவே பெரிய வெற்றிதான்!

இந்தக் கோணத்தில் பார்க்கும்போது வெற்றிபெற அந்த மூன்று கம்பெனிகளின் உத்திகள் வேறு வேறாகத்தானே இருக்க வேண்டும்? தங்கள் நிலைமைக்கு எது வெற்றியோ அதற்குத் தேவையானவற்றைச் செய்வதுதானே பயன் தரும்?

ஆக, போட்டியாளர்களைச் சமாளிக்க முதலில் நாம் யார் என்கிற தெளிவான சிந்தனை அவசியம். நம் பலம், பலவீனம் என்ன என்கிற புரிதல் முக்கியம். நம் போட்டியாளர்களின் போக்கைப் பற்றிய அனுமானம் அவசியம்.

எந்த மார்க்கெட்டிலும் ஒரு லீடிங் ப்ராண்ட் இருக்கும். அதன் லீட் கூடக்குறைவாக இருக்குமே ஒழிய முதல் இடத்தில் என்று ஒரு ப்ராண்ட் இருந்தே தொலைக்கும். இவ்வகை ப்ராண்டை 'லீடர் ப்ராண்ட்' (Leader brand) என்று அழைப்பார்கள்.

டியோடரண்டில் 'ஆக்ஸ்' போல.

டூத்பேஸ்டில் 'கோல்கேட்' போல.

ஷாம்புவில் 'க்ளினிக் ப்ளஸ்' போல.

முதல் இடத்தில் இருக்கும் ப்ராண்டைச் சீண்டிக்கொண்டே இருக்கும், இரண்டாவது இடத்தில் இருக்கும் ப்ராண்ட். இவ்வகை ப்ராண்டை 'சேலஞ்சர் ப்ராண்ட்' (Challenger brand) என்று அழைப்பார்கள்.

டியோடரண்டில் 'ரெக்ஸோனா' போல.

டூத்பேஸ்டில் 'பெப்ஸோடண்ட்' போல.

ஷாம்புவில் 'பாண்டீன்' போல.

அதே பொருள்வகைகளில் இந்த ப்ராண்டுகளைப் பின்தொடர்ந்து ஒரு மூன்று, நான்கு ப்ராண்டுகள் இருக்கும். இவ்வகை

ப்ராண்டை 'ஃபாலோவர் ப்ராண்ட்' (Follower brand) என்று அழைப்பார்கள்.

டியோடரண்டில் 'ஃபா', 'செட் வெட்', 'ஈவா' போல.

டூத்பேஸ்டில் 'ப்ராமிஸ்', 'க்ளோஸ் அப்' போல.

ஷாம்புவில் 'சன்சில்க்', 'சிக்', 'கார்னியே' போல.

அதே பொருள்வகைகளில் ஒரு ஓரத்தில் ஒண்டிக்கொண்டு ஒடிசலாக, சிறியதாக, அதிகப் போட்டி இல்லாமல் ஓரிரு ப்ராண்டுகள் இருக்கும். இவ்வகை ப்ராண்டை 'நீஷ் ப்ராண்ட்' (Niche brand) என்று அழைப்பார்கள்.

டியோடரண்டில் 'நைக்கி' போல.

டூத்பேஸ்டில் 'சென்ஸோடைன்' போல.

ஷாம்புவில் 'மெடிக்கர்' போல.

போர்த் தந்திரங்கள் எப்படி வேறுபடுகின்றனவோ அதோபோல் மார்க்கெட்டிங் யுத்தங்களும், அதில் பிரயோகப்படுத்தவேண்டிய உத்திகளும் மாறுபடும். மாறுபடவேண்டும் என்கிறார்கள் ஆல் ரீஸ், ஜாக் ட்ரவுட் என்னும் இரு அமெரிக்க மார்க்கெட்டிங் விற்பன்னர்கள். இருவரும் சேர்ந்து மார்க்கெட்டிங் உத்திகளைப் பற்றியும் மார்க்கெட்டிங் போரில் பிரயோகப்படுத்தவேண்டிய தந்திரங்களைப் பற்றியும் அருமையான புத்தகங்களை எழுதியிருக்கிறார்கள்.

மார்க்கெட்டிங் யுத்தங்களை நடத்த ஒரு வழி அல்ல, நான்கு வகைகள் உண்டு என்பது அவர்கள் வாதம். எந்த வகையில் போர் புரியவேண்டும், எத்தகைய உத்திகளைக் கையாளவேண்டும் என்பதைச் சரியாகக் கணிப்பதில்தான் வெற்றியின் அடித்தளம் அமைந்திருக்கிறது என்கிறார்கள் இவர்கள்.

ஒவ்வொரு ப்ராண்டும் மார்க்கெட்டில் எந்த நிலையில், எத்தகைய பொசிஷனில் இருக்கிறது என்பதை உணர்ந்து, அதன் போட்டியாளர்கள் யார், அவர்கள் எந்த பொசிஷனில் இருக்கிறார்கள் என்பதை அறிந்து, அதற்கேற்ப மார்க்கெட்டிங் போர்த் தந்திரங்களையும், தேவையான உத்திகளையும் வகுக்க வேண்டும்.

ஒவ்வொரு ப்ராண்டும் வெவ்வேறு சக்திகளையும், வெவ்வேறு பலங்களையும், வெவ்வேறு குறிக்கோள்களையும் கொண்டிருக்கும்போது அவற்றின் உத்திகள் மட்டும் ஒன்றாக இருக்கலாமா? அந்த ப்ராண்டு பிரயோகப்படுத்தவேண்டிய போர்த் தந்திரங்களும் வெவ்வேறாகத்தானே இருக்கவேண்டும்!

ஒரு பொருள்வகையில் உள்ள லீடர் ப்ராண்டுகள் தங்கள் இடத்தைப் பாதுகாத்துக்கொள்ள முக்கியமாகத் தற்காப்பு உத்திகளைப் பயன்படுத்தவேண்டும். ஹெல்த் ட்ரிங் மார்க்கெட்டில் ஹார்லிக்ஸ் செய்வது அதைத்தான். கார் மார்க்கெட்டில் மாருதி சுசூக்கி செய்வது அதையே. இவ்வகை ப்ராண்டுகள் தங்களைத் தற்காத்துக்கொள்ளப் பயன்படுத்தும் உத்திகளுக்கு 'டிஃபென்ஸ் ஸ்ட்ரேடஜி' என்று பெயர்.

ஃபர்ஸ்ட் ரேங்க் வாங்கும் மாணவன், தன்னைவிட யாரும் அதிக மார்க் எடுத்துத் தன் ஃபர்ஸ்ட் ரேங்கைப் பிடுங்கிக்கொள்ளக் கூடாது என்று தன் முதல் ரேங்கைப் பாதுகாத்துக்கொள்வது போல!

லீடர் ப்ராண்டுகள் தங்களை எப்படித் தற்காத்துக்கொள்வது? தற்காப்பு உத்திகளை எப்படிக் கையாள்வது? தற்காத்துக்கொள்வதோடு வேறு என்னென்ன செயல்கள் செய்யவேண்டும்? இவை அனைத்தையும் அலேக்காக அடுத்த அத்தியாயத்தில் அலசப் போகிறோம்.

பொருள்வகையில் உள்ள சேலஞ்சர் ப்ராண்டுகள் லீடரைத் தாக்கும் 'அஃபென்ஸ் ஸ்ட்ரேடஜி'யைப் பயன்படுத்தவேண்டும். கார்கள் விற்பனையில் ஹூண்டாய் இரண்டாவது இடத்தில் இருக்கிறது. அதாவது ஹூண்டாய் ஒரு சேலஞ்சர் ப்ராண்ட். அந்த ப்ராண்ட் வளர, விற்பனையை அதிகரிக்க மாருதி சுசூக்கியை எப்படித் தாக்குவது என்றுதான் சிந்திக்கவேண்டும்.

தாக்குவது என்றால் நேராகச் சென்று சட்டை காலரைப் பிடித்து முகத்தோடு முகம் மோதவேண்டும் என்று அர்த்தமல்ல. அஃபென்ஸ் ஆட்டம் ஆடச் சில வழிமுறைகள் உண்டு. சில விதிமுறைகள் உண்டு. சில நெளிவுசுளிவுகள் உண்டு. இவை அனைத்தையும் ஒன்பதாவது அத்தியாயத்தில் ஒவ்வொன்றாகப் பார்ப்போம்.

ஒரு பொருள்வகையில் உள்ள ஃபாலோவர் ப்ராண்டுகள் என்ன செய்யவேண்டும்? தங்கள் பொருள்வகையில் உள்ள லீடரோடும்

சேலஞ்சரோடும் நேருக்கு நேர் மோதுவதைத் தவிர்க்க வேண்டும். தங்கள் பொருள்வகையில் முன்னேற, விற்பனையை விரிவாக்க வழிகள் இருக்கின்றனவா என்று ஆராயவேண்டும். இவ்வகை ப்ராண்டுகளுக்கான உத்திகளும் வழிகளும் பத்தாவது அத்தியாயத்தில் பரவலாகப் பரிசீலிக்கப்படும்.

நீஷ் ப்ராண்டுகள் என்று பார்த்தோமே; கார்களில் ரேவா எலக்ட்ரிக் கார் போல, ஷாம்புகளில் மெடிக்கர் போல. மார்க்கெட்டிங் போர்க்களத்தில் இந்த ப்ராண்டுகள் என்ன ஆட்டம் ஆடவேண்டும்? எப்படித் தங்களை தற்காத்துக்கொள்ள வேண்டும்? இந்த ப்ராண்டுகள் எப்படி வயலண்டாக இல்லாமல் சைலண்டாகச் செயல்படவேண்டும், எப்படிப் பெரிய ப்ராண்டு களோடு போட்டி போடாமல் வளர முயலவேண்டும்? இவை அனைத்தையும் பத்தோடு ஒன்றாக இல்லாமல் பதினோராவது அத்தியாயத்தில் பயபக்தியுடன் பார்ப்போம்.

மார்க்கெட்டிங் உத்திகள், போர்த் தந்திரங்களைப்போல என்று ஏற்கெனவே பார்த்தோம். போர்த் தந்திரங்களைப்போலவே மார்க்கெட்டிங்கிலும் நல்ல உத்திகள், கெட்ட உத்திகள் என்று எவையும் கிடையாது. பயன்படுத்தப்படும் நிலைமை, சூழ்நிலை, போட்டியின் உக்கிரம் ஆகியவற்றை வைத்துத்தான் பயன் படுத்தப்படும் உத்தியும் தந்திரமும் ஏற்றதா, இல்லையா என்று எடை போடவேண்டும்.

'ஃபேர் அண்டு லவ்லி' அதன் பொருள்வகையில் ஒரு லீடர் ப்ராண்ட். அதன் பிரதான நோக்கம் தன்னைப் பாதுகாத்துக் கொள்வது; தன் விற்பனையைத் தக்கவைத்துகொள்வது; முடிந்தால் தன் பொருள்வகைக்கு இதுவரை வராதவர்களையும் வரவழைக்கும் வழியைத் தேடுவது. இதற்குத் தேவையான உத்திகளை அந்த ப்ராண்ட் செய்தால் அந்த உத்தியைச் சரியான உத்தி, கரெக்டான பாதை என்று நன்றாகச் சொல்லலாம்.

ஆனால் அதே பொருள்வகையில் இருக்கும் 'ஃபேர்எவர்' பின்னால் வரும் சாதாரண ஃபாலோவர் ப்ராண்ட். 'எத்தைத் தின்றால் பித்தம் தெளியும்' என்றுதான் அந்த ப்ராண்ட் யோசிக்க வேண்டும். 'எத்தைச் செய்தால் வாடிக்கையாளர் வருவார்' என்றுதான் அந்த ப்ராண்டின் உத்திகள் இருக்கவேண்டும்.

ஆக, எந்த உத்தியும் தந்திரமும் ஃபேர் அண்டு லவ்லிக்கு ஏற்றது என்கிறோமோ அதே உத்தி ஃபேர்எவருக்குப் பேரழிவைக்கூடத்

தந்துவிடும். ஆக, உத்திகளும் தந்திரங்களும் சரி, தவறு என்கிற ரகத்தைச் சேர்ந்தவையல்ல. அவற்றைப் பயன்படுத்துபவர்களின் நிலையையும் தரத்தையும் சேர்ந்தது.

இதை மனத்தில் நிறுத்திக்கொண்டீர்களா? அப்படியென்றால் நீங்கள் ரெடி. வாருங்கள் செல்வோம் அந்த நான்கு போர்த் தந்திரங்களையும் படித்துப் புரிந்துகொள்ள!

தந்திரங்கள் கொஞ்சம் நேரம் காத்திருக்கட்டும். நீங்கள் மந்திரங்களாகப் போற்றவேண்டிய இந்த அத்தியாயத்துக்கான கேள்விகளை இப்போது பார்ப்போம்:

1. உங்கள் பொருள்வகையைச் சரியாக வகுத்துக்கொண்டிருக்கிறீர்கள் அல்லவா? அதில் உங்கள் ப்ராண்டின் மார்க்கெட் ஷேர் சதவீதம் எத்தனை?
2. உங்கள் ப்ராண்ட், லீடர் என்றால் அடுத்த ப்ராண்டுகளைக் காட்டிலும் எத்தகைய லீடிங்கில் உள்ளீர்கள்?
3. உங்களை சதா சேலஞ்ச் செய்யும் ப்ராண்டின் வலிமை என்ன? வீக்னெஸ் என்ன?
4. இன்று ஃபாலோவர்களாக இருக்கும் ப்ராண்டுகளில் எவை முன்னேறும் வல்லமை படைத்தவை என்று கருதுகிறீகள்? எதனால் அப்படி நினைக்கிறீர்கள்? அதை முறியடிக்கும் உத்திகளை வகுத்து வைத்திருக்கிறீர்களா?
5. நீங்கள் சேலஞ்சர் ப்ராண்ட் என்றால், லீடரின் பலத்தோடு இதுவரை மோதிக்கொண்டிருக்கிறீர்களா, இல்லை அதன் பலவீனத்தோடா?
6. நீங்கள் ஒரு சின்ன நீஷ் ப்ராண்ட் என்றால் மற்றவர்கள் உங்களை நெருங்காததற்கு, உங்கள் நீஷில் நுழைவதற்குத் தடையாக இருப்பது எது? அது வருங்காலத்தில் மாறி மற்றவர்கள் உங்கள் நீஷில் நுழையும் சாத்தியக்கூறு இருக்கிறதா?
7. வெற்றி என்பதை நீங்கள் எதைக்கொண்டு அளவிடுகிறீர்கள்? உங்கள் பொருள்வகையில் மற்ற ப்ராண்டுகள் எதைக்கொண்டு அளவிடுகின்றன என்று நினைக்கிறீர்கள்?

8

இது என் ஏரியா மாமு!

என்கிட்ட மோதாதே
நான் ராஜாதி ராஜனடா
வம்புக்கு இழுக்காதே
நான் சூராதி சூரனடா

- பொன்னடியான்

'கிங் காங்' என்கிற ஆங்கிலப் படத்தைப் பார்த்திருக்கிறீர்களா? அதில் கிட்டத்தட்ட நான்கு மாடி உயரத்துக்கு, சுமார் ஆயிரம் கிலோ எடை கொண்ட ஒரு கொரில்லா வரும். அந்த மாதிரி ஒரு ராட்சச கொரில்லா எங்கு சார் உட்காரும்?

'அதற்கு எங்கு தோன்றுகிறதோ அங்கெல்லாம் போய் உட்காரும்!'

ஒரு பொருள்வகையில் உள்ள நம்பர் ஒன் ப்ராண்ட் அந்தப் பொருள்வகையையே ஆட்டி வைக்கும் சக்தியைப் பெறுகிறது. லீடர் ப்ராண்டுகள் தங்கள் மார்க்கெட்டின் போக்கையே நிர்ண யிக்கும் சக்தி பெற்றுவிடுகின்றன. எங்கு தோன்றுகிறதோ அங்கு உட்காரும் கிங் காங் போல!

தேவர்களும் அரக்கர்களும் அவர்கள் மனத்தில் என்ன தோன்று கிறதோ அதைச் செய்யக்கூடியவர்கள் என்று வஞ்சப்புகழ்ச்சி யாகப் பாடினார் திருவள்ளுவர். அவர் இன்று இருந்து எம்பிஏ படித்திருந்தால் அந்தப் பட்டியலில் மார்க்கெட்டில் உள்ள நம்பர் ஒன் ப்ராண்டுகளையும் சேர்த்திருப்பார்.

ஔவையார் நிர்வாகவியல் படித்திருந்தால் தன் பங்குக்கு 'லீடிங் ப்ராண்டுக்குச் சென்ற இடமெல்லாம் சிறப்பு' என்று பாடியிருப்பார்.

பேட்டை ரவுடி நடந்து சென்றால் அவரைக் கடந்து போக முடியுமா? தலைவர் நின்றிருக்கையில் தொண்டர்கள் அவர்முன் அமர்ந்திருக்க முடியுமா? தலை இருக்கும்போது வால்தான் ஆட முடியுமா? அந்த ரவுடி, தலைவர், தலைதான், கிங் காங் போன்ற லீடர் ப்ராண்டுகள்.

ஒரு பொருள்வகையில் உள்ள நம்பர் ஒன் ப்ராண்டுக்கு மார்க்கெட் பல சலுகைகளை அளிக்கிறது. அந்த ப்ராண்டு தவறு செய்தாலும் மன்னித்துவிடுகிறது. அயராமல் உழைத்து, தயங் காமல் புதுமைகள் புகுத்தி தன் மார்க்கெட்டில் லீடராக ஆனதற்கு மார்க்கெட் தரும் சலுகை அது.

டூத்பேஸ்ட் மார்க்கெட்டில் 'கோல்கேட்' போல. அது சொல்வது தான் சட்டம்.

ஷாம்பு மார்க்கெட்டில் 'க்ளினிக் ப்ளஸ்' போல. அது சொல்வதே ரைட்டு.

ஆயுள் காப்பீட்டில் 'எல்ஐசி' போல. அது செய்வதே சரி.

தமிழ் சினிமாவில் 'ரஜினிகாந்த்' போல. அவர் சொல்வதுதான் வேதவாக்கு.

உலக அரசியல் அரங்கில் அமெரிக்காவைப்போல. அதன் பேச்சே பிரதானம்.

லீடராக இருந்தால் உங்கள் ப்ராண்டுக்குக் கிடைப்பது 'பவர் ஆஃப் மெஜாரிட்டி'. நீங்கள் தியேட்டரில் படம் பார்க்கும்போது எல்லாரும் கை தட்டி ரசித்தால் படம் நன்றாகத்தான் இருக்கிறது என்று நினைப்பீர்கள்.

ஒரு புத்தகம் 'ஒரு லட்சம் பிரதிகள் விற்றிருக்கிறது' என்று கேள்விப்பட்டால் அந்தப் புத்தகம் நல்ல புத்தகமாகத்தான் இருக்கும் என்று முடிவு செய்வீர்கள்.

பலரும் ஒரு ப்ராண்டை வாங்கி அதை முதன்மை ஸ்தானத்தில் வைத்திருந்தால் அந்த ப்ராண்ட் நல்ல ப்ராண்ட் என்றுதான்

நீங்கள் நம்புவீர்கள். லீடராக இருப்பதன் சௌகரியம் அது. நம்பர் ஒன் ப்ராண்டாக இருப்பதன் சக்தி அது.

இஷ்டப்பட்டு கருவாக்கி, கஷ்டப்பட்டு உருவாக்கி, மெரு கேற்றிய உங்கள் ப்ராண்ட் நம்பர் ஒன் பொசிஷனுக்கு வந்து விட்டது. தன் பொருள்வகையில் தன்னிரகற்ற லீடராகத் தவழ் கிறது. இப்போது நீங்கள் செய்யவேண்டிய செயல்கள் என்னென்ன? பயன்படுத்தவேண்டிய உத்திகள் எவையெவை? கையாள வேண்டிய தந்திரங்கள் எவை?

ஆயிரம் கோடி ரூபாய் அளவு சொத்துக்குச் சொந்தக்காரன் என்ன செய்யவேண்டும். அந்தச் சொத்தைக் கட்டிக் காக்கவேண்டும். அதைச் செய்தால் அந்தச் சொத்தே நாளொரு வண்ணம் குட்டி போட்டு, பொழுதொரு வண்ணம் வட்டி போட்டு, மேலும் மேலும் பன்மடங்கு பெருகும்.

அதேபோல்தான் லீடர் ப்ராண்டுகளும். லீடராய் லட்சணமாய் நீங்கள் செய்யவேண்டியது இரண்டு விஷயங்களை. முதலில் டிஃபென்ஸ் ஆடவேண்டும். அதாவது உங்கள் நம்பர் ஒன் இடத்தைக் கட்டிக்காக்க வேண்டும். கிடைத்த இடத்தை விடாமல் கெட்டியாகப் பிடித்துக்கொள்ளவேண்டும்.

லீடர்தான் டிஃபென்ஸ் ஆடவேண்டும். நம்பர் ஒன் ப்ராண்ட் மட்டுமே தற்காத்துக்கொள்ளும் உத்திகளைப் பயன்படுத்த வேண்டும். ஏகத்துக்கும் சொத்து இருப்பவன்தான் சொத்தைக் கட்டிக் காக்கவேண்டும். இனிமேல்தான் சொத்து சேர்க்க வேண்டும் என்கிற நிலையில் இருப்பவனோ, அதைச் சேர்க்க என்ன செய்வது என்றுதான் யோசிக்கவேண்டும்.

இங்கே ஒன்றை விளக்குவது அவசியமாகிறது. லீடர் ப்ராண்ட் என்றால் அது சார்ந்த பொருள்வகையின் விற்பனையில் நம்பர் ஒன் ப்ராண்ட் என்று அர்த்தம். நீங்கள் உங்கள் ப்ராண்டைப் பற்றி என்ன நினைக்கிறீர்கள் என்பதல்ல முக்கியம். மார்க்கெட் உங்கள் ப்ராண்டைப் பற்றி என்ன நினைக்கிறது, உங்கள் ப்ராண்டை எங்கு வைத்திருகிறது என்பதே முக்கியம்.

நான் சந்திக்கும் பல மார்க்கெட்டர்கள் பெருமையாகப் பீற்றிக் கொள்வார்கள். 'என் ப்ராண்ட் நம்பர் ஒன் சார்', 'என் ப்ராண்ட யாரும் அடிச்சிக்க முடியாதுங்க' என்பார்கள். அந்தக் காகங் களுக்குத் தன் ப்ராண்ட் பொன்குஞ்சாக இருக்கலாம். ஆனால்

அவை சார்ந்த பொருள்வகையில் அவர்கள் லீடராகவோ, முதல் இடத்திலோ இல்லாமல் இருந்தால் அந்த ப்ராண்டுகள் வகுக்க வேண்டிய உத்தி வேறு. அவர்கள் ஆடவேண்டியது டிஃபென்ஸ் அல்ல. ஏனெனில் அவ்வகை ப்ராண்டுகள் லீடர்களே இல்லையே!

லீடர் ப்ராண்டுகளை நீங்களும் நானும் முடிவு செய்வதில்லை. அதை நிர்ணயிப்பது கஸ்டமர்கள். நம்பர் ஒன் ப்ராண்ட் என்கிற ஸ்தானம் முடிவாவது உங்கள் நினைப்பிலோ, ஆபீசிலோ அல்ல. அதை முடிவுசெய்வது வாடிக்கையாளர்கள்.

டிஃபென்ஸ் ஆட்டம் ஆட முக்கியமான தேவை உங்களை நீங்களே தாக்கிக்கொள்ளும் திறன். உங்கள் ப்ராண்டுகளை நீங்களே அட்டாக் செய்து மார்க்கெட்டிலிருந்து நீக்கும் மனதைரியம்.

'The best defensive strategy is the courage to attack yourself' என்கிறார்கள் ஆல் ரீஸ்ஸூம் ஜாக் ட்ரவுட்டும்.

வாடிக்கையாளர் மனத்தில் நீங்கள்தான் பெரிய ஆள் என்கிற போது, மற்ற ப்ராண்டுகளை மட்டம் தட்டி என்ன பயன்? உங்களை உயர்த்திக்கொள்வது உத்தமம் இல்லையா? அப்படி உயர்த்திக்கொள்ள நீங்களே உங்கள் ப்ராண்டுகளைப் புதுப் பித்துக்கொண்டே இருக்கவேண்டும். அப்படிச் செய்யும்போது தான் வாடிக்கையாளர் மனத்தில், 'ஆஹா, இது போன்ற ப்ராண்ட் உண்டா' என்று தோன்றும்.

ஒன்றைப் புரிந்துகொள்ளுங்கள். நம்பர் ஒன் ப்ராண்ட் தன் விற்பனையைக் கெட்டியாகப் பிடித்துக் காத்துக்கொள்ளா விட்டால் அது மேலும் ஓங்கி வளரவேண்டிய அடித்தளத்தை இழக்கிறது.

இது போன்று டிஃபென்ஸ் ஆட்டம் ஆடுவதில் எக்ஸ்பர்ட் 'ஜில்லட்' கம்பெனி. தன் ப்ராண்டுகளைத் தானே தாக்கிக் கொண்டு, அதை முன்னைவிட பெட்டராக மாற்றிக்கொண்டு, வாடிக்கையாளர் முகத்தை வழவழவென்று ஷேவ் செய்து கொண்டு அவர் மனத்திலேயே மடமடவென்று செட்டிலாகி உலகின் நம்பர் ஒன் ஷேவிங் ப்ராண்ட் என்கிற சிம்மாசனத்தில் சுடச்சுட அமர்ந்திருக்கும் கதையை 'மார்க்கெட்டிங் பஞ்ச மாபாதகங்கள்' என்கிற என் முந்தைய புத்தகத்தில் விலாவரியாக

விவரித்திருக்கிறேன். இருந்தாலும் இந்தத் தருணத்தில் அந்தக் கதையைச் சுருக்கமாகச் சொல்கிறேன்.

ஷேவிங் ப்ளேடுகளில் சக்கைப் போடு போட்டுக்கொண்டிருந்த காலத்திலேயே டிஸ்போஸபிள் ரேசர்களை அறிமுகப்படுத்தியது ஜில்லட். ஏதுடா, டிஸ்போஸபில் வந்தால் தங்கள் ப்ளேடுகளின் விற்பனை பாதிக்கப்படுமே என்று அந்த கம்பெனி கவலைப் படவில்லை. தாங்கள் கொண்டுவரவில்லை என்றால் வேறு யாராவது டிஸ்போஸபிள் ரேசர்களைக் கண்டிப்பாகக் கொண்டு வருவார்கள், அவர்கள் நம் வாடிக்கையாளர்களைக் கவர்வதற்கு முன்பு நாமே அதைச் செய்வோம் என்று தம் வாடிக்கையாளர் களைத் தக்கவைத்துக்கொள்ளும் தற்காப்பு முயற்சியைத்தான் ஜில்லட் செய்தது. அதில் பெரிய வெற்றியும் கண்டது.

அடுத்து ஜில்லட் கம்பெனி இரண்டு ப்ளேடுகளைக் கொண்ட 'சென்சர்' என்னும் புதிய ப்ராண்டை அறிமுகப்படுத்தியது. இதனால் அவர்களின் 'ஒற்றை ப்ளேட் ரேசர்' விற்பனை பாதிக்கப் பட்டாலும் சென்சர் விற்பனையில் உலகெங்கும் பின்னிப் பெடலெடுத்தது. ஏற்கெனவே இருந்த வாடிக்கையாளர்களோடு புதிய வாடிக்கையாளர்களையும் கவர்ந்திழுத்தது.

அதன் பின் மூன்று ப்ளேடுகளை கொண்ட 'மாக் 3' ரேசரை அறிமுகப்படுத்தியது. சென்சர் வாடிக்கையாளர்கள் மாக் 3-க்கு மாறினார்கள். அதோடு மற்ற ரேசர் ப்ராண்டு வாடிக்கையாளர் களும் மாக் 3-யில் மயங்கி அதன் மடியில் வந்து விழுந்தார்கள். மாக் 3-யின் விற்பனையும் உலகெங்கும் சாதனை படைத்தது.

தினம் ஷேவ் செய்வதுபோல் தினம் ஒரு புதுமையைக் கொண்டு வருவது என்கிற வைராக்கியத்தில் ஜில்லட் சமீபத்தில் நாலு ப்ளேடுகளைக் கொண்ட 'ஃப்யூஷன்' என்னும் ப்ராண்டை அறிமுகப்படுத்தியிருக்கிறது. இந்த ப்ராண்டும் உலக மார்க்கெட்டில் பட்டையைக் கிளப்பிக்கொண்டிருக்கிறது.

தேவையற்ற முடியை நீக்கும் ஜில்லட் நமக்குச் சொல்லித் தரும் தேவையான பாடம் இதுதான். டிஃபென்ஸ் ஆட்டம் ஆடும் போது உங்கள் ப்ராண்டை மற்றவர்கள் வந்து தாக்குவதற்குள் நீங்களே புதுமைகளைப் புகுத்தி அவற்றைத் தாக்குங்கள். உங்கள் வாடிக்கையாளர்கள் உங்களுடனேயே இருப்பார்கள். அவர் களோடு சேர்ந்து புதிய வாடிக்கையாளர்களும் உங்கள் ப்ராண்டைத் தேடி வருவார்கள்.

உங்கள் பிசினஸை நீங்களே பறித்துகொள்வது பெட்டரா, மற்றவர்கள் உங்களைத் தாக்கிப் பறித்துக்கொள்வது பெட்டரா? சிந்தித்துப் பாருங்கள்.

டிஃபென்ஸ் ஆடும் நம்பர் ஒன் ப்ராண்டுகள் செய்யவேண்டிய மற்றொரு முக்கியமான மேட்டர் ஒன்று உண்டு. உங்களைத் தாக்க எந்த ரூபத்திலும், எந்த மூலையிலிருந்தும், எந்த வகையிலும் ஏதாவது ஒரு ஏவுகணை வரும். அந்த ஏவுகணை எவ்வளவு சிறியதாக இருந்தாலும் அதை முளையிலேயே கிள்ளி எறியவேண்டியது லீடருக்கு அழகு. சின்னத் தாக்குதலையும் சின்னாபின்னமாக்குவது தான் நம்பர் ஒன் ப்ராண்டுக்குப் பாதுகாப்பு. இன்றைய தக்கனூண்டுத் தாக்குதல்தான் நாளை வளர்ந்து தடாலடியாக உங்களைத் தடுக்கி விழச் செய்யும், உஷார்!

என்ன நடக்கிறது, பொறுத்திருந்து பார்ப்போம் என்று எருமை மாட்டின்மீது பெய்த மழையாக இருக்காதீர்கள். போட்டியைப் பெருக விட்டால் அது வளர்ந்து நீங்கள் கருகிப் போவீர்கள். போட்டியாளரைக் கண்டுகொள்ளாமல் விட்டால் நீங்கள் காணாமலேயே போவீர்கள்.

1970-களின் முடிவில் கடலூரின் பெட்டிக் கடைகளில் இரண்டு புதிய ஷாம்பு ப்ராண்டுகள் தொங்க ஆரம்பித்தன. பொதுவாக ஷாம்பு ப்ராண்டுகள் அடுக்கி வைக்கப்பட இந்த இரண்டு ப்ராண்டுகள் மட்டுமே தொங்கவேண்டிய காரணம் என்ன?

அவை இரண்டும் அதுவரை யாரும் காணாத 'சாஷே' வடிவத்தில் இருந்ததுதான் காரணம். இந்திய மார்க்கெட்டிங்கையே புரட்டிப்போடப் போகிறோம் என்பதை அந்த ப்ராண்டுகள் அப்போது உணரவில்லை; அதன் போட்டியாளர்களும் உணரவில்லை.

முப்பது ரூபாய்க்கும் நாற்பது ரூபாய்க்கும் ஷாம்பு பாட்டில்கள் விற்ற காலம் அது. 'சன்சில்க்', 'க்ளினிக் ப்ளஸ்', 'க்ளினிக் ஆல் க்ளியர்' போன்ற ப்ராண்டுகளை விற்று வந்த 'இந்துஸ்தான் யூனிலீவர்' (அப்போது அதன் பெயர் 'இந்துஸ்தான் லீவர்') ஷாம்பு மார்க்கெட்டில் கொடிகட்டிப் பறந்த காலம் அது. அந்த நேரத்தில்தான் பொடிசலாய், ஒடிசலாய் இந்த இரண்டு ப்ராண்டுகளும் நுழைந்தன சாஷே வடிவத்தில். 'சிக்' மற்றும்

‘வெல்வெட்’தான் அந்த இரண்டு ப்ராண்டுகளும். வெறும் நாலணாவுக்கு விற்றன இவை இரண்டும்.

ஷாம்பு என்பதே பணக்காரர்கள் உபயோகப்படுத்தும் பொருளாக இருந்த காலம் அது. அதற்காக மற்றவர்களுக்குத் தலையை தேய்த்து, சுத்தமாக, அழகாக வைத்துக்கொள்ள ஆசையில் லாமல் இல்லை. அந்த ஆசையெல்லாம் அதிகமாகவே இருந்தது. அதனால்தான் பலரும் தலைக்கு சோப்பு, சீயக்காய் என்று கையில் கிடைத்ததை ஷாம்புவாகப் பாவித்து தங்கள் கேசத்தை பேணிப் பாதுகாத்து, பராமரித்து வந்தனர்.

அப்போது நாலணாவுக்கு ஷாம்பு அறிமுகப்படுத்தப்பட்டால் மக்கள் சும்மா இருப்பார்களா? ‘ஆஹா, நம்மால்கூட இனி ஷாம்பு வாங்க முடியும், ஹை ஜாலி’ என்று இந்த ப்ராண்டு களுக்குத் தாவினர். ஷாம்பு உபயோகிப்பவர்களில் பலரும்கூட, ‘தேவலையே, முப்பதுக்கும், நாற்பதுக்கும் ஷாம்பு பாட்டிலை வாங்குவதைவிட வாராவாரம் நாலணாவுக்கு இதை வாங்க லாமே, பலே பலே’ என்று இந்த ப்ராண்டுகளுக்கு மாறினர்.

சிக் மற்றும் வெல்வெட்டின் விற்பனை பிய்த்துக்கொண்டு பறக்க ஆரம்பித்தது. கடலூரில் ஆரம்பித்த சிறிய தூறல், படிப்படியாக வளர்ந்து, தமிழ்நாடு முழுவதும் சூறாவளியாக உருவெடுத்து, ஆந்திராவில் கரையேறி, கர்நாடகாவில் பெரு மழையாகப் பெருக்கெடுத்து, கேரளாவில் கொட்டித்தள்ளியது. கடைசியில் அதுவே சுனாமியாக மாறி யூனிலீவர் ப்ராண்டுகளைத் தென் இந்தியாவிலிருந்து அடித்துக்கொண்டுபோய் அரபிக் கடலில் சேர்த்துவிட்டது!

இந்துஸ்தான் யூனிலீவர் பன்னாட்டு கம்பெனி ஆச்சே, அவர்கள் சும்மாவா இருந்திருப்பார்கள் என்றுதானே கேட்கிறீர்கள்? கோலோச்சிக்கொண்டிருந்த தங்கள் ப்ராண்டுகள்மீது பெய்ய ஆரம்பித்த இந்தச் சின்ன சாஷே தூறலை ஈசியாகச் சமாளித் திருப்பார்கள் என்றுதானே நினைக்கிறீர்கள்? என்னதான் செய்தார்கள் இந்துஸ்தான் யூனிலீவர் கம்பெனியினர்?

கொட்டும் மழையில் நனையும் எருமை மாட்டைப் பார்த்திருப் பீர்கள். அது என்ன செய்யுமோ அதையே சிரமேற்கொண்டு செய்துவந்தனர் மல்டிநேஷனல் யூனிலீவர் நிறுவனத்தினர். அதாகப்பட்டது, ஒன்றையும் செய்யவில்லை!

‘சின்ன தூறல்தானே’ என்று அசால்டாக இருந்தனர். ‘கடலூரில் ஏதோ ரெண்டு சின்ன ப்ராண்டாம், பிழைத்துப் போகட்டும்’ என்று பெருந்தன்மையாக விட்டுவிட்டனர். ‘சாஷேவாம், சாஷே, சே என்ன பிச்சைக்காரத்தனம் இது, நம் ப்ரீமியம் ப்ராண்டுகளை உபயோகிக்கும் வாடிக்கையாளர்களைக் கேவலப்படுத்துவதாவது’ என்று தங்கள் ப்ராண்டுகளை சாஷே வடிவில் அறிமுகப்படுத்தாமல் காலம் தாழ்த்தினர்.

சிறு துளி பெருவெள்ளமானது. சின்ன சாஷே மூர்த்தியின் கீர்த்தி பெரிதானது. யூனிலீவர் விழித்துப் பார்ப்பதற்குள் வெல்வெட்டும் சிக்கும் தென்இந்தியாவின் டாப் ப்ராண்டுகள் ஆகின. டாப் இடத்தில் இருந்த சன்சில்க், ஹேலோ போன்ற ப்ராண்டுகள் வாயில் நுரை தள்ளி மடமடவென்று விற்பனையில் சரிந்ததன.

போட்டியாளரின் தாக்குதல் எவ்வளவு சிறிய வடிவில் வந்தாலும் லீடருக்கு அழகு அதை முளையிலேயே கிள்ளி எறிவதுதான். வருமுன் காப்பதே திறமை.

வெல்வெட்டையும் சிக்கையும் நேற்றைய மழையில் முளைத்த சின்னக் காளான்கள்தானே என்று யூனிலீவர் கண்டுகொள்ளாமல் விட்டதன் விளைவு, தங்கள் ப்ராண்டுகளையே அழிக்கவந்த காலன்களாக மாறின அவை இரண்டும். அதோடு, சிக்கின் அசுர வளர்ச்சிமூலம் அந்த கம்பெனி ‘கவின்கேராக’ வளர்ந்து, ‘மீரா’, ‘ஸ்பின்ஸ்’, ‘நைல்’, ‘இண்டிக்கா’ என்று பல புதிய வெற்றி ப்ராண்டுகளை உருவாக்கி யூனிலீவரையே அசைக்கும் வலிமையைப் பெற்றுவிட்டது.

எப்படிச் சாத்தியமானது இது? சின்னத் தாக்குதல்தானே என்று யூனிலீவர் சீரியஸாக எடுத்துக்கொள்ளாமல் இருந்ததால். பொடிப் பயல்கள்தானே என்று அந்த பன்னாட்டு கம்பெனி போட்டுத்தள்ளாமல் விட்டதால்.

டிஃபென்ஸ் ஆட்டம் ஆட அழகான டெக்னிக்குகள் உள்ளன. எல்லாவற்றையும் பயன்படுத்தவேண்டும் என்று அவசியமில்லை. ஆனால் எல்லாவற்றையும் தெரிந்து வைத்துக்கொண்டால் மார்க்கெட் நிலைமைக்கு ஏற்ப, போட்டியின் தாக்கத்துக்கு ஏற்ப தேவையான டிஃபென்ஸ் டெக்னிக்கைப் பயன்படுத்திக் கொள்ள ஏதுவாக இருக்கும்.

டிஃபென்ஸ் ஆட்டத்தின் உச்சம் என்று கருதப்படுவது நம் நம்பர் ஒன் பொசிஷனை உலகுக்குப் பறைசாற்றும் அத்தனை வழிகளையும் முயற்சிகளையும் செய்வது. இதற்கு பொசிஷன் டிஃபென்ஸ் (Position defence) என்று பெயர். Occupying the most desirable high ground என்பார்கள்.

கோல்கேட்தான் டூத்பேஸ்ட் மார்க்கெட்டின் நிரந்தர முதல்வர். அதை நீங்கள் புரிந்துகொள்ளத்தான், போட்டியாளர்கள் தெரிந்து கொள்ளத்தான், மார்க்கெட் அறிந்துகொள்ளத்தான் கோல்கேட் நாடெங்கும் பல் சிகிச்சை முகாம்களை நடத்துகிறது; தங்கள் விளம்பரங்களிலும் பல் டாக்டர்களைப் பரவலாக உபயோகப் படுத்துகிறது.

'டூத்பேஸ்ட் மார்க்கெட் என்பது நான் மட்டுமே நடத்தும் ராஜாங்கம், இங்க நான்தான் ராஜா, நான்தான் மந்திரி, நான்தான் சகலமும்... புரிஞ்சுதா... புரிஞ்சுக்கோ' என்று சூப்பர்ஸ்டார் ரஜினிகாந்த் சொல்லும் பஞ்ச் டயலாக்போல் செயல்படும் கோல்கேட்டின் முயற்சிகளுக்கும் செயல்களுக்கும் உத்தி களுக்கும் பெயர்தான் பொசிஷன் டிஃபென்ஸ்.

ஒரு நாட்டை ஆளும் அரசன் தன் நாட்டை எதிரிகளிடமிருந்து காத்துக்கொள்ள என்ன செய்வான்? தன் நாட்டைச் சுற்றி மதில் சுவர் கட்டுவான். கோட்டை சுவரை எழுப்புவான். அகழி வெட்டி வைப்பான். மார்க்கெட் என்னும் நாட்டை ஆளும் லீடிங் ப்ராண்டும் அவ்வகையே செய்யவேண்டும். அதற்காக உங்கள் ஆபிஸைச் சுற்றிச் சுவர் எழுப்பி, கார்ப்பரேஷனிடம் பர்மிஷன் வாங்கி அகழி வெட்டி வைக்கவேண்டும் என்று அவசியமில்லை. லீடிங் ப்ராண்டைத் தற்காத்துக்கொண்டாலே போதுமானது. இதற்கு ஃப்ளாங்க் டிஃபென்ஸ் (Flank defence) என்று பெயர்.

ஜில்லட் மாக் 3, ஃபூஷன் என்று பெரிய லெவலில் ரேசர்களைக் கொண்டுவரும் அதே வேளையில் விலை குறைவான 'வெக்டர் ப்ளஸ்'ஸை அறிமுகப்படுத்தியதுபோல. தான் ஆளும் ஷேவிங் நாட்டுக்குள் விலை குறைவான ரேசர்கள் ஏதும் தப்பித் தவறிக் கூட நுழைய முடியாத மதில் சுவரும் அகழியும்தான் ஜில்லட் அறிமுகப்படுத்தியிருக்கும் வெக்டர் ப்ளஸ்!

மதில் சுவர் எழுப்பி, அகழி கட்டுவது ஒரு வித டிஃபென்ஸ் என்றால் மற்றவர்கள் குடிசை போடுமுன் புறம்போக்கு

நிலத்தைத் தேடிப்பிடித்து நாமே வேலி கட்டி, குடிசை போட்டு, 'இதுவும் என் ஏரியா' என்று போர்டு வைத்து மற்றவர்களுக்கு இடம் கொடுக்காமல், அவர்களை வளரவிடாமல் செய்வதும் நம்மைப் பாதுகாத்துக்கொள்ளும் தற்காப்பு முயற்சிதான். இதற்கு பிரியெம்டிவ் டிஃபென்ஸ் (Preemptive defense) என்று பெயர்.

இந்தியாவின் பாங்குகளில் நம்பர் ஒன் 'ஸ்டேட் பாங்க் ஆஃப் இந்தியா' (எஸ்பிஐ). அதற்கு அடுத்த பத்து பாங்குகள் சேர்ந்தாலும் எஸ்பிஐயை நெருங்க முடியாது. ஆனாலும் கிடைத்த வரை போதும் என்று இல்லாமல், கிடக்கும் புறம்போக்கு நிலத்தையும் அபகரிப்போம் என்று மற்ற பாங்குகளைக் காட்டிலும் வேகமாக கிராமம்தோறும் கிளை திறந்து அந்த ஊர்களில் குடிசை போட்டுக் குடியேறும் செயலை ஒரு போர்க்கால வேகத்துடன் செய்துவருகிறது எஸ்பிஐ. போட்டியாளர்கள் அங்கு முதலில் சென்று வளர்ந்துவிட்டால் நாளை நம்மிடமே வந்து குடைச்சல் கொடுப்பார்கள் என்கிற தொலைநோக்குத் தற்காப்புத் திறன்தான் இதற்குக் காரணம்.

வீரர்களின் கையில் கேடயம் இருப்பது அவர்கள் தங்களைத் தற்காத்துக்கொள்வதற்கு. இன்னொரு கையில் வாள் இருக்கிறதே, அது எதற்கு? அதுவும் தற்காத்துக் கொள்ளத்தான்! எதிரி நம்மைத் தாக்க வந்தால் தடுப்பது மட்டுமே தற்காப்பல்ல. எதிரி நம்மைத் தாக்கும் முன்பே அவனைத் தாக்குவதும் தற்காப்புதான். இதற்கு கவுன்டர்அஃபென்சிவ் டிஃப்பென்ஸ் (Counteroffensive defense) என்று பெயர்.

'ஃபேர் அண்டு லவ்லி' நம்பர் ஒன் ப்ராண்ட்தான். அதை அசைத்துக்கொள்ள ஆள் இல்லைதான். இருந்தும் ஆயுர்வேத மூலிகைகள் கொண்ட 'ஃபேர் அண்டு லவ்லி நேச்சுரல்' என்கிற ப்ராண்டை அறிமுகப்படுத்தியது. நாளை வேறு எந்த ப்ராண்டாவது ஆயுர்வேத சிகப்பழகு க்ரீமை அறிமுகப்படுத்தி நம்மைத் தாக்க வருவதற்குள் நாமே அதைச் செய்துவிடுவோம் என்கிற தற்காப்பு டிஃபென்ஸ் ஆட்டம் அது!

புதிய தொழில்திறன், டெக்னாலஜி என்று மாறிவரும் மார்க்கெட் உலகில் பொருள்வகையில் போட்டிகள் புதிய ரூபத்தில் வருகின்றன. அதை முறியடிக்க நம்மை நாமே வளர்த்துக் கொள்வது, புதிய பொருள்வகைகளைப் பரப்பிக்கொள்வது,

புதிய ப்ராண்டுகளால் நிரப்பிக்கொள்வது என்பது அவசிய மாகிறது. இதை லீடர் ப்ராண்டுகள் செய்யும்போது அதற்கு மொபைல் டிஃபென்ஸ் (Mobile Defence) என்று பெயர்.

லீடராக இருக்கிறோம், இருப்பதைப் பிடித்து வைத்துக்கொள் வோம்; நம்பர் ஒன்னாக இருக்கிறோம். கிடைத்ததைக் காத்துக்கொள்வோம் என்று மட்டுமே இருந்துவிடக் கூடாது. லீடராக லட்சணமாக மார்க்கெட்டைப் பாதுகாத்துக்கொள் வதோடு மார்க்கெட்டை விரிவுபடுத்தவேண்டியதும் அவசியம். லீடர் ப்ராண்டுகள் வளர, அவை சார்ந்த பொருள்வகை வளரவேண்டும். நம்பர் ஒன் ப்ராண்டின் விற்பனை பெருக, அது சார்ந்த மார்க்கெட் விரியவேண்டும். அதனால் லீடர் ப்ராண்டுகள் தங்கள் மார்க்கெட்டை விரிவுபடுத்தும் முயற்சியை யும் செய்வது அவசியம்.

சிந்தித்துப் பார்த்தால் மார்க்கெட்டை விரிவுபடுத்தும் முயற்சியும் கூட ஒரு வகையில் உங்களைப் பாதுகாத்துகொள்ளும் உத்தியின் மறுவடிவம்தான் என்பது புரியும். மார்க்கெட்டை விரிவு படுத்தும் முயற்சியை இரு வழிகளில் செயல்படுத்த முடியும். முதல் வழி, புதிய வாடிக்கையாளர்களைப் பெறுவது. இரண்டா வது வழி, இருக்கும் வாடிக்கையாளர்களை நம் ப்ராண்டை இன்னமும் அதிகமாக வாங்க வைப்பது.

புதிய வாடிக்கையாளர்களை மூன்று வகையில் கவரமுடியும். ப்ராண்ட் சார்ந்த பொருள்வகைக்குள் ஆழமாக ஊடுருவது. இதற்கு மார்க்கெட் பெனட்ரேஷன் உத்தி (Market-penetration strategy) என்று பெயர். பத்து ரூபாய்க்கு 300 எம்எல் 'பெப்சி' விற்றுக்கொண்டிருந்தபோது அதன் விற்பனையை வளர்க்க, மார்க்கெட்டில் ஆழமாக ஊடுருவ பெப்சி 200 எம்எல் பாட்டிலை ஐந்து ரூபாய்க்கு அறிமுகப்படுத்தியது இவ்வகை உத்திக்கு உதாரணம். குறைந்த விலை காரணமாக ஏழைகளும் கூட எளிதாக வாங்கிக் குடிக்க முடிந்ததால் பெப்சியின் சேல்ஸ் பல மடங்கு பெருகியது.

புதிய மார்க்கெட்டுகளைத் தேடிப்போய் புதிய வாடிக்கையாளர் களைக் கவர்வது இன்னொரு வழி. இதற்கு நியூ மார்க்கெட் செக்மண்ட் உத்தி (New market segment strategy) என்று பெயர். பெப்சியைப் பருக ஆசை, ஆனால் அதில் உள்ள சர்க்கரை உடம்புக்குக் கெடுதல் ஆயிற்றே என்று கவலைப்பட்டு அதைப்

பருகாமல் இருப்பவர்களைக் கவர்ந்திழுக்க 'டயட் பெப்சி'யின் அறிமுகம் இவ்வகை உத்தியே.

ப்ராண்ட் விற்காத புதிய இடங்களுக்குச் சென்று விற்பது புதிய வாடிக்கையாளர்களைக் கவரும் மற்றொரு வழி. இதற்கு ஜியாக்ராஃபிகல் எக்ஸ்பேன்ஷன் உத்தி (Geographical expansion strategy) என்று பெயர். இந்தியாவின் கிராமங்களுக்குக்கூடச் சென்று விற்கும் பெப்ஸியின் முயற்சி இவ்வகையைச் சேர்ந்ததே.

விற்பனையை அதிகப்படுத்த புதிய வாடிக்கையாளர்களைப் பிடிப்பது ஒரு வழி என்றால் பிடித்த வாடிக்கையாளர்களை நம் ப்ராண்டை அதிகம் வாங்கவைப்பது இரண்டாவது வழி என்று பார்த்தோம் இல்லையா! 'ஒருத்தன் சிக்கியிருக்கான், அவனை நீ அடிச்சுட்டு ஒரு மீன்பாடி வண்டியில போட்டு இங்க அனுப்பிவை, நான் பார்த்துக்கறேன்' என்பது போன்ற உத்தி இது!

இதை இரு வழிகளில் செயல்படுத்தலாம். வாடிக்கையாளர்கள் நம் ப்ராண்டைப் புதிய வழிகளில் உபயோகப்படுத்த வைக்க முடியாமா என்று சிந்திப்பது ஒரு வகை. தலைவலிக்கு, உடம்பு இளைப்பதற்கு, பிரசவம் ஆனவுடன் வயிற்றில் தெரியும் சுருக்கங்களை நீக்க என்று 'ஃப்ராஞ்ச் ஆயில்' தன்னை வாங்கப் புதிது புதிதாகக் கூறும் காரணங்கள் இதற்கு உதாரணம்.

நம்மிடம் ப்ராண்ட் வாங்கிய வாடிக்கையாளர்களை மேலும் மேலும் நம்மிடம் வந்து வாங்க வைப்பது இன்னொரு வழி. 'யூனிவர்சல்' மொபைல் ஃபோன்களை விற்பதோடு மட்டுமா நிற்கிறது. தன்னிடம் ஃபோன் வாங்கிய வாடிக்கையாளர்களை மேலும் மேலும் தங்களிடம் வந்து வாங்கும் வகையில் 'இன்னும் ஏன் பழைய ஃபோனையே கட்டிக்கொண்டு அழுகிறீர்கள்? எங்களிடம் வந்து புதிய ஸ்மார்ட்ஃபோன்களை வாங்குங்கள்' என்று கூவி அழைப்பதும் கிடைத்த வாடிக்கையாளரைக் கவர்ந்திழுத்து மேலும் மேலும் வாங்க வைக்கும் முயற்சிதானே!

லீடர் ப்ராண்டுகள் கையாளவேண்டிய உத்திகளை உணர்ந்து கொண்டிருப்பீர்கள். நம்பர் ஒன் ப்ராண்டுகள் செய்யவேண்டிய கடமைகளைக் கண்டுகொண்டிருப்பீர்கள். பொதுவாகவே பலரும் 'நம்பர் ஒன் ஆவது ஈசி, அதைத் தக்கவைத்துக்கொள்வது தான் கஷ்டம்' என்று சொல்வதைக் கேட்டிருப்பீர்கள். அது அக்ரமத்துக்கு அக்மார்க் புருடா. மார்க்கெட்டில் நம்பர் ஒன்

ஆவதற்குத்தான் பிரம்மப் பிரயத்தனப்படவேண்டும். லீடராவ தற்குள் உடல் சோர்ந்து, மூச்சு முட்டி, நாக்கு தள்ளி, வாயில் நுரை தப்பிவிடும். ஒரு வழியாக நம்பர் ஒன் இடத்தைப் பிடித்து விட்டீர்களோ அதைத் தக்கவைத்துகொள்வதில் அத்தனை சிரமம் இருக்காது.

மார்க்கெட் என்பது ஒரு காடு. மிருகங்கள் வசிக்கும் காட்டின் விதிகள்தான் மார்க்கெட்டிலும். பெரிய மீன் சின்ன மீனைத் தின்னும். பெரிய சிங்கம் மற்ற சிங்கங்களை ஆளும். பெரிய கம்பெனிகள் சின்ன கம்பெனிகளை அடித்துத் துவம்சம் செய்யும். பெரிய ப்ராண்டுகள் சின்ன ப்ராண்டுகளை அடித்துச் சாப்பிடும்.

லீடர் சொல்வதே சட்டம், நம்பர் ஒன் செய்வதே சரி. குரங்காக இருக்கும்வரைதான் கஷ்டம். ஆயிரம் டன் கொரில்லா ஆனபிறகு அது சொல்வதே சட்டம். கொரில்லா எங்கு உட்கார நினைக்கிறதோ அங்கே உட்காரலாம். அது என்ன நினைக் கிறதோ அதைச் செய்யலாம்.

அதற்காக லீடர் என்றால் நிரந்தர முதல்வர் என்று சொல்ல வில்லை. லீடர் பதவியை அடைவது கடினம். அதை அடைந்து விட்டால் அதைத் தற்காத்துக்கொள்ளும் வலிமை உங்களுக்கு வந்துவிடுகிறது என்றுதான் சொல்கிறேன்.

இப்படித்தான் பெங்களூரில் ஒரு பஸ் கண்டக்டர் நடிகராக வேண்டும் என்று இஷ்டப்பட்டார். ஸ்டுடியோ ஸ்டூடியோவாக ஏறிக் கஷ்டப்பட்டார். கருப்பாக இருக்கிறாய், அழகாய் இல்லை என்று பேச்சுக் கேட்டு நஷ்டப்பட்டார். இருந்தும் இதையெல் லாம் மீறி தமிழ்த் திரையுலகத்துக்குள் சிரமப்பட்டு எப்படியோ நுழைந்தார். கடுமையாக உழைத்தார். கொஞ்சத்துக்குக் கொஞ்சம் பிழைத்தார். படிப்படியாக முன்னேறினார். முதல் இடத்தைப் பிடித்தார். பிடித்த இடத்தைக் கெட்டியாகப் பிடித்துக்கொண்டிருக்கிறார். இன்றல்ல நேற்றல்ல, முப்பது வருடங்களுக்கும்மேலாக. இன்னமும்கூட வெற்றிக்கொடியைக் கெட்டியாகப் பிடித்துக்கொண்டேதான் இருப்பார்.

கண்டக்டராக வாழ்க்கையைத் தொடங்கி இன்று தமிழ்த் திரையுலகத்தையே கண்டக்ட் செய்துகொண்டிருக்கிறார் அவர். உங்களுக்குக்கூட அவரைத் தெரிந்திருக்கலாம். அந்தக் கருப்பு

வெற்றியாளரின் பெயர் ரஜினிகாந்த்தோ என்னவோ சொல்லு வார்கள்! சூப்பர்ஸ்டார் என்றுகூட அவருக்கு ஒரு பட்டப்பெயர் இருப்பதாகக் கேள்வி!

நம்பர் ஒன் இடத்தைத் தற்காத்துக்கொள்ள நாம் இதுவரை பார்த்த உத்திகளையும், முயற்சிகளையும், செயல்களையும் ஒழுங்காக, ஓய்வில்லாமல் செய்துகொண்டிருப்பது அவசியம். அதோடு நம் ப்ராண்டுகளில் புதுமைகளைப் புகுத்திக்கொண்டே இருப்பதும் முக்கியம்.

இன்ஸ்டண்ட் காபி மார்க்கெட்டின் நம்பர் ஒன் ப்ராண்ட் 'ப்ரூ'. சும்மா காபி மட்டும் ஆற்றிக்கொண்டிருக்காமல் தன் பாக்கெட்டைத் திறந்தபின் மூடி காபியின் வாசம் போகாமல் பாதுகாக்க ஏதுவாக 'அரோமா லாக்' என்கிற மேட்டரைத் தந்து மக்களைக் கவர்கிறதே அதுபோன்ற பாக்கெஜிங் புதுமைகளைப் புகுத்திக்கொண்டே இருக்கவேண்டும்.

தமிழ்ப் புத்தகங்கள் பதிப்பித்து விற்பதில் தனி இடத்தைப் பிடித் திருக்கும் 'கிழக்கு பதிப்பகம்' சும்மா பக்கங்களை மட்டுமே திருப்பிக்கொண்டிருக்காமல் துணிக் கடைகளிலும், ஹோட்டல் களிலும், ஃபார்மசிகளிலும்கூடத் தன் புத்தகங்களை வைத்து வெற்றிகரமாக விற்கிறதே, அது போன்ற விநியோகப் புதுமை களைச் செய்துகொண்டே இருக்கவேண்டும்.

ஹேண்ட் வாஷ் விலை அதிகமாக இருப்பதால் மக்கள் வாங்கச் சிரமப்படுகிறார்கள் என்று விலை குறைவாக ஹேண்ட் வாஷ் டிஸ்பென்சர்களை முதலில் விற்று, அதற்குத் தேவையான லிக்விடை சாஷேக்களில் போட்டு விலை குறைவாக விற்கும் 'டெட்டால்' போல விலை குறைப்புப் புதுமைகளை அறிமுகப் படுத்திக்கொண்டே இருக்கவேண்டும்.

தன் வாடிக்கையாளர்களைப் போட்டியாளர் ப்ராண்டுகளை நினைத்துக்கூடப் பார்க்க முடியாத அளவுக்கு 'சோப் ப்ராண்டு களை மாற்றினால் ஸ்கின் ப்ராப்ளம் வரும்; ஹமாம் வாடிக்கை யாளர்களுக்கு அந்தப் பயம் கிடையாது, ஏனெனில் அவர்கள் மாற மாட்டார்கள்' என்று தங்கள் வாடிக்கையாளர்களைப் பயமுறுத்தி அவர்களை மற்ற ப்ராண்டுகளுக்கு மாறாமல் செய்யும் ஹமாமைப் போலச் சாதுர்யமான, சாமர்த்தியமான உத்திகளைப் பயன்படுத்திக்கொண்டே இருக்கவேண்டும்.

மேலே சொன்ன உத்திகளையும், புதுமைகளையும் செவ்வனே செய்துகொண்டிருந்தால் காலாகாலத்துக்கும் உங்கள் ப்ராண்ட் தான் கவலையில்லாத லீடர். நாளாக நாளாக உங்கள் ப்ராண்ட் தான் நங்கூரம் இட்டதுபோல் நம்பர் ஒன். போட்டியாளர்கள் எத்தனை முக்கினாலும் நீங்களே முதல் இடம்.

காலை ஆட்டிக்கொண்டு நீங்களும் உங்கள் ப்ராண்டும் கவலை இல்லாமல் இருக்கலாம். உங்கள் காலுக்குக் கீழேதானே மற்றவர்கள் கிடப்பார்கள்.

டிஃபென்ஸ் ஆட்டம் ஆடி டிஃபென்ஸ் மினிஸ்டர் ஆக ஆசைப்படும் நம்பர் ஒன் ப்ராண்டின் சொந்தக்காரர் நீங்கள் என்றால், டெஃபனெட்டாக நீங்கள் பதில் தேடவேண்டிய கேள்விகள் இதோ.

1. உங்கள் ப்ராண்டில் ஏதேனும் வீக்னெஸ் இருக்கிறதா? அங்கு உங்களைத் தாக்கும் சக்தியுள்ள போட்டியாளர் உள்ளனரா? அந்த வீக்னெஸின் வீரியத்தை உங்களால் குறைக்க முடியுமா? அட்லீஸ்ட் மறைக்க முடியுமா?
2. உங்களையே உங்கள் போட்டியாளராக நினைத்துப் பாருங்கள். அப்போது உங்களை நீங்கள் எவ்வாறு தாக்குவீர்கள்? அந்தத் தாக்குதலை உங்கள் ப்ராண்டால் தாக்குப்பிடிக்க முடியுமா?
3. அந்தவகைத் தாக்குதலை மற்றவர்கள் செய்யுமுன் உங்களை நீங்களே தாக்கிக்கொள்ளும் சாத்தியக்கூறை யோசித்தீர்களா?
4. நீங்கள்தான் லீடர் என்பதை உங்கள் வாடிக்கையாளர்கள் அறியும் வண்ணம் உங்கள் செயல்கள் அமைகின்றனவா? (நீங்களே இதற்கு பதில் கூறாமல் உங்கள் வாடிக்கையாளர்கள் அப்படி நினைக்கிறார்களா என்பதை அறிய முயலுங்கள்.)
5. வீராப்பு லட்சணமாய் புதிய மார்க்கெட்டுகளை நோக்கிச் செல்கிறீகளா? புதிய வாடிக்கையாளர்களைப் பிடிக்க முயல்கிறீர்களா? உங்கள் வாடிக்கையாளர்களை மேலும் மேலும் வாங்க வைக்கும் முயற்சிகளைச் செய்கிறீர்களா?

6. பொருளில், விலையில், விநியோகத்தில், விற்பனை மேம்பாட்டில் புதுமைகளைப் புகுத்திக்கொண்டே வருகிறீர்களா? அதைப் புதுமைகள் என்று வாடிக்கையாளர்கள் உணர்கிறார்களா? அதை அவர்களிடம் விசாரித்திருக்கிறீர்களா?
7. உங்கள் லீடர்ஷிப்பைத் தக்கவைத்துக்கொள்ள, போட்டியாளர்கள் உங்களை நெருங்காவண்ணம் செய்யத் தடைகளை உருவாக்கியிருக்கிறீர்களா?

9

மவனே, உன் பேட்டைக்கே வந்து உன்னைப் பொளக்கறேன் பாரு!

அடே நண்பா உண்மை சொல்வேன்
சவால் வேண்டாம் உன்னை வெல்வேன்

- வைரமுத்து

வங்கியைக் கொள்ளையடித்து மாட்டிக்கொண்ட திருடனை ஜட்ஜ் கேட்டாராம், 'ஏண்டா, வங்கில திருடினே?' அதற்குத் திருடன், 'என்னயா அறிவுகெட்டத்தனமா கேள்வி கேக்கறே. பணம் இருக்கற இடத்தில தானே திருட முடியும்' என்றானாம்!

மார்க்கெட் லீடரிடம்தான் வாடிக்கையாளர்கள் அதிகம். அந்த ப்ராண்டைக் குறி வைத்தால் வாடிக்கையாளர்களை அள்ளலாம். அந்த வங்கியில்தான் பணம் கொட்டிக்கிடக்கிறது. அங்குதான் அதே பொருள்வகையில் உள்ள இரண்டாவது, மூன்றாவது இடத்தில் உள்ள ப்ராண்டுகள் குறி வைக்கவேண்டும்; கொள்ளையடிக்க வேண்டும்.

ஒரு பொருள்வகையில் உங்கள் ப்ராண்ட் எந்த இடத்தில் இருக்கிறது என்பதைச் சரியாகப் புரிந்துகொள்ளுங்கள். உங்கள் ப்ராண்ட் இரண்டாவது இடத்திலோ, மூன்றாவது இடத்திலோ இருந்தால் நீங்கள் ஆடவேண்டியது அஃபென்ஸ் ஆட்டம். அதாவது முதல் இடத்தில் உள்ள லீடரைக் குறிவைத்துத் தாக்கும் ஆட்டம். அஃபென்ஸ் ஆட்டம் என்பதே மார்க்கெட்டின் இரண்டாவது, மூன்றாவது ப்ராண்டுகள் ஆடவேண்டியது; அவர்கள் மட்டுமே ஆடவேண்டியது.

மார்க்கெட்டிங் ரேசில் லீடர் ஓட, அவரை துரத்திக்கொண்டு வரும் இரண்டாவது, மூன்றாவது இடத்தில் உள்ள ப்ராண்டுகள் அதனைத் தாக்கித்தான் மார்க்கெட்டில் வளரவேண்டும்.

டிஃபென்ஸ் ஆட்டத்தைவிட அஃபென்ஸ் ஆட்டம் ஆடுவது சிரமம் என்பதை முதலில் புரிந்துகொள்ளுங்கள். கார்கில் போர் நினைவிருக்கிறதா? பாகிஸ்தான் அராஜகக் கூட்டம் அனாமத்தாக இருந்த கார்கில் மலைத்தொடரை ஏறிப் பிடித்தவுடன் அவர்களைத் துரத்த இந்திய ராணுவம் எவ்வளவு சிரமப்பட்டது என்பதை நன்றாக அறிவீர்கள்.

ஏன்? நம் வீரர்களுக்குத் திறமையில்லையா? இழந்த ஒரு மலையைத் திரும்பப் பிடிப்பது நம் வீரர்களுக்கு அவ்வளவு சிரமமான செயலா?

பிரச்னை அதுவல்ல. எதிரிகள் மலைமீது அமர்ந்து தங்களைத் தாக்க வரும் இந்திய வீரர்களைத் தங்கள் இரு கைகளையும் கொண்டு தாக்கினர். ஆனால் மலைமீது ஏறிப் போரிட வேண்டிய நிலையில் இருந்ததால் இந்திய வீரர்கள் ஒரு கையால் மலையை பிடித்து ஏற முற்பட்டவாறே இன்னொரு கையால் துப்பாக்கியைப் பிடித்துச் சுடவேண்டிய நிலை. அதாவது எதிரிகள் மலைமீது சுவஸ்தமாக உட்கார்ந்து சௌகரியமாகச் சுட்டுக்கொண்டிருக்க இந்திய வீரர்கள் ஒரு கையால் மட்டுமே பதிலடி கொடுக்கவேண்டிய கட்டாயம்.

அதனால்தான் சொல்கிறேன், அஃபென்ஸ் ஆட்டம் ஆடுவது எளிதானதல்ல. ஆனால் முடியாததுமல்ல.

மார்க்கெட்டிங் போர்களில் இரண்டாவது, மூன்றாவது இடத்தில் உள்ள ப்ராண்டுகள் லீடர்களை ஓவர்டேக் செய்த கதைகள் ஏகப்பட்டவை உண்டு. சேலஞ்சர்கள் மனத்தில் வெற்றி பெறவேண்டும் என்கிற வைராக்கியமும் வெறியும் இருந்து, லீடர்கள் மனத்தில் 'என்னை எவன் என்ன செய்துவிட முடியும்' என்கிற திமிரும் சேர்ந்திருந்தால் அந்தப் பொருள்வகை ப்ராண்ட் வரிசையில் மாற்றங்கள் வரப்போகின்றன என்று அர்த்தம்.

தமிழ்ப் பத்திரிகை உலகில் இரண்டாவதாக இருந்த 'குமுதம்' முதல் இடத்தில் இருந்த 'ஆனந்த விகடனை' ஓவர்டேக் செய்தது.

டியோடரண்ட் மார்க்கெட்டில் முதல் இடத்தில் இருந்த 'ரெக்ஸோனாவை' பின்னால் வந்த 'ஆக்ஸ்' பின்னுக்குத் தள்ளியது.

சமையல் எண்ணெய் மார்க்கெட்டில் முதல் இடத்தில் இருந்த 'சன் ட்ராப்'பைப் பின்னால் வந்த 'சஃபோலா' தாண்டிச் சென்றது.

பின்னால் வந்த ப்ராண்டுகள் முன்னால் வந்தது எவ்வாறு? அஃபென்ஸ் ஆட்டம் ஆடி இவர்கள் வெற்றி பெற்றது எப்படி? இரண்டாவது, மூன்றாவது இடத்தில் உள்ள சேலஞ்சர் ப்ராண்டுகள் எப்படி அஃபென்ஸ் ஆட்டம் ஆடவேண்டும்?

அஃபென்ஸ் ஆட்டம் என்பது கண்ணை மூடிக்கொண்டு 20-20 மாட்சுகளில் கரணம் சுற்றுவதுபோல் ஆடுவது அல்ல என்பதை முதலில் புரிந்துகொள்ளுங்கள். குருட்டாம்போக்கில் அடிப்பதல்ல அஃபென்ஸ் ஆட்டம். குறி பார்த்து அடிப்பது. குறிப்பிட்ட இடத்தை அடிப்பது.

அதற்காக அஃபென்ஸ் ஆட்டம் ஆடும் சேலஞ்சர் ப்ராண்ட், தன் பொருள்வகை லீடரை நேருக்கு நேர் தாக்கவேண்டும் என்பதில்லை. இன்னும் சொல்லப்போனால், தன் பொருள்வகை லீடரை நேருக்கு நேர் தாக்காமல் இருப்பதே சேலஞ்சருக்கு நல்லது. பாதுகாப்பானதும்கூட.

பொதுவாகவே பல சேலஞ்சர் ப்ராண்டுகள் வளர, விற்பனையைப் பெருக்க, முதல் இடத்தை பிடிக்க லீடர் செய்வதைச் செய்தால் போதும்; லீடிங் ப்ராண்டைப் பின்பற்றி அவர்கள் செய்வதை இன்னும் பெட்டராகச் செய்தாலே போதும் என்றுதான் நினைத்து உத்திகளை அமைக்கிறார்கள். இது போகாத ஊருக்கு வழி. பத்து பைசாவுக்குப் பிரயோஜனம் இல்லாத பாதை.

லீடிங் ப்ராண்டைத் தாக்க அவர்கள் செய்வதையே செய்தால் எப்போதும் அவர்கள் பின்னால்தான் போய்க்கொண்டிருக்க வேண்டும். அதோடு உங்கள் ப்ராண்டை வாடிக்கையாளர்கள் 'இது லீடிங் ப்ராண்டைப் போன்றதுதான், இதை எதற்கு வாங்கவேண்டும்? இதற்கு அந்த லீடிங் ப்ராண்டே தேவலை' என்று லீடரையே வாங்குவார்கள். உங்கள் ப்ராண்ட் தேய்ந்து, தோய்ந்து, காய்ந்து கருகவேண்டியதுதான்.

இசைத்துறையின் தன்னிகரற்ற ராஜா 'இசைஞானி இளையராஜா' வின் இடத்தை பிடிக்கவேண்டும் என்றால் (அப்பேர்ப்பட்ட இடத்தைப் பிடிக்கவே முதலில் முடியும் என்றால்!) அவரைப் போலவே இசையமைப்பது அல்ல அதற்கான வழி. அவர் இசைக்கு மாற்றாக, புதிதாக, புதிய பரிமாணத்தில் இசைமைத் தால் ஒரு வேளை முன்னணிக்கு வரலாம்.

இளையராஜாவை அப்படியே காப்பியடித்து அவர் பாணி யிலேயே இசை அமைக்க முயன்ற தேவா என்கிற இசை அமைப் பாளர் இருந்தாரே, ஞாபகம் இருக்கிறதா? என்ன ஆனார் அவர்? எங்கே இருக்கிறார் அந்த இளையராஜாவின் நகல்?

உங்கள் ப்ராண்ட் இரண்டாவது இடத்தில் இருக்கும் பட்சத்தில், சேலஞ்சராக லீடரைக் குறிவைக்க முயன்றால் நீங்கள் ஆட வேண்டிய அஃபென்ஸ் ஆட்டத்துக்கு என்று சில வழிமுறைகள் உள்ளன. அவற்றை இப்போது பார்ப்போம்.

அஃபென்ஸ் ஆட்டம் ஆடி லீடரைக் குறிவைக்க முதலில் நீங்கள் நன்றாகக் கணிக்கவேண்டியது உங்கள் மார்க்கெட் லீடரின் வலிமையை; வலிமையான நிலையை. லீடிங் ப்ராண்டின் வலிமை எது, அந்த ப்ராண்டுக்கு வலிமையைத் தருவது எது என்பதைச் சரியாகப் புரிந்துகொண்டு அந்தத் திசையில் தப்பித் தவறிக்கூடப் பிரவேசிக்கக்கூடாது.

சேலஞ்சர் ப்ராண்ட் என்னதான் ஒரு விஷயத்தில் வலிமையாக இருந்தாலும் அதே விஷயத்தில் லீடரும் வலிமையாக இருந் தால் சேலஞ்சர் ப்ராண்டால் அதைக் குறிவைத்து அடித்து வெற்றி பெறுவது ரொம்பவே கஷ்டம்.

டூத்பேஸ்ட் மார்க்கெட்டில் 'பெப்ஸோடண்ட்'தான் சேலஞ்சர். பற்கிருமிகளை அகற்றுவதில்தான் அதன் வலிமை அடங்கியிருக் கிறது. ஆனால் அந்த ப்ராண்டின் தலையெழுத்து, மார்க்கெட் லீடரான 'கோல்கேட்'டின் வலிமையும் பற்கிருமிகளை நீக்குவதில்தான். அதனாலேயே, என்ன தான் பெப்ஸோடண்ட் 'டிஷ்யூம் டிஷ்யூம்' என்று விளம்பரப்படுத்தினாலும் அதன் விற்பனை பல்லை இளித்துக்கொண்டுதான் இருக்கிறது. கோல் கேட்டோ பற்கிருமிகளோடு சேர்ந்து பெப்ஸோடண்டையும் மெதுவாக மார்க்கெட்டிலிருந்து நீக்கிக்கொண்டுவருகிறது!

அதேபோல் லீடிங் ப்ராண்டைவிடவும் அதிகமாக விளம்பரத்துக்குச் செலவழித்தால் முதல் இடத்துக்கு வந்துவிடலாம் என்று மனப்பால் குடிக்கவும் கூடாது. இப்படித்தான் 'டீகோல்ட்' என்கிற ப்ராண்ட் 'விக்ஸ்'ஸை விடவும் ஐந்து பங்கு விளம்பரத்துக்கு அதிகம் செலவழித்து விக்ஸை மொத்தமாக ஃபிக்ஸ் செய்துவிடலாம் என்று நினைத்தது. என்ன ஆனது?

ஆனது; டீகோல்டுக்குத்தான். அதற்கே ஜலதோஷம் வந்து, ஜன்னி கண்டு, ஜுரமாக மரணம் அடைந்தது. அதிக விளம்பரம் செய்தால் லீடரை கவிழ்த்துவிட்டு முதல் இடத்துக்கு வரலாம் என்று மனப்பால் குடித்த டீகோல்டுக்குத்தான் கடைசியில் பால் ஊற்றவேண்டிய நிலைமை!

அஃபென்ஸ் ஆட்டத்தின் முதல் விதி லீடரின் வலிமையைத் தேடி அதை அவாய்ட் செய்வது என்றால் இரண்டாவது விதி லீடரின் வீக்னெஸைக் கண்டுபிடித்து அதைக் குறிவைத்துத் தாக்குவதுதான்.

லீடிங் ப்ராண்டுக்கு வீக்னெஸ் இருக்குமா, லீடருக்குக்கூட பலவீனம் இருக்குமா என்று ஐயப்படவேண்டாம். எப்பேர்ப்பட்ட ப்ராண்டுக்கும் வீக்னெஸ் உண்டு. இன்னும் சொல்லப்போனால் பல சமயங்களில் ஒரு ப்ராண்டின் பலத்திலேயே அதன் பலவீனமும் இருக்கும்.

கார் மார்க்கெட்டின் முடிசூடா மன்னன் மாருதி சுசூக்கிதான். கார் மார்க்கெட்டில் 60% ஷேர் அதற்கு உண்டு. சின்ன, சிக்கனமான கார்கள் என்றாலே மாருதிதான் என்கிற பெயர் இருப்பதும் வாஸ்தவம்தான். நாடேங்கும் வியாபித்து விநியோகம் செய்யும் வசதி படைத்ததுதான். ஆனால் அந்த பலம் பொருந்திய ப்ராண்டுக்கும் வீக்னெஸ் இருந்தது. இன்னமும் இருக்கிறது!

மாருதி என்றால் 'சின்ன கார்' என்கிற எண்ணம் மக்களிடையே பரவலாக இருப்பதுதான் மாருதியின் பலம். ஆனால் அதுவே ஒரு வகையில் அதன் பலவீனமும்கூட. அதனால்தான் மாருதியால் பெரிய, விலை உயர்ந்த கார்களைப் பெரிய அளவுக்கு விற்கமுடிவதில்லை.

மாருதி அறிமுகப்படுத்திய 'பலீனோ' பலியானது. அதன் எஸ்யூவீ காரான 'கின்ஷாஹி'யும் மண்ணோடு போனது.

அதன்பின் அது அறிமுகப்படுத்திய 'டிசையர்' காரை வாங்க யாருக்கும் டிசையர் இல்லாமல் போனது.

ஆக, அஃபென்ஸ் ஆட்டம் ஆடும் சேலஞ்சர் அந்த மார்க்கெட் லீடரின் பலவீனம் என்ன என்று சரியாகக் கணித்து அங்குதான் அட்டாக் செய்யவேண்டும். இந்திய மார்க்கெட்டில் புதிதாக நுழைந்த கார் கம்பெனிகளான 'டொயோட்டா', 'ஹோண்டா', 'ஃபோர்ட்' போன்ற கம்பெனிகள் மாருதி சுசூக்கியை சின்ன கார் கொண்டு தாக்கினால் சின்னாபின்னமாகிவிடுவோம் என்பதைத் தெளிவாகப் புரிந்துகொண்டனர். அதனால்தான் சேலஞ்சராய், லட்சணமாய் லீடரின் வீக்னெஸைக் குறிவைத்து அந்த இடைவெளியில் தங்கள் கார்களை ஓட்டிச் சென்று கடக்க லாம் என்று பெரிய சொகுசு கார்களை அறிமுகப்படுத்தினார்கள். அதில் வெற்றியும் பெற்றார்கள்! சின்ன கார்களின் ராஜா மாருதி என்றால் பெரிய கார்களின் ராஜா ஹோண்டா!

ஒரு காலத்தில் சுளுக்கு நிவாரணி மார்க்கெட்டின் லீடராக இருந்தது 'ஐயோடெக்ஸ்'. சுளுக்கு என்றாலே மளுக்கென்று மக்களுக்கு ஞாபகம் வந்து, வாங்கும் ப்ராண்டாகத் திகழ்ந்து அது.

வலிமையான ஐயோடெக்ஸுக்கும் ஒரு வீக்னெஸ் இருக்கத்தான் செய்தது. ஐயோடெக்ஸ் ஒரு வித ப்ரவுன் கலரில், கிட்டத்தட்ட அழுக்கான தைலம்போல்தான் இருக்கும். அதை இடுப்பில் தடவிக்கொண்டால் அதன் பழுப்பு கலர் அணிந்திருக்கும் சட்டையிலோ, புடைவையிலோ ஒட்டிக்கொண்டு கறையாக்கி விடும். அதனால்தான் வாடிக்கையாளர்கள் சுளுக்கு பிடித்துக் கொண்டால் இரவுவரை பொறுத்திருந்து ஐயோடெக்ஸைத் தடவிக் கொள்வார்கள்.

இதுதான் ஐயோடெக்ஸின் வீக்னெஸ்; இங்கு அடித்தால்தான் உண்டு என்று அதைக் குறி வைத்துத் தாக்கியது 'மூவ்'.

'சுளுக்கு வந்தால் ஏன் இரவுவரை பொறுத்துக்கொண்டு சிரமப் படுகிறீர்கள், மூவ் தடவுங்கள். அது சுளுக்கைப் போக்குவதுடன் நீங்கள் அணிந்திருக்கும் உடையையும் கறையாக்காது. இனி கவலை வேண்டாம். பொறுத்திருக்கவும் வேண்டாம். சுளுக்கிக் கொண்டால் உடனேயே மூவ் எடுங்கள், பதமாய்த் தடவுங்கள், வலியிலிருந்து உடனடி நிவாரணம் பெறுங்கள்' என்று கூறி விளம்பரப்படுத்தியது

வாடிக்கையாளர்களும், 'கரெக்ட், எதற்கு சுளுக்குடன் நாள் முழுதும் அவதிப்பட்டுக்கொண்டு' என்று மூவ் ப்ராண்டுக்கு மூவ் செய்யத் தொடங்கினார்கள். இன்று சுளுக்கு மார்க்கெட்டின் லீடராகவே மாறிவிட்டது மூவ். ஐயோடெக்ஸ் அய்யோடெக் ஸாக மாறி இப்போது அய்யய்யோடெக்ஸாக அவதிப்பட்டுக் கொண்டிருக்கிறது!

லீடரின் பலவீனத்தைத் தேடுகிறேன் பேர்வழி என்று பல சேலஞ்சர் ப்ராண்டுகள் லீடர் ப்ராண்டின் சற்றே அதிக விலையைக் குறிவைத்து அதையே அதன் பலவீனமாக மாற்றி விடுவோம், நம் ப்ராண்டுகளை அதைவிடக் கம்மியாக விற்று முதல் இடத்துக்கு வந்துவிடுவோம் என்று கணக்கிடுகிறார்கள். அது தப்புக் கணக்கு.

லீடர் ப்ராண்ட் சும்மவேனும் முதல் ஸ்தானத்துக்கு வந்துவிடுவ தில்லை. பிரமாதமான பொருள், பரந்த விநியோகம், பெருத்த விற்பனை மேம்பாடு, பெருவாரியான வாடிக்கையாளர் சப்போர்ட்டைப் பெற்றுத்தான் அந்த இடத்துக்கு வந்து சேருகிறார்கள். அப்பேர்ப்பட்ட ப்ராண்டுகளோடு விலையில் போட்டி போட சேலஞ்சர் ப்ராண்டுகளுக்கு அசாத்திய சக்தி வேண்டும். அதோடு அளவுக்கு அதிகமாகப் பணமும் வேண்டும். சேலஞ்சர் ப்ராண்டுகள் விலையைக் குறைத்தால் அதைச் சமாளிக்கும் சக்தி லீடருக்குப் பல சமயங்களில் வெகு சுலப மாகவே இருக்கும்.

இதை நான் சொல்வதைவிட இந்துஸ்தான் லீவர் நிறுவனத் தினரிடம் கேட்டுப்பாருங்கள். ஒரு பாடு அழுதுகொண்டே சொல்வார்கள். சானிடரி நாப்கின் மார்க்கெட்டில் தங்கள் 'கோட்டெக்ஸ்' ப்ராண்டின் விலையை குறைத்து ப்ராக்டர் அண்டு காம்பிளின் 'விஸ்பர்' ப்ராண்டிடம் பட்டுக்கொண்ட கதையைப் பின்னணி இசையோடு சோக கீதம் இசைத்துச் சொல்வார்கள்!

சானிடரி நாப்கின் மார்க்கெட்டின் சாலிடரி லீடராய், ஸ்ட்ராங்காய்த் திகழ்ந்த விஸ்பர் ப்ராண்டின் வீக்னெஸ் அதன் அதிக விலையாகத்தான் இருக்கும்; அதை அடிப்போம் என்று கோட்டெக்ஸ் தன் விலையைக் குறைத்து விற்பனை செய்ய நினைத்தது. விஸ்பர் தன் பெயருக்கேற்ப சத்தமில்லாமல் தன் விலையைச் சடாரென்று குறைத்தது. கோட்டெக்ஸ் அந்த

உத்திக்கு ஈடுகொடுக்கமுடியாமல் தவிக்க, விஸ்பரின் விற்பனையோ விஸ்வரூபம் எடுத்தது!

இனி அஃபென்ஸ் ஆட்டத்தின் மூன்றாவது முக்கிய விதியைப் பார்ப்போம். லீடரைத் தாக்கும்போது பெப்பரெப்பே என்று பரந்து விரிந்து தாக்காமல் குறிபார்த்துக் குறிப்பிட்ட இடத்தில் மட்டுமே தாக்கவேண்டும். 'Launch the attack on as narrow a front as possible' என்கிறார்கள் ஆல் ரீஸ்ஸூம் ஜாக் ட்ரவுட்டும்.

எதிரி நாட்டைத் தாக்கும்போது அந்த நாடு முழுவதும் பரந்து, விரிந்து தாக்காமல் ஒரு குறிப்பிட்ட இடத்தை நிர்ணயித்து அந்த இடத்தில் முழுத் தாக்குதலையும் மேற்கொண்டால் எதிரி நிலை குலைந்து போவான் என்பது போர்த் தந்திரங்கள் வகுப்பவர் களின் அட்வைஸ்.

லீடர் பலம் வாய்ந்தவன். அவனிடம் அதிகப் பண பலமும், மார்க்கெட் சப்போர்ட்டும் இருக்கும். நாம் ஏற்கெனவே பார்த்ததுபோல் தன் இரு கைகளையும் கொண்டு போரிடும் வலிமையான நிலையில் இருப்பவன்.

சேலஞ்சரோ அந்த அளவு பண பலமும் மார்க்கெட் சப்போர்ட்டும் இல்லாதவன். தன் ஒரு கை கொண்டு தாக்க வேண்டிய நிலைமை வேறு. அப்பேர்ப்பட்டவன் லீடரைப் பரந்து விரிந்து எல்லா இடங்களிலும் தாக்க முயற்சித்தால் பொருள் விரயமும் செயல் விரயமும்தான் மிஞ்சும். கூடவே தோல்வியையும் ஆரத் தழுவிக்கொள்ளலாம்.

ஐஸ்க்ரீம் மார்க்கெட்டை எடுத்துக்கொள்வோம். அதில் லீடர் 'வால்ஸ்' ஐஸ்க்ரீம். உலகத்தின் தலைசிறந்த ஐஸ்க்ரீம் ப்ராண்டு களில் ஒன்று. அதோடு இந்துஸ்தான் யூனிலீவரின் ப்ராண்ட் வேறு. கேட்கவா வேண்டும் அதன் அசுர பலத்தை, அசாத்திய பிரதாபத்தை. இந்தியா முழுவதும் பரந்து, சிறந்து விளங்கும் அந்த ப்ராண்டை எப்படித் தாக்குவது?

எப்படித் தாக்குவது என்பதைவிட எங்கு தாக்குவது என்று கேட்பதுதான் புத்திசாலித்தனம்.

அதை 'அருண் ஐஸ்க்ரீம்' நமக்கு அழகாகச் சொல்லித் தருகிறது. பரந்து விரிந்த அந்த லீடரைப் பறந்து சென்று பெப்பரெப்பே என்று பரவலாகத் தாக்காமல் அருண் ஐஸ்க்ரீம், தமிழ்நாட்டில்

மட்டுமே குறி வைத்துத் தாக்குகிறது. வால்ஸ் போன்ற பெரிய லீடரை எதிர்கொள்ளத் தேவையான பெருவாரியான பண பலமும் பரந்த விநியோகமும் தன்னிடம் இல்லை என்பதை நன்றாக உணர்ந்து தன் சொந்த மாநிலமான தமிழ்நாட்டில் மட்டுமே குறி வைத்துத் தாக்குகிறது அருண்.

தமிழ்நாட்டின் மூலை முடுக்கெல்லாம் அருண் ஐஸ்க்ரீம் பார்லர் திறப்பது, தமிழ் சேனல்களில் மட்டுமே விளம்பரம் செய்வது, தமிழ் மக்களை மட்டுமே கவர் செய்வது என்பவை அதன் சக்திக்கேற்ப இருப்பதால் அவற்றையே அந்த ப்ராண்ட் திறம்படச் செய்கிறது. செய்துகொண்டிருக்கிறது. அகில இந்திய அளவில் வால்ஸ் லீடராக இருந்தாலும் தமிழ்நாட்டில் நம்பர் ஒன் ஐஸ்க்ரீம் ப்ராண்ட் அருண்தான்!

லீடரைக் குறிவைத்துத் தாக்குவது என்பது பூகோள அடிப்படையில்தான் என்றில்லை. லீடர் ப்ராண்டின் ஏதாவது ஓர் அங்கத்தைக் குறிவைத்து அங்கு மட்டுமே தாக்குவதும் இன்னொரு வழி. சிவப்பழகு க்ரீம் மார்க்கெட்டின் எவர்க்ரீன் ஹீரோயின் 'ஃபேர் அண்டு லவ்லி'தான். சுமார் 85% மார்க்கெட் ஷேர் கொண்ட ப்ராண்ட். அப்பேர்ப்பட்ட ராணியை எப்படி அடிப்பது? எங்கு குறி வைப்பது? எவ்வாறு ஓரிடத்தில் ஒருமுகப் படுத்தித் தாக்குவது?

கவின்கேர் கம்பெனியின் 'ஃபேர்எவர்' அதைத்தான் செவ்வனே செய்தது. ஃபேர் அண்டு லவ்லி சிவப்பழகு தருகிறோம் என்று சீரிய முறையில் சொல்லி, சிறப்பாகச் செயல்பட்டாலும் அதன் உத்திக்குள் ஒரு சின்ன சந்து இருப்பதையும் அதற்குள் புகுந்து வெற்றியுடன் வெளியே வரும் பாதை இருப்பதையும் ஃபேர்எவர் தெளிவாகத் தெரிந்துகொண்டது..

சிவப்பழகு தருகிறோம் என்றுதான் ஃபேர் அண்டு லவ்லி கூறியதே ஒழிய அதை எவ்வாறு தங்களால் தர முடிகிறது என்பதை அந்த ப்ராண்ட் கூறவில்லை. அந்த கேப்புக்குள்தான் ஃபேர்எவர் நுழைந்து தாக்கியது. 'நாங்கள் சிறப்பான சிவப்பழகு தருகிறோம். ஏனெனில் எங்கள் ப்ராண்டில் குங்குமப் பூவும் பாலின் நற்குணங்களும் இருக்கின்றன' என்று ஒரு போடு போட்டது.

சிவப்பழகுக் குழந்தையைப் பெற்றெடுக்க இருக்கும் பெண் களின் வாயில் குங்குமப்பூவையும், பாலையும் எஞ்சினில் கரி

அள்ளிப் போடுவதுபோல் போடும் தமிழ் கூறு நல்லுலகம் அதைக் கேட்டுவிட்டு சும்மா இருக்குமா? ஃபேர்எவரை நேர்த்தியுடன் கோயில் பிரசாதம்போல் வாங்கி அனுதினமும் புனித நீராடி அதை எடுத்துக் கும்பிட்டு உடம்பெல்லாம் அபிஷேகம் செய்துகொண்டது. பிறகென்ன, ஃபேர்எவரின் விற்பனை கோயில் கொடிமரம்போல் கோலாகலமாய் ஏறத் தொடங்கியது!

வலிமையான லீடர் ப்ராண்டுகளைப் பதவியிறக்கம் செய்யும் இன்னொரு வழி அவர்கள் தரும் பயனைவிட ஒரு படி மேலே அளிப்பது. அதாவது 'வேல்யூ ஆட்' செய்து சேலஞ்சர் ப்ராண்டை விற்பது.

'நைசில்' என்றாலே வியர்க்குரு ஸ்பெஷலிஸ்ட் என்றிருந்த காலம் உண்டு. அந்த ப்ராண்டுக்கே வியர்க்குருவை வரவழைத்தது 'டெர்மிகூல்' என்கிற ப்ராண்ட்.

நைசில் பவுடரை வெயில் காலங்களில்தான் மக்கள் உபயோகிப்பார்கள். ஏனெனில் வெயில் காலத்தில்தான் சருமத்தில் வியர்க்குரு வந்து வெறுப்பேற்றும். அதோடு வெயில் காலத்தில் அதிக சூட்டினால் வாடிக்கையாளர்கள் அவதிப்படுவார்கள். எங்கேயாவது ஏசி ரூம் கிடைக்காதா என்று ஏங்குவார்கள். யாரும் பார்க்கவில்லை என்றால் அட்லீஸ்ட் ஃப்ரிட்ஜைத் திறந்து அதற்குள் ஒரு அஞ்சு நிமிஷம் உட்காரலாம் என்றாவது ஆசைப் படுவார்கள்.

பார்த்தது டெர்மிகூல். 'எங்கள் பவுடரை உபயோகித்தால் வெயில் காலத்தில்கூட ஐஸில் இருப்பதுபோல் சில்லென்று இருக்கும் என்று கூறி விளம்பரப்படுத்தியது. அதாவது, நைசில் வெறும் வியர்க்குரு போவதற்கு மட்டும்தான். ஆனால் டெர்மிகூல் வியர்க்குருவையும் போக்கி, சில்லென்று ஏசி ரூமில் இருப்பதுபோன்ற உணர்வையும் தரும் என்கிற வேல்யூ அடிஷனையும் சேர்த்துச் சொன்னது.

ஐஸ் ஆசையில் வாடிக்கையாளர்கள் ஏகத்துக்கு அந்த ப்ராண்டை வாங்க அதன் விற்பனை நைசாக ஏறி சைசாகப் பெருகியது. இப்படியாக மார்க்கெட்டின் லீடிங் ப்ராண்டான நைசிலையே நையப் புடைத்தது டெர்மிகூல்.

இதே உத்தியை உஷாராகச் செய்து ஜாலியாக வென்ற இன்னொரு ப்ராண்ட்தான் உஜாலா. வெள்ளை ஆடைகளுக்காகத்

தமிழ்நாட்டுத் தாய்குலத்தின் பேராதரவுடன் ஹவுஸ்ஃபுல்லாக ஓடிக்கொண்டிருந்த 'ராபின் ப்ளூ' என்கிற லீடரையே வெள்ளையடித்து அதன் விற்பனையைக் கொள்ளையடித்த கதையையும் நீங்கள் தெரிந்துகொள்வது அவசியம்.

ராபின் ப்ளூ என்கிற பெயர் உங்களுக்கு இப்போது ஞாபகம் இருக்கிறதோ இல்லையோ 1990-களில் சக்கை போடு போட்டு வந்த ப்ராண்ட் அது. அப்போது அதே மார்கெட்டுக்குள் நுழைந்தது உஜாலா.

'ராபின் ப்ளூ என்கிற லீடரைவிட நாங்கள் வெளுப்பைத் தருகிறோம்' என்று கூறவில்லை. அஃபென்ஸ் ஆட்டம் ஆடும் போது லீடரை நேருக்கு நேர் அப்படித் தாக்கக்கூடாது என்பதைத்தான் ஏற்கெனவே பார்த்தோமே. மாறாக, உஜாலா, ராபின் ப்ளூவின் பேக்கேஜிங்கைக் குறிவைத்தது. அங்கு வேல்யூ ஆட் செய்தால்தான் உண்டு என்பதை உணர்ந்து, தன் ப்ராண்டை திரவமாக மாற்றி அழகான வடிவம் கொண்ட பாட்டிலில் பேக்கிங் செய்தது. அந்த ப்ராண்டை வாடிக்கையாளர்கள் எளிதாக உபயோகிக்க ஏதுவான வழி கொண்டு பேக்கேஜிங்கை வடிவமைத்தது. அதோடு 'நாங்க இப்ப உஜாலாவுக்கு மாறிட்டோம், அப்ப நீங்க?' என்கிற வற்புறுத்தும் வாக்கியத்துடன் அழகாக விளம்பரம் வேறு செய்தது.

என்ன ஆனது? உஜாலா சொன்னபடி, பெண்கள் கொத்து கொத்தாக அந்த ப்ராண்டுக்கு மாறினார்கள். பின் என்ன? 'பாண்டியனின் ராஜ்ஜியத்தில் உய்யலாலா, பாண்டியனின் துணிகளுக்கோ உஜாலாலா'!

மேற்கூறிய மூன்று விதிகளையும் மீற முடியுமா என்று நீங்கள் கேட்டால், என் பதில், முடியும். அசாதாரணமான சூழ்நிலைகள் இருந்தால்; உங்களுக்குக் குருட்டு அதிர்ஷ்டம் இருந்தால்; இல்லை லீடிங் ப்ராண்டைவிட அதிநவீன டெக்னாலஜியோ, தொழிற்திறனோ உங்களிடம் இருந்தால் ஒரு வேளை முடியும்; முடியலாம்!

லீடரைவிட அதிபயங்கர, அட்டகாசத் தொழில் நுட்பம் உங்கள் வசம் இருந்தால் அதைக்கொண்டு லீடரை நேருக்கு நேர் பார்த்து, ஒண்டிக்கு ஒண்டி நின்று முகத்தோடு முகம் பார்த்துப் போரிடலாம். முடிந்தால் லீடரை மார்க்கெட் நம்பர் ஒன் ஸ்தானத்திலிருந்தே ஓரங்கட்டியும் விடலாம்.

பின்னால் வந்தாலும், தனக்கு முன்னால் வந்த 'யாஹூ!' சர்ச் எஞ்சினைவிடப் பிரமாதமான தேடுதல் அல்காரிதங்கள் கொண்டு அந்த ப்ராண்டை ஓரம்கட்டி, ஒடுக்கி வைத்த 'கூகிள்' செய்ததுபோல் செய்யலாம். இன்று இண்டெர்நெட் சர்ச் எஞ்சின் மார்க்கெட்டில் கூகிள்தான் முடிசூடிய மன்னன். லீடராக இருந்த யாஹூ! இப்போது எங்கே என்று அதே கூகுளில் தேடிப் பார்த்துக்கொண்டால்தான் உண்டு!

சேலஞ்சர் ப்ராண்டுகள் தெரிந்துகொள்ளவேண்டிய விதிகள் இவை. இந்த விதிகளோடு சில சின்னச் சின்ன சில்மிஷ டெக்னிக்குகளையும் நீங்கள் தெரிந்து வைத்துக்கொண்டால் லீடிங் ப்ராண்டுகளோடு போரிட்டு அவர்களை லாடம் கட்ட உதவியாக இருக்கும்! அவை இதோ.

பெரிய ப்ராண்டுகளோடு போரிடும்போது வீரம் பத்தாது. விவேகமும் வேண்டும். இதற்குத்தான் ஜூடோ போர்க் கலையை நீங்கள் தெரிந்துகொள்ளவேண்டும். இதற்காகக் காசு செலவழித்து, அதிகாலை அலாரம் வைத்து எழுந்து, நீண்ட வெள்ளை ட்ரெஸ்ஸை குடுகுடுப்பைக்காரன்போல் அணிந்து கொண்டு 'யா ஊ' என்று சைனீஷ் பாஷையில் கத்திக் கூப்பாடு போட்டு ஒரேடியாக ஊரைக் கூட்டத் தேவையில்லை. ஜூடோ கலையின் ஆதாரத் தத்தொடங்களை இப்படியே காலை நீட்டிக்கொண்டு ஹாயாக படுத்தவாறே புரிந்துகொள்வது போதுமானது.

ஜூடோ என்பது எதிரியைப் பலம் கொண்ட மட்டும் கையால் அடிப்பது என்றுதான் பலரும் நினைக்கின்றனர். அதில்லை ஜூடோ. அப்படி அடிப்பது கராத்தே. ஜூடோ வேறு ஜாதி. எதிரியின் பலத்தை அவனிடமே பிரயோகப்படுத்தி அவனை வீழ்த்தும் அசகாய ஆட்டம்தான் ஜூடோ.

லீடிங் ப்ராண்டுகளோடு போரிடும்போது அவர்கள் பலத்தை அவர்களிடமே பிரயோகப்படுத்தும்போது அவர்கள் பலமே அவர்களை அழுத்திவிடுகிறது; வெற்றியை உங்களுக்கு அளித்துவிடுகிறது!

ஜூடோ வீரர்கள் எதிரியை நேருக்கு நேர் மோதுவதைத் தவிர்ப்பார்கள். நாம் ஏற்கெனவே பார்த்ததுபோல் ஒண்டிக்கு ஒண்டி மோதும்போது அதிக பலம் கொண்ட லீடருக்கே அது

சகாயமாக முடிகிறது. அதற்குபதில் ஜூடோ வீரர்கள் வேகத்தையும் விவேகத்தையுமே பிரயோகப்படுத்தி எதிரியைச் செயலிழக்கச் செய்கிறார்கள். அதேபோல் மார்க்கெட்டிங்கிலும் லீடர் ப்ராண்டின் பலத்தை அதற்கு எதிராகவே திருப்பித் தாக்கும்போது அந்த ப்ராண்ட் நிலைகுலைந்து போகிறது. ‘ஃபேர் அண்டு லவ்லி’ vs ‘ஃபேர் அண்டு ஹேண்ட்சம்’ கதையைப் படித்தால் இது அழகாக விளங்கும்.

ஃபேர் அண்டு லவ்லி, சிவப்பழகின் அவசியத்தையும் சிவப் பழகு கிடைப்பதால் வரும் பயன்களையும் பல வருடங்களாக விளம்பரப்படுத்தி வந்ததால் சிவப்பழகுக்கு என்ற ஒரு சந்தையை அதுவே நாட்டில் உருவாக்கியிருந்தது. சிவப்பழகு என்றாலே ஃபேர் அண்டு லவ்லிதான் என்றிருந்த நிலை அப்போது. பெண் களின் ஏகோபித்த சாய்ஸும் அதுவே.

அதே ப்ராண்டை ஆண்களும் உபயோகித்துவந்தனர். ஏன்? அவர் களுக்கும் சிவப்பாக, அழகாக அரவிந்த் சாமிபோல் ஆக வேண்டும் என்கிற ஆசை இருக்காதா? சிவப்பழுகு என்றாலே ஃபேர் அண்டு லவ்லி என்கிற நிலை. ஆண்கள் வேறு எங்கு போவது?

இந்தச் சூழ்நிலையில்தான் ‘இமாமி’ என்கிற கம்பெனி சிவப் பழகு க்ரீம் மார்க்கெட்டில் எப்படிடா நுழைவது என்று சிந்திக்கத் தொடங்கியது. ஃபேர் அண்டு லவ்லியை நேருக்கு நேர் மோத முடியுமா என்றால், முடியும், ஆனால் அதோடு நம் கதையும் சேர்ந்து முடியும் என்பதை உணர்ந்தது. அதனால்தான் அந்த கம்பெனி ஜூடோ உத்தியைப் பயன்படுத்த முடிவு செய்தது.

எதிரியின் பலம் என்ன? சிவப்பழுகு தருவதில் எக்ஸ்பர்ட்.

சரி, யாருக்கு சிவப்பழுகு தருவதில் எக்ஸ்பர்ட்? பெண்களுக்கு. ப்ராண்டின் பெயரே ஃபேர் அண்டு லவ்லி. லவ்லி என்பது பெண்களை வர்ணிக்க உபயோகிக்கப்படும் வார்த்தை.

ஆனால், அந்த ப்ராண்டை ஆண்களும் உபயோகிக்கிறார்களே, அது எப்படி? ஏனெனில், ஆண்களுக்கென்று தனியாக ஒரு சிவப்பழகு ப்ராண்ட் இல்லை. அதனால்தான்.

அப்படி என்றால், ஆண்களுக்கென்று தனியாக ஒரு ப்ராண்டை அறிமுகப்படுத்தினால் என்ன?

பிறந்தது 'ஃபேர் அண்ட் ஹேண்ட்சம்'. அதோடு இமாமி சாமர்த்தியமாக விளம்பரம் செய்தது. ஆண்களைப் பார்த்து 'இன்னுமா நீங்கள் உங்கள் சகோதரியின் க்ரீமை உபயோகித்துக் கொண்டிருக்கிறீர்கள்? சீச்சீ, இதோ ஆண்களுக்கென்றே பிரத்யேக சிவப்பழகு க்ரீம், ஃபேர் அண்டு ஹேண்ட்சம். வாருங்கள்; வாங்குங்கள்; சிவப்பாய், அழகாய் மாறுங்கள். அப்புறம் பாருங்கள். பெண்கள் கூட்டம் உங்களை எப்படிப் படையெடுக்கிறது என்பதை' என்று கூறி விளம்பரம் செய்தது.

அறிமுகப்படுத்தப்பட்ட நாள் முதல் ஃபேர் அண்டு ஹேண்ட் சம்மின் விற்பனை பிய்த்துக்கொண்டு போனது. எப்படி?

ஃபேர் அண்டு ஹேண்ட்சம்மின் வெற்றிக்குத்தான் ஃபேர் அண்டு லவ்லி அழகான அடித்தளத்தைப் போட்டு வைத் திருந்ததே. அதில் ஏறி வீடு கட்டப் பெரிய சிரமம் இருக்க வில்லை ஃபேர் அண்டு ஹேண்ட்சம்முக்கு.

அதன் வேலை மிகச் சுலபமாகப் போய்விட்டது. அதுதான் சிவப்பழகின் பயனை ஃபேர் அண்டு லவ்லி துல்லியமாக மக்க ளுக்குச் சொல்லிவிட்டிருந்ததே. ஃபேர் அண்ட் ஹேண்ட்சம் செய்ததெல்லாம் ஒன்றுதான்: 'ஆண்களே, இங்கே வாருங்கள், இதுதான் உங்களுக்கு' என்று விளம்பரப்படுத்தியதுதான்.

ஃபேர் அண்டு லவ்லி அதன்பின் எவ்வளவு கரடியாகக் கத்தி, கட் அண்ட் ரைட்டாக உத்திகள் அமைத்தபோதும் அதன் பயன் ஃபேர் அண்ட் ஹேண்ட்சம்முக்குத்தான் சென்றது. அதாவது ஃபேர் அண்டு லவ்லியின் பலத்தைக் கொண்டே ஃபேர் அண்டு ஹேண்ட்சம் அதைத் திருப்பி அடித்து அந்த ப்ராண்டை வெற்றிகொண்டது.

இன்னும் சொல்லப்போனால் ஜூடோ கலையின் ஆதாரமே பலமான எதிரியை மடக்கி அவனின் பலத்தை அவன் பிரயோகிக்க முடியாதபடி செய்வது.

அஃபென்ஸ் ஆட்டம் ஆடி லீடரை அட்டாக் செய்வதன் இன்னொரு ஹைலைட் சேலஞ்சரின் தாக்குதலைச் சமாளிக்க லீடர் பதிலடி கொடுக்க முயலும்போது அந்தப் பதிலடியால் லீடரின் வலிமை குறைவது. அதாவது திருடனுக்குத் தேள் கொட்டியதுபோல் என்று கூறுவார்களே, அந்த மாதிரி.

அஃபென்ஸ் ஆட்டம் ஆட வேண்டியவர்களுக்கு முத்தாய்ப்பாக ஒன்று சொல்லி முடிக்கிறேன். அஃபென்ஸ் அட்டாக் செய்வது ஒருபுறம். அந்த அஃபென்ஸுக்கு ஈடு கொடுக்கப் பதிலடி கொடுக்கும்போது லீடரைத் தவறு செய்ய வைத்தால் அதுவே சிறந்த அஃபென்ஸ் அட்டாக் ஆகும்.

கிரிக்கெட் ஆட்டத்தில் பார்த்திருப்பீர்கள். நன்றாக அடித்து ஆடும் பேட்ஸ்மேனை அவுட் ஆக்க ஃபீல்டிங் சைட் கேப்டன் அந்த பேட்ஸ்மேன் ரன் எடுக்க முடியாத அளவுக்கு ஃபீல்டிங்கை நிறுத்தி, அடிக்க முடியாதபடி நெகடிவ் பவுலிங் போட்டு அவரைப் பொறுமையிழக்க வைப்பார். அடித்து ஆடியே பழக்கப்பட்டுவிட்ட அந்த பேட்ஸ்மேனும் வெறுத்துப்போய் ஒரு கட்டத்தில் தன் பலத்துக்கு ஏற்ப ஆடாமல் 'ரிவர்ஸ் ஸ்வீப்', 'கண்ணை மூடிக்கொண்டு காட்டுத்தனமாக மட்டையைச் சுழற்றுவது' என்று ஏதோ ஒரு ஷாட்டை ஆடி அவுட் ஆகித் தொலைப்பார்.

இது நெகடிவ் அட்டாக் இல்லையா என்று கேட்கத் தோன்றும். ஆமாம், நெகடிவ்தான். ஆனால் இந்தச் சூழ்நிலையில் நெகடிவும் ஒரு வகையில் அஃபென்ஸ் ஆட்டம்தான் என்பதைப் புரிந்துகொள்ளுங்கள். உங்கள் நோக்கம் என்ன? நம்பர் ஒன் ப்ராண்டை நெம்பித் தள்ளுவது; லீடரை ஓரங்கட்டுவது; அந்த இடத்துக்கு நம் ப்ராண்டை எடுத்துச் சென்று நிறுத்துவது.

நீங்கள் திருடவில்லை; பொய் சொல்லவில்லை; யாரையும் ஏமாற்றவில்லை; யார் முதுகிலும் குத்தவில்லை. லீடரைத் தவறு செய்யும் நிலைக்கு ஆளாக்கி அந்தத் தவறில் அவரைக் கவிழ்த்து உங்கள் ப்ராண்டை நிமிர்த்துகிறீர்கள். இது எப்படித் தப்பாகும்?

தப்பேயில்லை. இதைத் தப்பில்லாமல் செய்தால் மட்டுமே போதுமானது. அப்படியே செய்யுங்கள். அடித்து தூள் கிளப்புங்கள்!

சேலஞ்சர் ப்ராண்டுகள் தங்களையே சேலஞ்ச் செய்து கொள்ளக் கேட்கவேண்டிய கேள்விகளின் லிஸ்ட்:

1. உங்கள் பொருள்வகையில் உங்கள் ப்ராண்டின் மார்க்கெட் ஷேர் என்ன? அதாவது, விற்பனையில் எந்த இடத்தில் இருக்கிறீர்கள்?

2. உங்கள் பொருள்வகையில் லீடர் யார்? முதல் இடத்தில் உள்ள அந்த ப்ராண்டின் பலங்கள் என்னென்ன, பலவீனங்கள் என்னென்ன?

3. லீடிங் ப்ராண்டை விற்கும் கம்பெனியின் பலம் என்னென்ன? பலவீனங்கள் என்னென்ன?

4. லீடிங் ப்ராண்டின் விலையை ஆராய்ந்திருக்கிறீர்களா? அந்த ப்ராண்டைத் தயாரிக்க அந்த கம்பெனிக்கு என்ன செலவாகிறது என்று தோராயமாகவாவது கணக் கிட்டுருக்கிறீர்களா?

5. லீடர் எல்லா மார்க்கெட்டின் மூலை முடுக்குகளிலெல் லாம்கூட நம்பர் ஒன்னாக இருக்கிறாரா? அந்த ப்ராண்ட் சரியாக விற்காத ஊர்களும் உண்டா?

6. லீடர் ப்ராண்டைவிட வேல்யூ ஆட் எதையேனும் உங்களால் வாடிக்கையாளர்களுக்குத் தர முடியுமா?

7. லீடரின் தொழில்நுட்பத்தைவிடவும் சிறந்த தொழில் நுட்பம் உங்களிடம் உள்ளதா? அப்படிப்பட்ட தொழில் நுட்பத்தை உங்களால் பெற முடியுமா?

8. லீடரைச் செயலிழக்கவைக்க, அதன் வலிமையைப் பிரயோகப்படுத்த முடியாமல் முடக்க ஏதேனும் வழி இருக்கிறதா என்று ஆராய்ந்தீர்களா?

10

சந்துல சிந்து பாயலாம் சித்தப்பு!

சொந்தமும் இல்லே ஒரு பந்தமும் இல்லே
சொன்ன இடத்தில் அமர்ந்து கொள்கிறார்
நாங்கள் மன்னருமில்லே, மந்திரியில்லே
வணக்கம் போட்டுத் தலையைச் சாய்க்கிறார்

- கவிஞர் கண்ணதாசன்

நெரிசலான ட்ராஃபிக்கில் கார்களுக்கும் பஸ்களுக்கும் நடுவே நீங்கள் வேகாத வெயிலில் காத்திருந்து வெறுத்துப்போய் 'எப்படா இந்த எழவு ட்ராஃபிக் நகரும்' என்று நினைத்துக் கொண்டிருக்கையில் சந்தடி சாக்கில், சைக்கிள் கேப்பில், சட்டென்று அடித்துத் திரும்பி, படாரென்று திரும்பி ஓடித்து அதே ட்ராஃபிக்கின் ஊடே ஊர்ந்தும் உறுமியும் செல்லும் பைக்குகளைப் பார்த்திருப்பீர்கள்.

அதை ஓட்டிச் செல்பவர்கள் சாமர்த்தியமாகப் புகுந்து வெளியேறி நகராத ட்ராஃபிக்குக்குப் பெப்பே காட்டிவிட்டு, கடுப்பில் இருக்கும் உங்களுக்கும் பைபை சொல்லிவிட்டுப் பறப்பதைப் பார்த்து எத்தனை தடவை வயிற்றெரிச்சல் பட்டிருப்பீர்கள்?

சந்தில் சிந்து பாடும் இந்த சில்மிஷ வித்தையை ஏன் நீங்கள் மார்க்கெட்டிங்கில் காட்டக்கூடாது? ட்ராஃபிக்கில் நீங்கள் பட்ட வயிற்றெரிச்சலை உங்கள் பொருள்வகையில் உள்ள லீடருக்கும் ஃபாலோவர்களுக்கும் ஏன் நீங்கள் தானமாக வழங்கக்கூடாது? 'படா' ட்ராஃபிக்குக்குள்ளும் 'தடா' இல்லாமல் 'அட!' என்று சொல்லும் அளவுக்கு 'விடா' முயற்சியுடன் முன்னேறிச்

செல்லும் அந்த 'படா' பைக் ஓட்டுபவர்களின் உத்தியை நீங்களும் ஏன் பயன்படுத்தக்கூடாது?

மார்க்கெட்டில் சின்ன சைசாகப் பிறந்து, பத்தோடு பதினைந்தாக இருந்து, நைசாகப் புகுந்து, சைசாக முன்னேறி, மார்க்கெட்டில் சத்தமே இல்லாமல் வெற்றி பெறும் இவ்வகை பைக்குகளுக்கு 'ஃப்ளாங்கர்' என்று பெயர். மார்க்கெட்டில் ஸ்ட்ராங்காகத் தங்களை 'ஆங்கர்' செய்து கொள்ளும் இந்த ஃப்ளாங்கர் ப்ராண்டுகள் அறியவேண்டிய விதிகளை, தெரிந்துகொள்ள வேண்டிய முறைகளை, ஆடவேண்டிய விதங்களைத்தான் இப்போது பார்க்கப்போகிறோம்.

முதல் விதியாக ஃப்ளாங்கர் ப்ராண்டுகள் தெரிந்துகொள்ள வேண்டியது பொருள்வகையில் தாங்கள் எங்கு ஆடவேண்டும் என்பதைத்தான். ஒரு பொருள்வகையில் அதுவரை எந்த ப்ராண்டும் இல்லாத காலியான ஏரியாவைத்தான் ஃப்ளாங்கர் தேர்ந்தெடுத்து அட்டாக் செய்யவேண்டும். அதாவது லீடரோ, சேலஞ்சர்களோ கவனிக்கத் தவறிய கேப்பில்தான் தங்கள் ப்ராண்ட் வண்டியை நுழைத்து, ஓட்டி, முன்னேறவேண்டும். சின்ன இடைவெளியில் சிக்கென்று புகுந்து பக்கென்று வெளியேறும் பைக்குகளைப்போல.

ரோட்டில் நடந்துபோய்க்கொண்டிருக்கிறீர்கள். ரோடு நடுவே இரண்டு கோஷ்டிகள் ஆக்ரோஷமாகச் சண்டை போட்டுக் கொண்டிருக்கிறார்கள். நீங்கள் அந்த ரோடு வழியாகத்தான் போய்த் தொலைக்கவேண்டிய நிலை. என்ன செய்வீர்கள்? சண்டையிடும் அந்த கோஷ்டிகளின் ஊடாகவா நடந்து செல்வீர்கள்? அவர்கள் சண்டையில் உங்கள் மண்டை உடையும். ஊரான் போதைக்கு நீங்கள் ஊறுகாய் ஆவீர்கள்!

ஸோ, எப்படிக் கடந்து போவீர்கள்?

சிம்பிள். சண்டை போடும் கோஷ்டிகளை அவாய்ட் செய்து ஒரு ஓரமாக அவர்களின் கண் பார்வை உங்கள்மீது படாமல் பார்த்து, உஷாராக ஒதுங்கிப் போவீர்கள். அப்படிச் சென்றால்தான் உங்கள் உயிருக்கு உத்தரவாதம். உடலுக்கு உபகாரம்.

மார்க்கெட்டில் ஃப்ளாங்கர் ப்ராண்ட் செய்யவேண்டியதும் இதுவே. லீடரும் சேலஞ்சர்களும் அடித்துக்கொண்டும், பிடித்துக்கொண்டும், கடித்துக்கொண்டும் இருக்கட்டும்.

அவர்களை விட்டுத் தள்ளி நடந்து செல்லுங்கள். அதே மார்க்கெட்டில் ஓரமாகப் பல ஒத்தையடிப் பாதைகளும், ஒதுக்குப்புற இடைவெளிகளும் இருக்கும். அதன் ஊடே உங்கள் ப்ராண்டைப் புகுத்தி, செலுத்தி, நடத்திச் செல்லுங்கள். பல சமயங்களில் அந்தப் பாதையே வெற்றிக்கு உங்களை இட்டுச் சென்று முதல் இடத்திலேயேகூட உட்காரவைத்துவிடும்.

1980-களில் *'மீரா சீயக்காய் பவுடர்'* அப்படி ஒரு சைக்கிள் கேப்பில்தான் ஷாம்பு மார்க்கெட்டில் ஒரு ஓரமாகப் புகுந்து, வீரமாக நுழைந்து, பெரிய பெரிய ப்ராண்டுகளை எல்லாம் ஒதுக்கித் தள்ளி தமிழ்ப் பெண்களை கவர் செய்து, இன்று அவர்கள் தலைமீதே ஏறி சிம்மாசனம் போட்டு உட்கார்ந்திருக் கிறது. ஃப்ளாங்கராக நுழைந்து லீடராக ஆன மீராவின் கதை ஃப்ளாங்கர் ப்ராண்டுகளுக்கு ஒரு கோனார் உரை மாதிரி!

ஷாம்பு என்பதே ப்ரீமியமான பொருளாக நினைக்கப்பட்ட காலம் அது. பல பன்னாட்டு, இந்திய கம்பெனிகள் அந்தப் பொருள்வகையில் ஒரு புறம் அடித்துக்கொண்டிருக்க, இன்னொரு பக்கம் சீயக்காய் உபயோகிக்கும் பழக்கமும் இருக்கத்தான் செய்தது. எண்ணெய் தேய்த்துக் குளிக்கும் பழக்கம் ஒரு சடங்காகவே கருத்தப்பட்ட காலமாதலால் சீயக்காய்களும் சீரிய முறையில் விற்று வந்தன.

கூட்டமான ஷாம்பு மார்க்கெட்டில் நுழையவேண்டும் என்றால் அதில் ஏகப்பட்ட காம்பெடிஷன். 'சிக்', 'வெல்வெட்', 'சன்சில்க்', 'க்ளினிக் ப்ளஸ்', 'ஹேலோ', 'லாக்மே' என்று லீடரும், ஏகப் பட்ட ஃபாலோவர்களும் இருந்தனர். அலிபாபாவும் நாற்பது திருடர்களும்போல். இத்தனை பேர் அடித்துக்கொண்டிருக்க அதன் ஊடே அவர்களை ஓரமாக ஒதுக்கிவிட்டு எந்தப் புதிய ப்ராண்டும் முன்னேறுவது சிரமமான காரியம். ஆனாலும் அதே மார்க்கெட்டில் அப்படிப் புகுந்து, மற்றவர்களை ஒதுக்கிவிட்டு முன்னேறினாள் 'மீரா'. எப்படி?

ஃப்ளாங்கர் ப்ராண்டாக!

மக்கள் தலைக்கு எதையாவது தேய்த்துக் குளிப்பது எதற்கு? அழுக்கைப் போக்க, முடியைப் பளபளப்பாய், மிருதுவாய், அழகாய் வைத்துக்கொள்ள. இதற்கு ஷாம்பு மார்க்கெட் என்று பெயர் தானே ஒழிய, ஷாம்புவை மட்டுமே மக்கள் உபயோகிப்ப

தில்லையே. சீயக்காய்த் தூளையும் சிலர் பயன்படுத்துகிறார்களே? அவர்களே ஏன் சில சமயங்களில் மட்டும் ஷாம்புவைப் பயன்படுத்துகிறார்கள்? சீயக்காய் தேய்ப்பவர்களில் பலர் ஏன் ஷாம்புவை நாடுவதில்லை? இந்தக் கேள்விகளுக்கான விடைகளை தேடினாள் மீரா.

ஏனெனில், சீயக்காய் தலையில் எண்ணெய் பிசுக்கைப் போக்கி தன் நற்குணங்களால் ஆரோக்கியமாக்குகிறது. ஆனால் அதில் நுரை இல்லாததால் உபயோகிப்பது சற்றே சிரமமாகத்தான் இருக்கிறது. ஷாம்புவிலோ, பாம்பு கடித்ததுபோல் ஏகத்துக்கும் நுரை. உபயோகிப்பது எளிது. அதோடு நல்ல நறுமணம் வேறு. போதாதற்கு கேசமும் மிருதுவாய், அழகாய்த் தெரிகிறது. ஆனால் ஷாம்புவில் பாழாய்ப்போன கெமிகல்ஸ் இருப்பதால் கேசத்துக்குக் கெடுதல் உண்டாகலாம். இப்படியாகத்தான் மக்கள் நினைத்துக்கொண்டிருந்த காலம் அது. இதைத்தான் மீரா சரியாகப் புரிந்துகொண்டாள்.

புரிந்துகொண்டவள், சற்றே சிந்தித்தாள். சீயக்காயின் குணத்தையும் ஷாம்புவின் சௌகரியத்தையும் கலந்து மார்க்கெட்டையே ஒரு கலக்கு கலக்கினால் என்ன என்று யோசித்தாள். ஷாம்பு மார்க்கெட்டில் ஃப்ளாங்கராக நுழைந்தாள். 'சீயக்காயின் குண நலன்கள் கொண்டது, கேசத்துக்கு ஆரோக்கியம் அளிக்க வல்லது. அதோடு ஷாம்புவின் சௌகரியங்கள் கொண்டது. கேசத்தைப் பளபளப்பாக்கி, மிருதுவாக்கி, அழகாக்குகிறது' என்று கூறி விளம்பரப்படுத்தினாள் மீரா.

ஷாம்பு மார்க்கெட்டில் கிடைத்த கேப்பில் புகுந்தாள். சகட்டு மேனிக்கு முன்னேறினாள். பெரிய ஷாம்பு ப்ராண்டுகள் நிதானித்துப் பார்ப்பதற்குள் தமிழ்நாட்டுப் பெண்களின் 'தலை'வி ஆனாள்!

கார்கில் போரைப் பற்றி மேலே பார்த்தோமே. அந்தக் கார்கில் மலைத்தொடரை எதனால் பாகிஸ்தானிய படைகளுக்குச் சில காலம் பறிகொடுத்தோம்? அந்த மலைத்தொடர், எதற்கும் பயன்படாத இடம்; பைசா பிரயோஜனம் இல்லாத அந்தப் பிரதேசத்தை எந்த மடையன் ஆக்கிரமிக்கப்போகிறான் என்று இந்திய படைகள் கொஞ்சம் அசால்டாக இருந்துவிட்டன. அதனால்தான் அதைக் கொஞ்ச நாட்களுக்கேனும் பறிகொடுக்க வேண்டியதாயிற்று.

ஆனால் சியாச்சின் மலைத்தொடரை எடுத்துக்கொள்ளுங்கள். உலகின் உயர்ந்த போர்க்களமாகக் கருதப்படும் அந்த மலைத் தொடரை அபகரிக்க பாகிஸ்தானியர்கள் பல காலமாகப் போராடி வருகின்றனர். ஆனால் அங்கு ஒரு இஞ்ச் இடத்தைக் கூடப் பிடிக்க முடியவில்லை. எதனால்?

பாகிஸ்தானியர்கள் சியாச்சினைப் பிடிக்கப் பார்க்கிறார்கள் என்பதை இந்தியப் படை தெரிந்து வைத்திருப்பதால் அந்த இடத்தைப் படுபத்திரமாகப் பாதுகாத்து வருகிறது. எதிரி படை எடுக்க எழுந்தாலே படாரென்று பதிலடி கொடுக்க ரெடியாகக் காத்திருக்கிறது. அதனால்தான் படை எடுக்க ஒவ்வொரு முறையும் எழும் பாகிஸ்தானியர்கள், அது முடியாமல் தோற்று ஓடுகின்றனர்.

இப்போது புரிகிறதா, ஃப்ளாங்கர் ப்ராண்டுகள் எங்கு போரிட வேண்டும் என்று? ஆளில்லாத கார்கில் எங்கிருக்கிறதோ அங்கு தான் அட்டாக் செய்யவேண்டும். காலியான இடத்தைத் தேடி அதைத்தான் கபளீகரம் செய்யவேண்டும். சியாச்சினைப்போல் பலத்த பாதுகாப்புடன் இருக்கும் மார்க்கெட்டிங் பிரதேசத்தைக் குறிவைத்து நேருக்கு நேர் மோதினால் என்ன ஆகும் என்று சியாச்சினில் தினமும் பட்டுக்கொண்டிருக்கும் பாகிஸ்தான் படையினரைக் கேட்டுத் தெரிந்துகொள்ளுங்கள்.

ஃப்ளாங்கர் ப்ராண்டுகளின் வெற்றிக்கு அடித்தளம் போடுவதே மார்க்கெட்டில் மற்றவர்கள் கவனிக்கத் தவறிய இடைவெளி தான். அந்த முதல் விதியைத் தெரிந்துகொள்வதோடு அதே கேப்பில் மற்றவர் கவனிக்கும் முன்பே சட்டென்று புகுந்து பட்டென்று சர்ஃப்ரைஸாக அட்டாக் செய்வது ஃப்ளாங்கர் ப்ராண்டுகள் அறியவேண்டிய இரண்டாவது விதி. ஃப்ளாங்கர் ஆட்டம் ஆட, இந்த டாக்டிகல் ஸர்ப்ரைஸ் மிகவும் அவசியம்.

ஊரெல்லாம் சென்று 'நாங்கள் இந்த இடைவெளிக்குள் நுழையப் போகிறோம்', 'இப்பேர்ப்பட்ட ப்ராண்டை அறிமுகப் படுத்தலாம் என்றிருக்கிறோம்' என்று தண்டோரா போட்டுக் கொண்டிருக்கக் கூடாது. மார்க்கெட் ரிசர்ச் செய்கிறேன் என்று காலம் தாழ்த்திக்கொண்டிருக்கக்கூடாது. வாடிக்கையாளர்களை ஒரு வார்த்தை கேட்டுப் பார்ப்போம் என்று வெட்டியாக வெயிட் செய்துகொண்டிருக்கக்கூடாது.

எதிரிகள் எதிர்பார்க்காத ஏவுகணையை ஏவுவதுதான் ஃப்ளாங்கர் ப்ராண்டுகளின் பிரம்மாஸ்திரம். இப்படித்தான் டூத்பேஸ்ட் மார்க்கெட்டில் பல காலங்களுக்குமுன் 'க்ளோஸ் அப்' யாருமே அறியாதவண்ணம் சைலண்டாக நுழைந்து மார்க்கெட் லீடர் 'கோல்கேட்டை'யே வயலண்டாகத் தாக்கி வெற்றிபெற்றது.

1970-களில் டூத்பேஸ்ட் மார்க்கெட்டில் 'சிக்னல்', 'சிபாகா', 'ப்ராமிஸ்', 'ஃப்ளோரைட்', 'கோபால்' என்று எத்தனையோ ப்ராண்டுகள் இருந்தும், கோல்கேட்தான் முப்பத்திரண்டு பற்களின் முடிசூடா மன்னன். டூத்பேஸ்ட் மார்க்கெட்டுக்குள் நுழையும் கேட் கோல்கேட் என்று இருந்த காலம். அதனாலயே அந்த வாசல் வழியாக வந்தால் கண்டிப்பாக தோல்வி கேரண்டி என்று வேறு ஏதேனும் ஓட்டை இருக்கிறதா, யாரும் அதுவரை அறியாத ஒத்தையடிப் பாதை தெரிகிறதா என்று க்ளோஸாகப் பார்த்தது க்ளோஸ் அப்.

அந்தக் காலத்தில் டூத்பேஸ்ட் மார்க்கெட்டில் அனைத்து ப்ராண்டுகளும் 'பற்களை பலப்படுத்துகிறோம்', 'பற்குழிகளிலிருந்து பாதுகாக்கிறோம்', 'வெள்ளை வெளேரென்ற பற்களைத் தருகிறோம்' என்றுதான் ஆளாளுக்குக் கூப்பாடு போட்டு விற்றுக்கொண்டிருந்தன. ஆனால் க்ளோஸ் அப் அதனூடே ஏதாவது சந்து தெரிகிறதா, சிந்து பாட என்று தேடியது. அந்தத் தேடலில் ஒரு தீர்க்கமான பாதை இருப்பது தெரிந்தது.

பல் தேய்ப்பதற்குப் பல காரணங்கள் இருந்தாலும் புத்துணர்ச்சி பெறப் பல்லைத் தேய்ப்பவர்கள், குறிப்பாக இளைஞர்கள் - ஆண், பெண் இருவருமே - இருக்கவே செய்கிறார்கள் என்பதைக் கண்டறிந்தது க்ளோஸ் அப். அவர்களைக் குறி வைத்து அவர்கள் வாய்க்கும் மூச்சுக்கும் புத்துணர்ச்சி அளிக்க ஏதுவாக மவுத்வாஷ் அடங்கிய டூத்பேஸ்டை அறிமுகப்படுத்தினால் என்ன என்ற திசையில் சிந்தித்தார்கள். அதே நேரத்தில்தான் யூனிலீவர் விஞ்ஞானிகள் சிலிகா அப்ரேஸிவ் என்கிற சமாசாரத்தை டூத்பேஸ்ட்டில் சேர்த்தால் ஒருவித ஜெல் போன்ற டூத்பேஸ்ட் கிடைக்கும் என்பதைக் கண்டுபிடித்தனர்.

அட்ரா சக்கை என்று அந்த சமாசாரத்தைக் கொண்டு ஜெல் வடிவை அறிமுகப்படுத்தியது யூனிலீவர். 'மவுத்வாஷ் அடங்கிய புதிய டூத்பேஸ்ட்டின் வடிவம் காண வாரீர்; வாயில் கிளர்ச்சி யூட்டும் இந்த டூத் ஜெல்லைக் கொண்டு பல் தேய்த்தால் வாயும்

சுவாசமும் புத்துணர்ச்சி பெறும்; உங்கள் மனம் கவர்ந்தவர்கள் அருகில் கவலையின்றிச் சென்று அவர்களையும் புத்துணர்ச்சி மழையில் நனையுங்கள்' என்று பொசிஷனிங் செய்து விளம்பரம் செய்தது க்ளோஸ் அப். அப்புறம் என்ன, க்ளோஸ் அப் ஜெல்லின் விற்பனை புத்துணர்ச்சியுடன் அப் அப் என்று உயர்ந்து கொண்டே போனது.

தனக்கெதிரான இந்த ஃப்ளாங்கிங் அட்டாக்கைத் தடுக்க கோல்கேட்டால் எதுவும் செய்ய முடியவில்லை. க்ளோஸ் அப்தான் கோல்கேட் நாட்டுக்குள் நேராகச் செல்லாமல் ஜெல் என்னும் பைபாஸ் ரூட் போட்டு அப்பேர்ப்பட்ட கோல்கேட் டையே பை பாஸ் செய்து ஹை பாஸ் ஆகிவிட்டதே. வெகு விரைவிலேயே க்ளோஸ் அப் டூத்பேஸ்ட் மார்க்கெட்டின் நம்பர் டூ ப்ராண்ட் ஆனது. அன்று தொடங்கி இன்று வரையிலும்!

யாருக்கும் தெரியாமல் திட்டமிட்டு யாரும் எதிர்பார்க்காத வண்ணம் அட்டாக் செய்து யாவரும் மெச்சும்படி மார்க்கெட் டைப் பிடிக்கும் ஃப்ளாங்கிங் ஆட்டம் ஆடுவது ஒரு புறம் என்றால் கிடைத்த கேப்பில் புகுந்ததோடு 'ஆஹா புகுந்து விட்டோம், மெதுவாய்ச் செல்வோம்' என்று அசமஞ்சமாக, அசால்டாக இல்லாமல், அந்த இடைவெளியில் வேகமாக முன்செல்லும் முயற்சிகளைப் போர்க்கால அடிப்படையில் செய்து முண்டியடித்து முன்னேற வேண்டியதும் மிக முக்கியம். ஃப்ளாங்கர் ஆட்டத்தின் முக்கியமான மூன்றாவது விதி இது.

அதாவது கிடைத்த கேப்பில் புகுந்து 'ஆஹா புகுந்தோம், போகிறோம்' என்றில்லாமல் வந்த வாய்ப்பை விடாமல், அந்த கேப்பில் நுழைந்து, ப்ராண்டை வலுப்படுத்தி, வண்டி கியரை மாற்றி, கிண்டிக் குதிரையாக வேகமாக முன்னேறும் எல்லா வழிகளையும் மேற்கொள்ளவேண்டும்.

பன்னாட்டு நிறுவனங்கள் பல நிறைந்து, போட்டியின் உக்கிரம் அதிகம் காணப்படும் கார் மார்க்கெட்டில் நுழைந்து வெளியே வருவது லேசுப்பட்ட காரியம் அல்ல. ஆனால் அந்த கார் மார்க்கெட்டில் நுழைய 'ரேவா' தேர்ந்த்தெடுத்த உத்தி ஒரு அக்மார்க் ஃப்ளாங்கிங் மூவ்.

ரேவா என்பது எலக்ட்ரிக் கார். அமாவாசை, பௌர்ணமிபோல் மாதாமாதம் ரெகுலராக வரும் பெட்ரோல், டீசல் விலையேற்றம்,

ரோட்டில் கடுகு தாளித்துக் கொட்டியதுபோல் அதிகரித்துவரும் ட்ராஃபிக் நெரிசல் என்கிற சூழ்நிலையில் நுழைந்தது ரேவா. எலக்ட்ரிக் கார் என்பதால் அதன் ஓட்டும் செலவு கம்மி; பெட்ரோல், டீசல் பற்றிய கவலை இல்லை; சின்ன சைஸ் கார் என்பதால் எந்தக் கூட்ட நெரிசலிலும் புகுந்து வெளியேறும் ஆட்டோ போனற சின்ன எளிமையான வடிவம் வேறு.

எல்லாம் இருந்தும் ஏன் ரேவாவால் பெரிய அளவு வெற்றி பெறமுடியவில்லை?

ஏனெனில் பெரிய வெற்றி பெறவேண்டும் என்று அந்த கம்பெனி முக்கவில்லை, கடகடவென்று முன்னேறவேண்டும் என்று அந்த ப்ராண்ட் முனகவில்லை, கொஞ்சம் கூட முயலவில்லை.

இத்தனைக்கும் அதற்கு போட்டியாக வேறு எலக்ட்ரிக் கார் ப்ராண்ட் ஏதும் இல்லத நிலை. தனிக்காட்டு ராஜாவாக ராஜாங்கம் நடத்தும் ஜாதகம் இருந்தும் புகுந்த கேப்பில் ப்ராண்டை வளர்க்கும் பெரு முயற்சிகள் ஏதும் செய்யப்பட வில்லை. சின்ன செடியை சீரிய முறையில் வளர்த்து விருட்ச மாக்க முயற்சிகள் ஏதும் மேற்கொள்ளப்படவில்லை. ரேவா இன்றும் அதன் சைஸுக்கு ஏற்ப சின்ன விற்பனையோடு சிக்கன மாகக் குடித்தனம் நடத்திக்கொண்டிருக்கிறது.

ஃப்ளாங்கர் ப்ராண்டுகள் அறியவேண்டிய மூன்று விதிகளையும் புரிந்துகொண்டிருப்பீர்கள். ஃப்ளாங்கர் ஆட்டத்தின் விதிகளை அறிந்துகொண்டிருப்பீர்கள். அதோடு ஃப்ளாங்கர் ஆட்டம் ஆட ஸ்பெஷலான தில்லாலங்கடி டெக்னிக்குகள் சில உண்டு.

மார்க்கெட்டிங் மிக்ஸில் உள்ள நான்கு 'பி'க்களைக் கொண்டு பெரிய ப்ராண்டுகளைக்கூட சமயோஜிதமாக ஃப்ளாங்கிங் செய்யமுடியும். அப்படிச் செய்து வெற்றியைக் கொய்த ப்ராண்டுகள் ஏராளமானவை உண்டு. முறையாகப் பயன்படுத்தி, விரைவாக முன்னேறி பெரிய ப்ராண்டுகளையே '4 பி' கொண்டு போட்டுத் தள்ளிய ஃப்ளாங்கர் ப்ராண்டுகளையும் அவை பிரயோகப்படுத்திய டெக்னிக்குகளையும் இப்போது பார்த்துத் தெரிந்துகொள்வோம்.

மார்க்கெட்டிங் மிக்ஸின் முதல் 'பி' - ப்ராடக்ட் அதாவது பொருள். நாம் ஏற்கெனவே பார்த்த சிக் ஷாம்புவின் சாஷே

புரட்சி பேக்கேஜிங் கொண்டு பெறப்பட்ட ஃப்ளாங்கிங் வெற்றி தானே!

எலக்ட்ரானிக்ஸ் மார்க்கெட்டில் போட்டியின் உக்கிரம் அநியாயத்துக்கு அதிகம். எலக்ட்ரானிக்ஸ் பொருட்களை விற்கும் கடைகளின் பரப்பளவோ அப்படியொன்றும் பெரியதும் அல்ல. அந்தக் கடைகளுக்குள் எத்தனை எலக்ட்ரானிக்ஸ் பொருட்களையும் ப்ராண்டுகளையும் வைத்துவிட முடியும்? பெரிய கம்பெனிகளுக்கும் பன்னாட்டு நிறுவனங்களுக்கும் மட்டுமே அது சாத்தியம். சின்ன கம்பெனிகள் என்ன செய்யும், பாவம்? அவர்கள் எப்படித் தங்கள் ப்ராண்டுகளைப் பெரிய கம்பெனிகளோடு போட்டி போட்டு அந்தக் கடைகளில் வாடிக்கையாளர்கள் கண்ணில் தெரியும்படி வைக்க முடியும்?

அப்பேர்ப்பட்ட ஒரு சின்ன கம்பெனிதான் வேக்யூம் க்ளீனர் களை விற்க ஆரம்பிக்கப்பட்ட 'யூரேகா ஃபோர்ப்ஸ்'. மெகா சைஸ் கம்பெனிகள் தங்கள் பொருட்களை எலக்ட்ரானிக்ஸ் ஷோரூம்களில் போட்டுத் திணித்து, அடைத்து, நிறைத்து, தங்களைப் போன்ற சின்ன கம்பெனிகளை உள்ளே விட முடியாமல் செய்கிறதே, என்ன செய்ய என்று சிந்தித்தது.

பத்தாததற்கு அந்த மகா கம்பெனிகள் டீவியிலும், ரேடியோ விலும், பேப்பரிலும், பத்திரிகைகளிலும் விளம்பரங்களைக் கோடிக் கணக்கில் செலவழித்து அதுவும் போதாதென்று போஸ்டர், ஹோர்டிங் என்று ரோடுகளிலும் விட்டுவைக்காமல் ப்ரோமோட் செய்கின்றனவே, இவற்றை எப்படிச் சமாளிப்பது என்றும் யோசித்தது.

மேஜரான இந்த கம்பெனிகளை நேருக்கு நேர் ஆஜராகிப் போட்டி போட்டால் பேஜார் ஆகிவிடும் என்று உணர்ந்து ஃப்ளாங்கிங்தான் சிறந்த சமய சன்மார்க்க வழி என்பதை உணர்ந்தது.

'கடைகளில் என் பொருட்களை வைத்து வாடிக்கையாளர் களுக்குக் காட்டாவிட்டால் என்ன, நாங்களே வாடிக்கை யாளர்கள் வீடு தேடிச் சென்று அவர்களுக்கு எங்கள் ப்ராண்டை ஆர அமரக் காட்டுகிறோம். விளம்பரத்துக்கு நீங்கள் கோடிக் கணக்காகச் செலவழித்தால் என்ன, நாங்கள் வாடிக்கையாளர் களை நேரில் சந்தித்து எங்கள் ப்ராண்டை ப்ரோமோட்

செய்கிறோம்' என்று டோர் டு டோர் மார்க்கெட்டிங் என்கிற ஃப்ளாங்கிங் டெக்னிக்கைப் பயன்படுத்தியது.

யுரேகா ஃபோர்ப்ஸ், இந்தப் பெரிய கம்பெனிகளைத் தன் படா கில்லாடி ஃப்ளாங்கிங் மூவ்மூலம் பாடாய்ப் படுத்தியது. விற்பனையில் பின்னிப் பெடலெடுத்தது. இன்று வேக்யூம் க்ளீனர் மார்க்கெட்டில் நம்பர் ஒன்னாகத் திகழ்கிறது. யூரேகா ஃபோர்ப்ஸ் ஃப்ளாங்கிங் செய்யத் தேர்ந்தெடுத்த மார்க்கெட்டிங் மிக்ஸின் மூன்றாவது பி - ப்ளேஸ்மெண்ட், அதாவது விநியோகம்!

மார்க்கெட்டிங் மிக்ஸின் நான்காம் 'பி'யான ப்ரமோஷன் - அதாவது விற்பனை மேம்பாட்டுச் செயல்கள். அதைக்கொண்டு ஃப்ளாங்கிங் செய்து சக்சஸ் ஆன ப்ராண்டைப் பார்ப்போம்.

இதற்கு சிப்ஸை எடுத்துக்கொள்வோம். 'லேஸ்', 'குர்குரே' 'அங்கிள் சிப்ஸ்' போன்ற வறுத்தெடுக்கும் ப்ராண்டுகள் மத்தியில் சிறுத்தைக் குட்டியாக நுழைந்தது பிங்கோ. சிப்ஸ் என்பதே ஒரு லோ இன்வால்வ்மெண்ட் கேட்டகரி. அதாவது பெரிதாக ஞாபகம் வைத்துக்கொண்டு, வாங்கியே தீரவேண்டும் என்று கங்கணம் இட்டு கடைக்குச் சென்று கர்ம சிரத்தையாக வாங்கும் பொருள்வகை அல்ல சிப்ஸ்.

அப்படி இருந்தும், அந்தப் பொருள்வகையில் பல ப்ராண்டுகள் முட்டி மோதிக்கொண்டிருக்கும்போது, லேட்டாக வந்த 'பிங்கோ', தன்னை வித்தியாசமாகக் காட்டியது. எப்படி?

கடைகளில் தங்களைத் தனியாகத் தெரியும்படிக் காட்டிக் கொண்ட விதத்தால். வெறுமனே கடை அலமாரிகளில் பத்தோடு பதினொன்றாக அடுக்கி வைத்தால் தடுக்கி விழவேண்டியதுதான் என்பதை உணர்ந்து வாடிக்கையாளரைக் கிடுக்கி போட்டு மடக்கிப் பார்க்கவைத்தால்தான் உண்டு என்பதை உணர்ந்தது பிங்கோ. உணர்ந்ததன் பயனாகக் கடைகளின் முகப்பிலும் மத்தியிலும் வாடிக்கையாளர்கள் கண்ணில் படும்படிப் பல வண்ண ப்ளாஸ்டிக் அடுக்குகளை வைத்து அதில் ஒவ்வொரு அடுக்கிலும் விதவிதமான பிங்கோ சிப்ஸை அடுக்கி வைத்தது. வாடிக்கையாளர்கள் கண்ணை மூடிக்கொண்டு கடைக்குச் சென்றாலும் பளிச்சென்று தெரிந்து அவர்கள் கவனத்தைப் பளாரென்று அறைந்தன இவை. விற்பனை பிய்த்துக்கொள்ள பிங்கோ எங்கோ போனது!

நாம் முன்னமேயே பார்த்ததுபோல் ஃப்ளாங்கர் ப்ராண்டுகள் லேசுப்பட்டவை அல்ல. எந்த ட்ராஃபிக் இருந்தாலும், எத்தனை தடைகள் வந்தாலும் அவற்றை வகிர்ந்து, அதனுள் புகுந்து, நைசாக நெளிந்து சடாரென்று பாய்ந்து செல்லும் ப்ராண்ட் இவை.

ஃப்ளாங்கிங் ஒரு வகையில் லாட்டரி மாதிரிதான். அடித்தால் ஜாக்பாட். இல்லையேல் நாக் அவுட். மயிரைக் கட்டி இழுக்கும் போது மலை வந்தால் நல்லது. வரவில்லை என்றால் போவது ஆஃப்டர் ஆல் மயிர். உயிர் இல்லையே!

ஃப்ளாங்கிங் ஆட்டம் ஆட உங்களுக்குத் தேவை கூர்மையான அறிவும் தொலைநோக்குப் பார்வையும்தான். மற்றவர்கள் பார்க்கும் அதே திசையில்தான் நீங்களும் பார்க்கிறீர்கள். ஆனால் அவர்கள் கண்களுக்குத் தெரியாத பாதை உங்களுக்கு மட்டும் தெரியவேண்டும். மார்க்கெட்டில் உள்ள எல்லாரும்தான் சீயக்காயையும் ஷாம்புவையும் பார்த்தார்கள். ஆனால் ஒருவருக்குத்தானே அந்த இரண்டையும் கலந்து குலுக்கினால் மார்க்கெட்டில் கலக்கலாம் என்று தோன்றியது. அந்தத் தொலைநோக்குப் பார்வைதானே மீராவாக உருவெடுத்து அவளை ஹீரோயினாக ஆக்கியது!

ஃப்ளாங்கர் ப்ராண்டுகளின் பலம் சாதாரணமதல்ல என்பதைப் புரிந்துகொண்டிருப்பீர்கள். இந்த அத்தியாயத்தின் ஆரம்பத்தில் இடம்பெற்றிருக்கும் தமிழ்ப் பாட்டை பார்த்திருக்கிறீர்களா, தெரியவில்லை. 'ஹலோ மிஸ்டர் ஜமீந்தார்' என்கிற படத்தில் இடம்பெறும் பாட்டு. அந்தப் பாட்டு படத்தில் சலூன் ஒன்றில் இடம் பெறுவதாக அமையும். அதில் சலூன்காரர் முடி வெட்டிக் கொண்டே இந்தப் பாடலைப் பாடுவதாகக் காட்சி இருக்கும்.

யோசித்துப் பாருங்கள். ஆளும் மன்னனே ஆனாலும், வலிமை யான அரசியல்வாதியே ஆனாலும், பெரிய பணக்காரரே ஆனாலும் சலூன் வந்தால் 'சொன்ன இடத்தில் அமர்ந்து கொள்வார், வணக்கம் போட்டுத் தலையைச் சாய்ப்பார்.' சாதாரணமாகத் தெரிந்தாலும் சலூன்காரர்களின் சக்தி அது.

ஃப்ளாங்கர் ப்ராண்டுகளும் அந்த ரகமே!

ஃப்ளாங்கர் ப்ராண்டாய்கப் பரிமளிக்க உங்களை நீங்களே ஃப்ராங்காகக் கேட்டுக்கொள்ளவேண்டிய கேள்விகள் இதோ.

1. உங்கள் பொருள்வகையின் லீடரையும் சேலஞ்சர் களையும் தெளிவாக அறிந்துகொண்டீர்களா?
2. அவர்களின் ப்ராண்ட் பொசிஷனிங்கை நன்றாகப் புரிந்துகொண்டீர்களா? அவர்களுக்கு இடையே புகுந்து செல்ல இடைவெளி ஏதேனும் தெரிகிறதா?
3. அந்த கேப்புக்குள் புகுந்து சென்று வெல்லும் வல்லமை உங்களுக்கு இருக்கிறதா?
4. முக்கியமாக, அந்த இடைவெளியில் மற்றவர்கள் அறியும் முன்னரே, பிறர் டக்கென்று பின்தொடரா வண்ணம் உங்களால் புகுந்து முன்னேற முடியுமா?
5. ஃப்ளாங்கர் ப்ராண்டான உங்கள் பொருளின் மார்க்கெட்டிங் மிக்ஸில் புதுமைகளைப் புகுத்த முயற்சித்தீர்களா?
6. உங்கள் நான்கு ‘பி’க்களையும் ஒவ்வொன்றாக அலசி ஆராய்ந்தீர்களா?

11

சின்ன குளத்தில பெரிய மீனா இருக்கலாமில்ல?

பரமசிவன் கழுத்திலிருந்து பாம்பு கேட்டது
கருடா சௌக்கியமா?
யாரும் இருக்கும் இடத்தில் இருந்துகொண்டால்
எல்லாம் சௌக்கியமே
கருடன் சொன்னது
அதில் அர்த்தம் உள்ளது

- கவிஞர் கண்ணதாசன்

பிசினஸ் செய்கிறீர்கள். நீங்கள் முதல் இடத்தில் உள்ள லீடரும் இல்லை. துரத்தி வரும் சேலஞ்சரும் இல்லை. உள்ளே புகுந்து முன்னேறும் ஃப்ளாங்கரும் இல்லை. இப்பேர்ப்பட்ட கொடுப்பினை இல்லாத ப்ராண்ட் உங்களுடையது என்று வைத்துக் கொள்ளுங்கள். என்ன செய்வீர்கள்?

முன்னுக்கு வர வழியே இல்லையா? முக்காடு போட்டு மூடிக் கொண்டு முனகவேண்டியதானா? முன்னேற மார்க்கமே இல்லையா?

பேஷாக இருக்கிறது. நீங்களும், உங்கள் பிசினஸும், ப்ராண்டும் உய்ய, உயர, வளர, வாழ, வெற்றிபெற வழி இருக்கிறது. கன்ஃப்யூஷன் வேண்டாம். கவலையும் வேண்டாம்.

யானைகளும் சிங்கங்களும் வசிக்கும் அதே காட்டில்தானே எறும்புகளும் இருக்கின்றன. அவையும் சந்தோஷமாய்,

சௌக்கியமாய் வாழத்தானே செய்கின்றன. இரும்பு போன்ற சக்தியில்லாத ப்ராண்ட் என்றாலும், எறும்பு போல் சின்னதாய் இருந்தாலும், கரும்பு போன்ற வெற்றி பெற விரும்புவோர்க்கு மார்க்கம் இருக்கிறது மார்க்கெட்டில்.

எத்தனை பெரிய மார்க்கெட்டிலும் சிறிய எறும்பாக இருந்து விட்டுப் போங்களேன்! போட்டி பெரிதாக இல்லாத ஒதுக்குப் புறமாகப் பார்த்து உங்கள் கொட்டகையைப் போட்டு அதில் உங்கள் ப்ராண்டோடு குடும்பம் நடத்துங்களேன். சின்ன ப்ராண்டாகவே இருந்துவிட்டுப் போங்கள். என்ன குறைந்து விடப் போகிறது. உங்கள் ப்ராண்டும் வசதியாக வாழ அமோக மாக ஒரு வாய்ப்பு கிடைக்கிறதே. அதை விடுவானேன். வெட்டி யாக இல்லாமல் அந்த வாய்ப்பைக் கெட்டியாகப் பிடித்துக் கொண்டு இருக்கலாமே!

அப்பேர்ப்பட்ட சின்ன எறும்பு சைஸ் ப்ராண்டுகளுக்கு 'நீஷ்' ப்ராண்ட் (Niche brand) என்று பெயர். மார்க்கெட்டில் பெரிய லீடர்களையும், படா சேலஞ்சர்களையும், சோட்டா ஃப்ளாங்கர் களையும் மீறி சிறிய சைசில் சக்சஸ் ஆகி சௌக்கியமாக வாழும் காம்படெட்டிவ் ஸ்ட்ரேடஜிதான் நீஷ் ஸ்ட்ரேடஜி.

நீஷ் ப்ராண்டைப் பற்றி நீங்கள் தெரிந்துகொள்ள, வகைப்படுத்தல் (Segmentation) பற்றித் தெரிந்துகொள்ள வேண்டும். 'மார்க் கெட்டிங் மாயாஜாலம்' புத்தகம் படித்தவர்களுக்கு வகைப் படுத்தல் என்றால் என்ன, எதற்கு வகைப்படுத்தவேண்டும், வாடிக்கையாளர்களை வகைப்படுத்தும் முறைகள் என்னென்ன என்பது தெரிந்திருக்கும். மற்றவர்களுக்கு அதைப் பற்றிய ஒரு சிறு குறிப்பு.

மார்க்கெட் என்பது பலதரப்பட்ட, பலவகையான வாடிக்கை யாளர்களால் ஆன ஒரு சங்கமம். அவர்களின் தேவைகள், குணாதிசயங்கள், விநோதங்கள் போன்றவற்றைக் கொண்டு ஒரு பொருளின் மார்க்கெட்டைப் பல பிரிவுகளாகப் பிரிக்கலாம். பிரித்தே ஆகவேண்டும்.

வெற்றி பெற விழையும் மார்க்கெட்டர், தான் போட்டியிட நினைக்கும் மார்க்கெட்டைத் தேர்ந்தெடுத்து அதில் உள்ள பிரிவுகளில் எந்தப் பிரிவைச் சேர்ந்த வாடிக்கையாளர்களைத் திருப்தி செய்ய முடியும் என்பதைக் கண்டறிந்து அதற்கேற்ப ஒரு

ப்ராண்டை வடிவமைத்து விற்பனை செய்யவேண்டும். இதற்குத் தான் வகைப்படுத்தல் என்று பெயர்.

உதாரணத்துக்கு ஷாம்பு மார்க்கெட்டை எடுத்துக்கொள்வோம். அது ஒரே பொருள்வகையைக் குறிக்கும் மார்க்கெட் என்று படுகிறதல்லவா. ஆனால் அந்த மார்க்கெட் பல பிரிவுகளைக் கொண்டது. அதாவது ஷாம்பு வாடிக்கையாளர்களின் தேவைகள் பலவகைப்பட்டது. சிலருக்கு 'மிருதுவான' கேசம் தேவைப் படும். சிலருக்கு 'அடர்த்தியான' கேசத்தின்மீது ஆசையிருக்கும். மற்றவருக்கோ 'பொடுகு இல்லா' கேசம்தான் வேண்டும் என்றிருக்கும். வேறு சிலருக்கோ 'பளபளப்பான' கூந்தல் இருந்தால் தேவலை என்றிருக்கும்.

ஒரு மார்க்கெட்போல் தோற்றமளித்தாலும் ஷாம்பு பொருள் வகையில் எத்தனை பிரிவுகள் இருக்கின்றன பாருங்கள். ஒவ்வொரு பிரிவிலும் பிரத்யேக குணாதிசயங்கள் கொண்ட வர்கள், விதவிதமான வாடிக்கையாளர்கள், வெவ்வேறு வகையான போட்டியாளர்கள், பலதரப்பட்ட ப்ராண்டுகள்.

ஆக, ஒரு ஷாம்பு ப்ராண்டை அறிமுகம் செய்து விற்க நினைக் கும் மார்க்கெட்டர் இந்தப் பிரிவுகளில் ஏதாவது ஒரு பிரிவைத் தேர்ந்தெடுத்து அந்த வாடிக்கையாளர்களின் தேவையைப் பூர்த்தி செய்யும் வகையில்தான் ஷாம்பு செய்து விற்பனை செய்யவேண்டும்.

என் ஷாம்பு மிருதுவான கேசம் தரும். அதோடு கேசமும் அடர்த்தி ஆகும். அது மட்டுமல்ல, அந்தக் கேசத்தில் பொடுகும் இருக்காது. இவ்வளவு ஏன், அந்தக் கேசம் பளபளப்பாக ஜொலிக்கும் என்று எந்த ஷாம்புவாவது சொன்னால் அதை வாடிக்கையாளர்கள் வாங்குவார்களா? முதலில் அதை நம்புவார்களா? மிஞ்சிப்போனால் சிரிப்பார்கள். மற்றவர்கள் காறித் துப்புவார்கள். தேவையா இந்தத் தலையெழுத்து?

அதனால்தான், எந்த மார்க்கெட்டரும் தான் போட்டியிட நினைக்கும் பொருள்வகையை முதலில் வகைப்படுத்தி அதில் ஏதாவது ஒரு பிரிவைத் தேர்ந்தெடுத்து அந்தப் பிரிவில் தன் ப்ராண்டை அறிமுகப்படுத்தி விற்க முனைவார்கள்.

இதெல்லாம் சரி, இதில் நீஷ் எங்கிருந்து வருகிறது? சொல் கிறேன்.

எல்லாப் பொருள்வகையிலும் பெரிய தேவைகள் கொண்ட பல வாடிக்கையாளர் பிரிவுகள் இருக்கும். நாம் மேலே பார்த்த ஷாம்பு மார்க்கெட்டில் உள்ள பிரிவுகளைப்போலவே. அதே போல் எல்லாப் பிரிவுகளிலும் ஏதோ ஒரு சிறிய குறிப்பிட்ட தேவையுள்ள ஒரு சின்ன வாடிக்கையாளர் வட்டம் இருந்தே தீரும்.

உதாரணத்துக்கு, ஷாம்பு மார்க்கெட்டில் உள்ள பிரிவுகளைப் பார்த்தோம். 'மிருதுவான கேசம்', 'அடர்த்தியான கேசம்', 'பொடுகில்லா கேசம்', 'பளபளப்பான கேசம்' என்று அந்தப் பொருள்வகையின் பிரிவுகள் ஒவ்வொன்றும் மிகவும் பெரியவை. ஒவ்வொரு பிரிவிலும் லட்சக்கணக்கான வாடிக்கையாளர்கள் இருப்பார்கள். ஆனால் அதே ஷாம்பு பிரிவில் குறிப்பிட்ட ஒரு தேவை கொண்ட சின்ன சைஸில் வாடிக்கையாளர் வட்டமும் ஒன்று உண்டு. அவர்களுக்குக் குறிப்பிட்ட தேவை ஒன்று இருக்கிறது.

'பேன் இல்லாத கேசம் வேண்டும்' என்கிற தேவைதான் அது. பெருவாரியான வாடிக்கையாளர்களுக்கு இந்தத் தேவை இல்லை. ஒரு சின்ன குறிப்பிட்ட அளவு வாடிக்கையாளர் களுக்கு மட்டுமே உள்ள பிரத்யேகத் தேவை இது. இது போன்ற பிரிவுகளுக்குத் தான் நீஷ் என்று பெயர். பேன் ஷாம்பு மார்க்கெட்டில் உள்ள 'மெடிக்கர்' இவ்வகை நீஷ் ப்ராண்ட் ரகத்தைச் சேர்ந்ததே.

நீஷ் என்னும் உட்பிரிவுக்கு என்று மூன்று தனித்துவமான குணங்கள் உண்டு. ஒரு மார்க்கெட்டில் நீஷ் என்று நீங்கள் வரையறுக்கத் தேவையான மூன்று குணாதிசயங்கள் இவை.

1. நீஷ் பிரிவில் உள்ள வாடிக்கையாளர்களுக்குச் சிறிய ஆனால் பிரத்யேகமான தேவை உண்டு. தலையில் பொடுகில்லாத வர்கள்கூட பொடுகு ஷாம்புவான 'ஹெட் அண்டு ஷோல்டர்ஸ்'ஸை உபயோக்கிக்கலாம். ஆனால் தலையில் பேன் இல்லை என்றால் யாரும் மெடிக்கரை உபயோகிக்க மாட்டார்கள்.

2. அந்தக் குறிப்பிட்ட தேவையைப் பூர்த்தி செய்யும் ப்ராண்டு களை விலை கூடுதலாகக் கொடுத்து வாங்கவும்

வாடிக்கையாளர்கள் தயாராக இருப்பார்கள். மற்ற ஷாம்பு சாஷேக்களின் விலை ஒன்றோ, இரண்டோதான். மெடிக்கர் ஷாம்பு சாஷேயின் விலையோ நான்கு ரூபாய்!

3. நீஷ்கள் அளவில் மிகச் சிறியதாகத்தான் இருக்கும். அதில் உள்ள வாடிக்கையாளர்களும் மிகக் குறைவான அளவிலேயே இருப்பார்கள். அதனால் அந்த நீஷ் பொருள்வகையில் போட்டியாளர்கள் ஒருவரோ இருவரோ மட்டுமேதான் இருப்பார்கள். பேன் ஷாம்பு பொருள்வகையில் மெடிக்கரை விட்டால் வேறு கதி கிடையாது!

இப்போது புரிகிறதா மார்க்கெட் என்னும் பெரிய காட்டிலும் நீஷ் என்னும் சிறிய எறும்புகள்போல எப்படிப் போட்டியாளர் ஊடே வாழ முடியும் என்று! போட்டியாளர் பாஷையில் இவ்வகை நீஷ் ப்ராண்டுகளை 'கெரில்லா ப்ராண்டுகள்' என்று அழைப்பார்கள். காடுகளில் மறைந்திருந்து படைகளைத் தாக்கும் ஆயுதம் தாங்கிப் போரிடுவோரைத்தான் கெரில்லா என்பார்கள். இவ்வகை கெரில்லாக்கள் எங்கு பதுங்கி, எப்படித் தாக்குவார்கள் என்பது யாருக்கும் தெரியாது. மறைந்திருந்து தாக்கி, மீண்டும் மறையும் திறமை பெற்றவர்கள் இவர்கள். பெரிய மார்க்கெட்டில் சின்னத் தாக்குதல் புரியும் நீஷ் ப்ராண்டுகளுக்கு இந்தப் பெயர் எவ்வளவு பொருத்தம் பாருங்கள்.

லீடர், சேலஞ்சர், ஃப்ளாங்கர் என்று பெரிய ப்ராண்டுகள் மட்டுமே போட்டியிடும் மார்க்கெட்டின் தன்மையையே மாற்றிவிடுகிறதா இவ்வகை கெரில்லா ப்ராண்டுகள்? இல்லை, கெரில்லா ப்ராண்டுகள் போர்க் கணக்கை என்றும் மாற்றுவ தில்லை. எந்த மார்க்கெட்டிலும் பெரிய கம்பெனி, சின்ன கம்பெனியை அடித்துத் துவம்சம் செய்யத்தான் செய்யும். எந்தப் பொருள்வகையிலும் பெரிய ப்ராண்டுகள் சிறிய ப்ராண்டுகளைக் கபளீகரம் செய்யத்தான் செய்யும்.

ஆனால் கெரில்லா ப்ராண்ட், தான் போட்டியிடும் போர்க் களத்தின் அளவைக் குறைத்துக்கொள்கிறது. தாங்கள் போட்டி யிடும் மார்க்கெட்டின் ஒரு மூலைமுடுக்கைத் தேர்ந்தெடுத்து அங்கு மட்டுமே போட்டியிடுகிறது. அந்த ப்ராண்ட் மட்டுமே போட்டியிடுகிறது. அதாவது சின்ன குளத்தில் பெரிய மீனாக இருக்க முயல்கிறது. அதில் வெற்றியும் பெறுகிறது.

சின்னக் குளமாக இருப்பதால் பெரிய மீன்களுக்கு அவை தெரிவ தில்லை. மார்க்கெட்டின் அளவு குறைவாக இருப்பதால் இந்தக் குளத்துக்கு எதற்குப் பிரயத்தனப்பட்டுக்கொண்டு என்று பெரிய மீன்கள் மார்க்கெட்டின் பிற பிரிவுகளைத் தேடிப் போய் கொடி ஏற்றுவதிலேயே குறியாக இருந்துவிடுகின்றன.

அப்புறம் என்ன, அந்தச் சின்னக் குளத்தை முதலில் கண்டு பிடித்து அங்கு குடியேறும் மீன் பெரிய மீனாக மாறுகிறது. அந்தச் சின்னக் குளத்தைக் குத்தகைக்கு எடுத்துக்கொண்டு குதூகலமாகக் கொண்டாடுகிறது.

கெரில்லா ப்ராண்டுகள் எப்படிப் போரிடவேண்டும், எப்படித் தங்கள் போர்க்களத்தை வரையறுத்துக்கொள்ளவேண்டும், கெரில்லா தாக்குதலின் தன்மைகள் என்னென்ன என்பதைப் இப்போது பார்ப்போம்.

கெரில்லா ப்ராண்டுகள் செய்யவேண்டிய முதல் வேலை தாங்கள் போரிட நினைக்கும் பொருள்வகையில் தீர்க்கப்படாத வாடிக்கையாளர் தேவை ஏதேனும் சிறிய வடிவிலேனும் தென்படுகிறதா என்று தேடுவதுதான். அப்படி ஏதேனும் மற்ற ப்ராண்டுகள் பார்க்காத, பார்த்தும் 'சே ரொம்பச் சிறியதாக இருக் கிறது' என்று உதறித் தள்ளிய சின்ன ஓட்டை இருந்தால், அந்த ஓட்டையைப் பெரிதாக்கி அதற்குள் புகுந்து சேர் போட்டு உட்கார்த்துவிடவேண்டும். தான் போட்டியிடும் சின்ன மார்க்கெட் டைத் தக்கவைத்துக்கொள்ளும் திறன் இருக்கிறதா என்று கெரில்லா ப்ராண்டுகள் பார்த்தால் போதுமானது.

நல்லெண்ணெய் மார்க்கெட்டை எடுத்துக்கொள்வோம். அதில் 'இதயம்', 'விவிஎஸ்', 'ஆனந்தம்', 'அஞ்சலி', 'விவிடி', 'பிரியம்' என்று ஏகப்பட்ட ப்ராண்டுகள். ஒவ்வொரு ப்ராண்டும் ஒவ்வொரு வருடமும் கோடிக்கணக்கில் விளம்பரத்துக்குச் செல வழிக்கிறது. நல்லெண்ணெயில் காலை வைத்தால் வழுக்குமோ என்னவோ அந்த மார்க்கெட்டில் நுழையக் கால் வைத்தால் புதிய ப்ராண்டுகள் வழுக்கி விழும்.

இப்பேர்ப்பட்ட மார்க்கெட்டில் பெரிய ப்ராண்டுகளோடு போட்டி போட்டுக் கட்டுபடி ஆகாது என்று உணர்ந்தது மதுரையைச் சேர்ந்த 'சாஸ்தா நல்லெண்ணெய்'. அதனால் அந்த ப்ராண்ட் தேர்ந்தெடுத்தது கெரில்லா உத்தியை. பல வீடுகளில்

நல்லெண்ணெய்க்கு பதில் ரிஃபைண்ட் ஆயிலைப் பெண்கள் உபயோகித்தாலும் தோசை செய்ய மட்டும் நல்லெண்ணையைத் தான் விரும்புகிறார்கள் என்பதை உணர்ந்து 'தோசை மேல ஆசை' இருப்பவர்கள் உபயோகிக்கச் சிறந்தது 'சாஸ்தா' என்று ஒரு மெசேஜை வாடிக்கையாளர்களுக்குப் பரிமாறியது சாஸ்தா.

'ஆஹா, இப்போதல்லவா தெரிகிறது நம் வீட்டு தோசை ஏன் சுவை கம்மியாக இருக்கிறது என்று' என்று தமிழ் மனைவி மார்கள் தோசைக்காவது சாஸ்தா நல்லெண்ணெய் வாங்கத் தொடங்கினார்கள். சிறிய நீஷ்தான் இது. இல்லை என்று சொல்லவில்லை, ஆனால் மற்ற ப்ராண்டுகள் தொடாத சிறிய நீஷ். அந்தக் குளத்தில் இன்று சாஸ்தாதான் பெரிய மீன்!

கெரில்லாக்கள் இன்னொன்றையும் தெளிவாகப் புரிந்துகொள்ள வேண்டும். என்னதான் தங்கள் தாக்குதல் வெற்றிகரமாக முடிந் தாலும், அதற்காகச் சின்ன குளத்தில் பெரிய மீனாக மாறி விட்டோம் என்ற மமதையோடு பெரிய மீன்களோடு போட்டி போடக் கிளம்பக்கூடாது. வெற்றி என்பதே பெரிய ப்ராண்டு களின் கண்ணில் படாமல் இருப்பதால்தான் என்பதை உணர்ந்து அளவோடு கொண்டாடி வளமோடு வாழ்வதுதான் கெரில்லாக் களின் அழகு. கெரில்லா ப்ராண்டுகள் புரிந்துகொள்ளவேண்டிய முக்கியமான இரண்டாவது விதி இது.

'ஸ்ரீசங்கரா' என்கிற டிவி சேனல் இருக்கிறதே, பார்த்திருக் கிறீர்களா? பஜனை, உபன்யாசம், திவ்ய தரிசனம், கடவுள் வாழ்த்துப் பாடல்கள் என்கிற உம்மாச்சி சேனல். சின்ன நீஷ் ப்ராண்ட்தான் அது. ஆனால் அந்த சேனல் 'விஜய் டீவி'யிடம் நீயா நானா என்று மோதுவதில்லை. 'சன் டீவி'யோடு சேர்ந்து கோலங்கள் போடுவதில்லை. 'ஜெயா டீவி'யோடு ஜாக்பாட் ஆடுவதில்லை. 'கலைஞர்' டீவியிடம் 'மானாட மயிலாட' பாடு வதில்லை. 'கே டீவி'யோடு கொண்டாட்டம் போடுவதில்லை.

மற்ற சேனல்கள் ஆசாமிகளுக்கு, நான் சாமிகளுக்கு என்று தனக் கென்று ஒரு சின்ன இடத்தை தேர்ந்தெடுத்தது. அதில் கோயில் கட்டி கும்பாபிஷேகம் செய்து தினமும் சௌக்கியமாகப் பூஜை செய்து வருகிறது. தமிழ் டீவி சேனல்கள் என்கிற பெரிய கடல் அருகில் உம்மாச்சி சேனல் என்கிற சின்ன நீஷில் சுயம்புவாக எழுந்தருளி திவ்யதேசமாகத் திகழும் பெரிய மீன்தான் ஸ்ரீசங்கரா. பரபரவென்று இருக்கிற தமிழ் சேனல்கள் மார்க்கெட்டில் எல்லா

ப்ராண்டுகளும் நரநரவென்று பல்லைக் கடித்துக்கொண்டு போட்டி போட்டுக்கொண்டிருக்க ஹரஹர சிவனாய் சௌக்கிய மாய் வாழ்கிறது ஸ்ரீசங்கரா!

நீஷைத் தேடிப்பிடித்துத் தேர்ந்தெடுத்து திட்டம் போட்டு கட்டம் கட்டி அந்த நீஷில் நுழைந்து வெற்றி பெறுவது ஒரு புறம். அந்த வெற்றி தலைக்கு ஏறாமல், நம் கண்ணை மறக்காமல், புத்தியைப் பேதலிக்கச் செய்யாமல் இருப்பது அதைவிட அவசியம். நீஷ் ஆட்டத்தின் மூன்றாவது முக்கிய விதி இது. அப்படி என்றால் நீஷ் ப்ராண்ட் வளரக்கூடாது என்று சொல்றேனா? இல்லை, நீஷ் ப்ராண்ட் வளரலாம், அது வளர வழி தேடலாம். ஆனால் நீஷை வளர்க்கிறேன் பேர்வழி என்று லீடரோடோ, சேலஞ்சரோடோ இல்லை ஃப்ளாங்கர்களோடோ நேரடியாகப் போட்டி போடும் அளவுக்குப் போய்விடக் கூடாது. கிடைத்த வெற்றி நம் கண்ணை மறைக்கச் செய்துவிடக்கூடாது என்றுதான் சொல்கிறேன்.

கெரில்லா ஆட்டம் ஆடும்போது ஒன்றை நன்றாக நினைவில் வைத்துக்கொள்ளுங்கள். நீங்கள் பெரிய மீனாக இருக்கலாம்; ஆனால் நீங்கள் இருப்பது சிறிய குளத்தில். மற்ற ப்ராண்டுகள் உங்களைச் சீண்டாமல் இருப்பதுவரைதான் உங்கள் குளத்தில் நீங்கள் கொட்டமடிக்கலாம். பெரிய ப்ராண்டுகளின் காலை நீங்கள் கடித்தீர்களோ, இல்லை நான் தான் இங்கு ராஜா என்று அவர்களைப் பகைத்துக்கொண்டீர்களோ அவர்கள் கடைக்கண் பார்வை உங்கள்மீது விழும். இந்தக் கடைக்கண் பார்வை காதலில் முடியாது; உங்கள் கதையையே முடித்துவிடும்!

சென்னையில் தமிழிலும் ஆங்கிலத்திலும் பெரிய பெரிய நியூஸ்பேப்பர்கள் அட்டகாசமாக ஆட்சி செய்ய, அதனூடே சில சின்ன பேப்பர்களான 'மயிலாப்பூர் டைம்ஸ்', 'அடையார் டைம்ஸ்', 'அண்ணாநகர் டைம்ஸ்' என்கிற பேப்பர்களும் லாபகர மாகத்தான் இயங்கிவருகின்றன. இவை அனைத்துமே நீஷ் விளையாட்டைத் தேர்ந்தெடுத்த கெரில்லாக்கள். குறிப்பிட்ட ஏரியாக்களில் மட்டுமே விநியோகம் செய்யப்படும் இவற்றை நெய்பர்ஹூட் நியூஸ்பேப்பர்கள் என்று அழைப்பார்கள்.

நான் மேலே குறிப்பிட்ட மயிலாப்பூர் டைம்ஸ் மற்றும் வகையறா நீஷ் ப்ராண்டுகள். வெற்றிபெற்ற கெரில்லாக்கள். பெரிய பேப்பர்கள் மத்தியில் வெற்றி பெற இந்த ப்ராண்டுகள் பெரிதாக என்ன செய்தன?

பெரிதாக ஒன்றும் செய்யவில்லை, சிறிதாகத்தான் செய்தன. அதையும் சிறப்பாகச் செய்தன.

'தி ஹிண்டு'வை எடுத்துக்கொள்வோம். அந்த பேப்பர் உலகச் செய்திகள் முழுவதையும் கவர் செய்யவேண்டும். அதனால் சென்னையையும் அதன் எல்லா ஏரியாச் செய்திகளையும் விலாவரியாக கவர் செய்ய அந்த பேப்பரால் முடியாது. அதே போல் தி ஹிண்டு இந்தியா முழுவதும் விநியோகிக்கப் படுவதால் அந்த பேப்பரில் விளம்பரம் கொடுக்க ஆகும் செலவும் அதிகம்.

மைலாப்பூர் டைம்ஸ்ஸை எடுத்துக்கொள்வோம். அது தன் பெயருக்கேற்ப மைலாப்பூரை மட்டுமே சென்றடைகிறது. எனவே, மைலாப்பூர் பற்றிய சின்னச் சின்னச் செய்திகளைக்கூட அதனால் முழுவதுமாகத் தர முடிகிறது. மேலும் மைலாப்பூரை மட்டுமே சென்றடைவதால் அந்த ஏரியாவில் உள்ள சிறு வியாபாரிகள்கூட அந்த பேப்பரில் விளம்பரம் கொடுக்க முடிகிறது. ஏனெனில் அதுதான் சின்ன நெய்பர்ஹுட் பேப்பர் ஆயிற்றே. அதனால் அந்த பேப்பரில் விளம்பரம் செய்யும் செலவும் மிகக் குறைவு.

ஆக நெய்பர்ஹுட் பேப்பர் என்னும் சிறிய நீஷில் மயிலாப்பூர் டைம்ஸ் என்னும் ப்ராண்ட் சிறப்பாக கெரில்லா ஆட்டம் ஆடத் தொடங்குகிறது. காலம் மெல்ல நகர, மயிலாப்பூர் டைம்ஸ் மேலும் மேலும் வேகமாக வளரத் தொடங்குகிறது.

அதுதான் வளர்ந்து வருகிறதே, அப்புறம் என்ன ப்ராப்ளம்?

அந்த வேகமான வளர்ச்சிதான் ப்ராப்ளம்!

மைலாப்பூர் டைம்ஸ் சின்னச் சின்னதாக விளம்பரங்கள் பெற்று வந்தவரை ஓகே. அந்த விளம்பரங்களின் அளவு கூடக் கூடத் தான் பெரிய தினசரிகளான தி ஹிண்டு போன்ற பேப்பர்களின் கண்ணை உறுத்த ஆரம்பித்தது. சின்ன வியாபாரிகள் விளம்பரம் கொடுத்தது போகப் படிப்படியாக பெரிய கடைகள், வங்கிகள், கம்பெனிகள்கூட மைலாப்பூர் டைம்ஸில் விளம்பரங்கள் கொடுக்கத் தொடங்கின. இந்த விளம்பரங்கள் எல்லாம் ஒரு காலத்தில் தி ஹிண்டுவில் மட்டுமே வந்தன என்பதை நினைவில் கொள்ளுங்கள்.

பார்த்தது தி ஹிண்டு. 'சிறு துறும்பும் பல் குத்த உதவும்' என்று பார்த்தால் இந்தச் சிறு துறும்பு எறும்பாக மாறிக் கடித்துத் தொலைக்கிறதே என்று யோசித்தது. யோசித்ததன் பயனாக ஞாயிறன்று மட்டும் மைலாப்பூர் போன்ற தேர்ந்தெடுத்த ஏரியாக்களுக்குப் பிரத்யேகமாக 'டௌன்டவுன்' என்கிற பிரத்யேக இணைப்பை பிரிண்ட் செய்து விநியோகிக்கத் தொடங்கியது,

எடுத்துக்காட்டாக மைலாப்பூர் ஏரியாவில் வசிப்பவர்களுக்கு மட்டுமே கொடுக்கப்படும் டௌன்டவுனில் மைலாப்பூர் பற்றிய செய்திகள் மட்டுமே இருக்கும். மைலாப்பூர் மட்டுமே சென்றடைவதால் அதில் விளம்பரம் கொடுக்கச் செலவும் குறைவு.

பார்த்தனர் வியாபாரிகள். 'மைலாப்பூர் டைம்ஸ் சென்றடையும் அதே வீடுகளுக்குத்தான் தி ஹிண்டுவின் டௌன்டனும் சென்றடைகிறது. மயிலாப்பூர் டைம்ஸில் விளம்பரம் செய்யும் செலவைக்காட்டிலும் அப்படி ஒன்றும் அதிகமும் இல்லை. அதோடு தி ஹிண்டுவில் நம் விளம்பரம் வருவதென்ன சும்மாவா. எப்பேர்ப்பட்ட பேப்பர். அதிலேயே விளம்பரம் செய்வோம்' என்று பல விளம்பரதரார்களும் மைலாப்பூர் டைம்ஸிலிருந்து தி ஹிண்டுவின் டௌன்டவுனுக்கு மாறத் தொடங்கினர்.

நெய்பர்ஹுட் பேப்பர் என்கிற நீஷில் சின்னதாக இருந்தவரை மைலாப்பூர் டைம்ஸ் சௌக்கியமாகத்தான் இருந்தது. பெரிய பேப்பர்கள் அதை சட்டை பண்ணவில்லை. சட்டை என்ன சட்டை, கர்சீஃப்கூடப் பண்ணவில்லை. மைலாப்பூர் டைம்ஸ் வளர வளரத்தான் அந்த வளர்ச்சி பெரிய பேப்பர்களுக்குப் பெரியதாகத் தெரியத் தொடங்கியது. விளைவு அந்த நீஷுக்குள் தாங்களும் நுழைந்தன. மைலாப்பூர் டைம்ஸுக்கே போட்டியாக!

போர் விமானங்கள் எதிரி நாட்டுக்குள் ஊடுருவும்போது தாழ்ந்துதான் பறக்கும். ஏனெனில் தாழ்ந்து பறந்து வரும் விமானங்கள் எதிரியின் ராடார் சாதனத்தில் பதிவாகா. அதேபோல்தான் நீஷ் விளையாட்டு விளையாடும் ப்ராண்டுகளும். பெரிய ப்ராண்டுகளின் கண்ணில் படாமல் பறக்கும்வரைதான் உங்கள் கொடி பறக்கும். அவர்கள் கண்ணில் பட்டால் அப்புறம் பட்டுக் கொள்ள வேண்டியதுதான்.

அப்படி என்றால் நீஷ் ஆட்டம் அல்பாயுசு ஆட்டம்தானா? இல்லை. பூரண ஆயுசோடு பரிபூரணமாக வாழ வழி இருக்கிறது. அதற்குத்தான் நீங்கள் ரொம்பவும் ஓவராக அலட்டிக் கொண்டு 'நானாக்கும் இங்கு ராஜா', 'நான் இங்கு எவ்வளவு பெரிய ஆள் தெரியுமா' என்றெல்லாம் அலப்பரை பண்ணிக் கொண்டிருக்கக்கூடாது. சின்ன நீஷைக் கண்டோமா, அங்கு சில்மிஷமாகக் கடை போட்டோமா, சீரியசாகக் கல்லா கட்டினோமா, செல்வச் செழிப்பாக செட்டில் ஆனோமா என்று இருந்தால் உங்களுக்கும் நல்லது. உங்கள் ப்ராண்டுக்கும் நல்லது.

அதனால்தான் கெரில்லா விளையாட்டு விளையாடும்போது டீம் போட்டு ஒரு நீஷில் மட்டும் ஆடாமல் பல நீஷ்களைப் பிடித்து ஆடுவது பயன் தரும். இவ்வகை உத்திக்கு மல்டிப்பிள் நீஷிங் (Multiple Niching) என்று பெயர். ஆனந்த விகடன் குழுமம் செய்வது இதைத்தான். இந்த கம்பெனி இதுவரை யாரும் கண்டுகொள்ளாத, போட்டி ஏதுமில்லாத, ஆனால் படிக்க ரெடியாக இருக்கும் சிறு வாசகர் பிரிவுகளைக் கண்டுகொண்டு அவர்களுக்கென்று தனித்தனியாகப் புதிய பத்திரிகைகளை அறிமுகப்படுத்தி வருகிறதே, அந்த உத்தி இவ்வகையைச் சார்ந்ததே.

விவசாயிகளுக்கு 'பசுமை விகடன்'.

மோட்டார் வாகனப் பிரியர்களுக்கு 'மோட்டார் விகடன்'.

உடல் நலம் விரும்பிகளுக்கு 'டாக்டர் விகடன்'.

குழந்தைகளுக்கு 'சுட்டி விகடன்'.

இதில் வேடிக்கை என்னவென்றால், நீஷாகத் தொடங்கிய ஒரு சில ப்ராண்டுகள் படிப்படியாக முன்னேறி, பெரிதாக வளர்ந்து, ஒரு பெரிய மார்க்கெட்டாகவே வளர்ந்தும் இருக்கின்றன. நீஷாகத் தொடங்கி இன்று பெரிய ப்ராண்டாக வளர்ந்திருக்கும் 'நாணயம் விகடன்' இதற்குச் சிறந்த உதாரணம்.

மல்டிப்பிள் நீஷிங் உத்தியைப் பயன்படுத்துவது மல்டிப்பிள் பெனிஃபிட்ஸ் அளிக்கும். ஒன்று, பலதரப்பட்ட நீஷ்களைத் தேடிப் பிடித்து கெரில்லா ஆட்டம் ஆடுவதால் பல விதங்களில் நமக்கு விற்பனை; பல ரூபங்களில் பண வரவு என்கிற நிலை. இரண்டாவது, ஒரு நீஷை மட்டுமே நம்பியிராமல் பல நீஷ்களில்

கால் பதிப்பதால் ரிஸ்க்கும் பன்மடங்கு குறைகிறது. ஒரு நீஷ் காலை வாரினாலும் பல நீஷ்களில் கால் பதிப்பதால் சுதாரித்து நம்மால் நிற்க முடிகிறது. அதோடு, நாம் முன்னே பார்த்தது போல் நீங்கள் பிடிக்கும் நீஷ்களில் ஏதேனும் ஒன்று வளர்ந்து அந்த மார்க்கெட்டில் ஒரு பெரிய பிரிவாக வளரும் சாத்தியக் கூறும் உள்ளது.

நீஷ் ஆட்டம் ஆடும் கொரில்லாக்களின் பெரிய பலம் என்ன? சிறிய வாடிக்கையாளர் வர்க்கத்தை டார்கெட் செய்வதால் அந்த வாடிக்கையாளர்கள் தேவையைச் சரியாக அறிந்து ஒவ்வொரு வரின் தேவையையும் பூர்த்தி செய்ய முடிகிறதே, அதுதான். அதாவது நீஷ் ப்ராண்டுகளால் மட்டுமே ஓரளவேனும் வாடிக்கை யாளர்களுக்கு பர்சனலைஸ்ட் சேவையைத் தர முடியும். பெரிய பிரிவுகளை டார்கெட் செய்யும் ப்ராண்டுகளுக்கு அது முடியாத காரியம்.

கார்களை எடுத்துக்கொள்ளுங்கள் 'பிஎம்டபிள்யூ', 'மெர்சிடிஸ் பென்ஸ்', 'டோயோட்டா', 'ஆடி' என்று பெரிய பெரிய கார் கம்பெனிகள் விலையுயர்ந்த சொகுசு கார்களை தயாரித்து விற்கின்றன. என்னதான் அவர்களால் வாடிக்கையாளர்கள் தேவை அறிந்து கார்களைத் தயாரித்து விற்பனை செய்ய முடிந்தாலும் கம்பெனியின் ஏதோ ஒரு ப்ராண்ட் காரைத்தான் வாடிக்கையாளர்களால் வாங்க முடிகிறது.

ஆனால், 'ரோல்ஸ் ராய்ஸ்' காரை எடுத்துக்கொள்ளுங்கள். உலகின் விலையுர்ந்த கார்களில் ஒன்று. ரொம்ப எல்லாம் இல்லை. நான்கோ ஐந்தோ கோடி ரூபாய்தான். வருடத்துக்கு விரல் விட்டு எண்ணக்கூடிய அளவில்தான் அந்த காரின் விற்பனை இருக்கும். பின்னே என்ன சார், காரை வாங்கி வீட்டுக்குள் வைக்கலாம். இந்த காரை வாங்க வீட்டையே வைக்கணும்!

ரோல்ஸ் ராய்ஸ் மிக விலையுயர்ந்த கார்கள் என்னும் நீஷில் விளையாடும் கொரில்லா. அந்த ப்ராண்டின் மார்க்கெட் சிறியது. வாடிக்கையாளர்களின் அளவு மிக மிகக் குறைவு. அதனால்தான் ரோல்ஸ் ராய்ஸால் தங்களின் வாடிக்கையாளர்களின் பிரத்யேகத் தேவைக்கேற்ப ஒவ்வொரு காரையும் பர்சனலைஸ்டாகத் தயாரிக்க முடிகிறது.

ரோல்ஸ் ராய்ஸ் வாங்குபவர் எந்த கலர் பெயிண்ட் வேண்டும் என்று கேட்கிறாரோ அந்த கலர் பெயிண்ட் அடித்து தரப்படும். வாங்குபவர் காரில் அமர்ந்து சரக்கும் சைட் டிஷ்ஷும் சுவைத்துக் கொண்டே போகும் ஜாதியைச் சேர்ந்தவர் எனில் அவர் கேட்பதுபோல் சீட் அருகே சரக்கை அடுக்கி வைக்கும் பிரத்யேக வசதிகூடச் செய்து தரப்படும்.

நீஷின் மகிமையைப் புரிந்துகொண்டிருப்பீர்கள். மூர்த்தி சிறிதானாலும் கீர்த்தி பெரியது நீஷுக்கு. ஆராய்ந்து நீஷை இனங்கண்டுகொண்டு அமர்க்களமாக கொரில்லா ஆட்டம் ஆடினால் வெற்றி வாய்ப்பு அதிகம். அதோடு, நீஷாக இருக்கும் வரை மற்ற பெரிய ப்ராண்டுகளின் கண்ணில் நம் ப்ராண்ட் படப்போவதில்லை. படும் சைசிலா நம் ப்ராண்ட் இருக்கப் போகிறது. அப்படியே பட்டாலும் அவர்கள் பெரிதாக நம்மைக் கண்டுகொள்ளப் போவதும் இல்லை.

அதனால் மார்க்கெட்டில் நீஷாக இருக்கும்வரை பிரச்னை இல்லை. லீடர் கடைக்கண்ணால்கூடக் கவனிக்கமாட்டார். சேலஞ்சர் சைடில்கூடப் பார்க்க மாட்டார். ஃப்ளாங்கர் சட்டை பண்ணக்கூட மாட்டார்.

சின்ன மார்க்கெட்டில் சீரிய நீஷாக இருக்கலாம். சின்ன குளத்தில பெரிய ஃபிஷ்ஷாக இருக்கலாம். பிரச்னை இல்லை. பயம் இல்லை. கேள்வி கேட்பார் இல்லை. 'யாரும் இருக்கும் இடத்தில் இருந்துகொண்டால் எல்லாம் சௌக்கியமே.'

கருடன் சொன்னது. அதில் அர்த்தம் உள்ளது!

நீஷ் ப்ராண்ட் ஆக விஷ் இருக்கிறதா? இருந்தால் இந்தக் கேள்விகளுக்கான விடை தேட ரஷ் செய்யுங்கள்!

1. நீங்கள் போட்டியிடும் மார்க்கெட்டை வகைப்படுத்தினீர்களா? அதிலுள்ள பிரிவுகளை இனங்கண்டுகொண்டீர்களா?
2. உங்கள் மார்க்கெட்டில் நீஷ் ஏதேனும் இருக்கிறதா?
3. அந்த நீஷில் வேறு ஏதேனும் ப்ராண்டுகள் ஏற்கெனவே இருக்கின்றனவா? அதையும் மீறி உங்களால் அந்த நீஷில் வெற்றி பெற முடியுமா?

4. அந்த நீஷுக்கு லாபம் ஈட்டும் அளவுக்கு வாடிக்கை யாளர்கள் இருக்கின்றனரா?

5. மல்டிபிள் நீஷிங் பண்ணக்கூடிய சாத்தியக்கூறுகள் உண்டா நீங்கள் இருக்கும் மார்க்கெட்டில்?

6. நீஷாக இருக்கும் பட்சத்தில் உங்கள் வாடிக்கையாளர் களுக்கு ஏதேனும் பிரத்யேகத் தேவைகள் உண்டா, அந்தத் தேவைகளை உங்கள் ப்ராண்ட் மூலம் பர்சனலைஸ்டாகத் தீர்க்க முடியுமா என்று ஆராய்ந்தீர்களா?

12

நீ தான் தலைவா உன் முதல் எதிரியே

உன்னை அறிந்தால் நீ உன்னை அறிந்தால்
உலகத்தில் போராடலாம்
வாழ்ந்தாலும் தாழ்ந்தாலும் தலை வணங்காமல்
நீ வாழலாம்

- கவிஞர் கண்ணதாசன்

போட்டியாளர்களை போட்டுத் தள்ளினோம், சரி. எதிரிகளைத் தீர்த்துக் கட்டினோம், ஓகே. காம்பெடிஷனை ஒழித்துக் கட்டினோம், கரெக்ட். வேரறுக்க வேறு யாராவது உண்டா? சின்னாபின்னப்படுத்த வேறு யாரேனும் சிக்குவார்களா?

இருக்கிறார். இன்னும் ஒருவர் பாக்கி இருக்கிறார். படாத பாடு படுத்தக்கூடியவர். நம்மை வளரவிடாமல் தடுக்கும் ஆற்றல் பெற்றவர். அவர் நம் வளர்ச்சியின் ஸ்பீட் ப்ரேக்கர். நம்மை முன்னேற விடாமல் முடக்கும் நங்கூரம். நம் கூடவே இருந்து கழுத்தறுத்து நம்மை உறங்க விடாமல் உயிரெடுத்து இம்சிக்கும் அஷ்டமத்துச் சனி.

இந்தப் புத்தகத்தைக் கடனே என்றில்லாமல், கர்ம சிரத்தையாகப் படித்து, கடவுள் சாட்சியாக இதில் எழுதியிருந்ததை எல்லாம் தெளிவாகப் புரிந்துகொண்டவர் எனில், நீங்கள் அதே படித்த ஜோரோடு 'யார் அது, ஆளைக் காட்டு, போட்டுத் தள்ளிவிடு கிறேன் அவனையும்' என்று கூறலாம்.

அங்குதான் ப்ராப்ளம். அதில்தான் பிரச்னை. உங்களால் அவரைப் போட்டுத் தள்ள முடியாது. இவ்வளவு ஏன், அவரை பிடித்துக்கூடத் தள்ள முடியாது!

ஏனெனில், அவர் சாட்சாத் திருவாளர் நீங்கள்தான்!

நீங்களே உங்களைப் போட்டுத் தள்ளினால் இந்தப் புத்தகத்தில் மீதி உள்ள நான்கு அத்தியாயங்களை யார் படித்து முடிப்பது? நீங்கள் ஆரம்பித்து வைத்த பிசினஸை யார் மேலே நடத்திச் செல்வது? நீங்கள் இதுவரை கட்டிக்காத்த ப்ராண்டை வேறு யார் கூட்டிச் செல்வது?

'நானா அந்த ஆள், ஆம் ஐ தி வில்லன்'? என்று ஆச்சரியப் படாதீர்கள். நீங்களேதான். 'மீ டூ ப்ரூட்டஸ்' என்று நீங்களே உங்களைத் தாராளமாகச் சொல்லிக்கொள்ளலாம்!

என் இத்தனை வருட அனுபவத்தில் பல கம்பெனிகளில் இருந்ததில், பல மார்க்கெட்டர்களைப் பார்த்ததில், அவர் களோடு சேர்ந்து வேலை செய்ததில், பல தொழிலதிபர்களோடு பழகியதில், அவர்கள் பிசினஸுக்கு ஆலோசனை வழங்கிய வன் என்ற முறையில் என்னால் ஒன்றைத் தெளிவாகச் சொல்ல முடியும். பல மார்க்கெட்டர்களின் பெரிய போட்டியாளர் அவர்களேதான். பல பிசினஸ்மேன்களின் பெரிய பிரச்னை அவர்களிடத்தில்தான்!

உங்களுக்குள்ளேயே பிரச்னை என்றால் நீங்களே உங்களை எப்படிப் போட்டுத் தள்ளுவீர்கள்? அதற்குபதிலாக உங்களுக்குள் இருக்கும் அந்தப் பிரச்னையைப் புரிந்துகொண்டு உங்கள் தவறான எண்ணங்களை, பயம் தராத நம்பிக்கைகளை, பிராப்ளத் துக்கு வழிவகுக்கும் குணாதிசயங்களை மூட்டை கட்டிப் போட்டுப் புதைக்க முடியம். அதைக் கண்டிப்பாகப் புதைக்க வேண்டும்.

அப்படி உங்களுக்குள் இருக்கக்கூடிய தவறான எண்ணங்களை, நம்பிக்கைகளை, குணாதிசயங்களை, அதாவது உங்களுக்குள் இருக்கும் போட்டியாளரை நீங்கள் உணர்ந்துகொள்ளவே இந்த அத்தியாயம்.

உங்கள் வளர்ச்சிக்குத் தடை விதித்து, உங்களைத் தவறான பாதையில் அழைத்துச் செல்லும் உங்களுக்குள் இருக்கும் அந்தப்

பகையாளியை அக்குவேறு ஆணிவேறாக அலசி, அந்தண்டை தூக்கிப் போட்டு அடக்கம் செய்யத்தான் இந்த அத்தியாயம்.

உங்களுக்குள் ஒளிந்திருந்து உங்களையே உங்களுக்குத் தெரியாமல், நீங்கள் அறியாவண்ணம் தாக்கும் அந்தப் போட்டியாளரை நீங்கள் இனம் கண்டுகொண்டு கொன்று போடத்தான் இப்போது நீங்கள் பார்க்கப்போகும் மேட்டர்.

பல மார்க்கெட்டர்கள் மனத்தில் ஒரு தவறான எண்ணம் உண்டு. 'என் பிசினஸ்தான் வளர்ந்து வருகிறதே இதை இப்படியே தொடர்ந்தால் போயிற்று, எதற்கு மாற்றிக்கொண்டு?' என்று நினைப்பதுதான் அது. ஒரு ப்ராண்ட் சிறப்பாக விற்றுக்கொண் டிருந்தால் அதற்காக அதை அப்படியே கண்டின்யூ செய்வோம்; வேறு ஏதும் செய்யோம் என்று இருக்கக்கூடாது. அப்படிப்பட்ட எண்ணம் உள்ளவர் என்றால் அந்த எண்ணத்தை முதல் காரியமாக நீங்கள் மாற்றிக்கொள்வது உங்களுக்கும் உங்கள் பிசினஸுக்கும் நல்லது.

நாம் ஏற்கெனவே எட்டாவது அத்தியாயத்தில் பார்த்ததுபோல் நன்றாக விற்றுக்கொண்டிருக்கிறது என்று நம் ப்ராண்டுகளை அப்படியே விட்டுவிடக்கூடாது. சதாசர்வகாலமும் நம்மைச் சுற்றி நடப்பதைக் கூர்ந்து கவனித்துவரவேண்டும். நம் பின்னால் வரும் போட்டியாளர்கள்மீது ஒரு கண் இருந்துகொண்டிருக்க வேண்டும். வாடிக்கையாளர்களின் மாறிவரும் போக்கைக் கவனித்துக்கொண்டிருக்கவேண்டும்.

வாடிக்கையாளர்களின் வாங்கும் முறைகள் மாறி வருகின்றன. அவர்களின் தேவைகள் மாறி வருகின்றன. அவர்களின் குணாதிசயங்கள் மாறி வருகின்றன.

'ஃபில்டர் காபியைத் தவிர வேறேதும் தொடேன்' என்று ஏகபத்தினி விரதம் இருந்தவர்களில் எத்தனையோ பேர் இன்று இன்ஸ்டண்ட் காபி என்னும் மாதவியோடு கொஞ்சிக் குலாவிக் கொண்டிருக்கிறார்கள். ஏன்? அவசரமான இந்த உலகத்தில் ஆற அமர ஃபில்டர் காபியைப் பக்குவமாகப் போட்டு, பேசாமல் காத்திருந்து, பதவிசாகக் குடிக்கும் பொறுமை இப்போது எத்தனை பேருக்கு இருக்கிறது?

ஆனால் இதை உணராமல், நம் ப்ராண்ட்கள் நன்றாக விற்கிறதே என்று அசால்டாக இருந்துவிட்டன 'நரசூஸ்', 'லியோ' போன்ற

ஃபில்டர் காபி ப்ராண்டுகள். மாறி வரும் வாடிக்கையாளர்களின் தேவைகளை அவர்கள் உணராததால் இன்று இன்ஸ்டண்ட் காபியிடம் இடிபட்டு, ஏகத்துக்கும் அடிபட்டு, அனாமத்தாகப் போகும் நிலையில் உள்ளனர்.

யோசித்துப் பாருங்கள். 'நன்றாக விற்கிறது. சரி இருக்கட்டும், இதன் வளர்ச்சிக்குத் தடை எந்த ரூபத்தில் வருகிறது என்று ஆராய் வோம்' என்று இந்த ப்ராண்டுகள் உன்னிப்பாகக் கவனித்திருந்தால் மாறி வரும் வாடிக்கையாளர் ட்ரெண்ட் புரிந்திருக்கும். மாறி வரும் வேகமான வாழ்க்கை சூழலில் ஃபில்டர் காபி போட்டுக் குடிக்க நேரமில்லாத காரணத்தால் வாடிக்கையாளர்கள் மெதுவாக இன்ஸ்டண்ட் காபி ப்ராண்டுகளுக்கு மாறிவரும் போக்கு இவர்களுக்குத் தெளிவாகத் தெரிந்திருக்கும். ஏன் தெரியவில்லை?

அய்யா, பார்த்தால்தானே தெரிவதற்கு. தேடினால்தானே கிடைப்பதற்கு! இந்த ப்ராண்டுகள் 'நன்றாக விற்றுக்கொண்டிருக் கிறோம்; வந்த காசில் எங்கு மனை வாங்கிப் போடலாம், எந்த இடத்தில் பங்களா கட்டிக் குடியேறலாம்' என்று அந்தத் திசை யில் தங்கள் எண்ணங்களைத் திருப்பினார்களோ என்னவோ, நான் என்ன கண்டேன்!

'வெற்றியோடு இருக்கிறோம், குட். நம் வெற்றிக்குத் தடை எந்த ரூபத்தில் வருகிறது என்று பார்ப்போம்; நம் வளர்ச்சிக்குத் தடை எந்த மார்க்கத்தில் வருகிறது என்று தேடுவோம்' என்று இவர்கள் கவனித்துப் பார்த்திருந்தால் இன்ஸ்டண்ட் காபியை வாடிக்கை யாளர்கள் வாங்கத் தொடங்கியது தெரிந்திருக்கும். உடனேயே இவர்களால் மற்ற ப்ராண்டுகள் வருவதற்கு முன்னாலயே இன்ஸ்டண்ட் காபி ப்ராண்டை அறிமுகப்படுத்தியிருக்க முடியும். இன்று இப்படி அடிபட்டு, அவஸ்தைப்பட்டு, அல்லோலப் பட்டுக்கொண்டிருக்கவேண்டாம். வளர்த்த ப்ராண்ட் கண் முன்னே அழிவதைப் பார்த்துக்கொண்டிருக்கவும் வேண்டாம்.

இது போன்ற தவறுகளை, பெரும்பாலும் புதிதாகத் தொழில் தொடங்குபவர்களைவிடக் காலகாலமாகத் தொழில் செய்பவர் களிடத்தில்தான் அதிகம் காண முடிகிறது. இதற்கு ஒரு காரணம் உண்டு. வெகு காலம் வியாபாரம் நடத்தி வெற்றியைக் கண்ட இவர்கள், தங்களின் வெற்றி உறுதியானது, அறுதியானது, மாறக் கூடியது அல்ல என்கிற ஓர் எண்ணத்தைத் தாங்கள் அறியாம லேயே வளர்த்துக்கொண்டுவிடுகின்றனர்.

வெற்றிப் பாதையில் போய்கொண்டிருக்கிறோம், இந்தப் பாதையை மாற்றக்கூடாது; நாம் போவதுபோலவே போய்க் கொண்டிருந்தால் பிரச்னை இல்லை; எதற்கு அனாவசியமாகத் தேவை இல்லாததைப் பார்த்துத் தெரிந்துகொண்டு' என்று குதிரைக்குக் கடிவாளம் கட்டியதுபோல் தங்கள் வியாபாரத்தைத் தாக்கும் சக்தி படைத்த சந்தையின் புதிய போக்குகளை அவர்கள் பார்க்கத் தவறிவிடுகிறார்கள். வாடிக்கையாளர்களின் மாறி வரும் குணாதிசயங்களைத் தேடிக் கண்டுபிடிக்க மறுத்துவிடு கிறார்கள்.

அதனால் என்ன ஆகிறது? காலம் மாறுகிறது. காலை வாரு கிறது. ப்ராண்ட் தேய்கிறது. விற்பனை தோய்கிறது. வளர்ச்சி ஓய்கிறது. பிசினஸ் காய்கிறது. அதன்பின் இருக்கவே இருக்கிறது டாஸ்மாக் கடை, விதவிதமான சரக்குகள், அதோடு பேஸ் வாய்ஸ்ஸில் ஒரு பேத்தாஸ் ஸாங். 'சட்டி சுட்டதடா கை விட்ட தடா, நெஞ்சைத் தொட்டதடா பேங்க் பாலன்ஸ் கெட்டதடா'!

பொதுவாகவே பல மார்க்கெட்டர்கள் மாறிவரும் மார்க்கெட் டையும், மாற்றங்கள் கண்டுவரும் சந்தைப் போக்கையும், மாறத் துடிக்கும் வாடிக்கையாளர்களையும் கவனிக்க தவறுகிறார்கள். இதற்கு மூல காரணம் மாற்றத்தை ஏற்க மறுக்கும் குணம். புதியதைப் பார்க்க மறுக்கும் மனம்.

'எங்கள் காலத்தில் இப்படி எல்லாம் இல்லை', 'இதுவரை பிசினஸ் நல்லாத்தானே போய்க்கிட்டிருக்கு', 'எதற்கு இந்தத் தேவையில்லாத மார்க்கெட்டிங் வேலை' என்று வியாக்கி யானம் பேசப் பல பேர் ரெடியாக இருப்பார்கள். இந்த எண்ணம் இருந்தால் இதுவே உங்கள் பெரிய போட்டியாளர். இதுவே உங்களைப் போட்டுத் தள்ளும் பகை.

வாழ்க்கை பல மாற்றங்களைச் சந்தித்து வருகிறது. வாழும் முறைகள் மாற்றம் கண்டுவருகின்றன. வாடிக்கையாளர்கள் மாறி வருகின்றனர். போட்டியாளர்கள் பெருகி வருகின்றனர். பொருளாதாரச் சிந்தனைகள் மாற்றம் கண்டுள்ளன.

நல்லெண்ணெய் மார்க்கெட்டை எடுத்துக்கொள்வோம். நன்றாகச் சமைக்கத் தெரிந்த பெண்மணிகளைக் கேளுங்கள், சொல்வார்கள். நல்லெண்ணெயில் சமையல் செய்வதுதான் டேஸ்ட், மற்றதெல்லாம் வேஸ்ட். இந்த ஏகாந்த நினைப்பி

லேயே, என்ன பெரிதாக நடந்துவிடப்போகிறது என்கிற இறுமாப்பிலேயே இருந்தனர் 'இதயம்', 'விவிடி' போன்று ப்ராண்டுகள்.

காலம் மாறிக்கொண்டு வந்ததும் இவர்களுக்குத் தெரியவில்லை. வாடிக்கையாளர்கள் தேவைகளில் மாற்றங்கள் வருவதையும் இவர்கள் அறியவில்லை. நல்லெண்ணய்க்கு போடப்பட்டது பூட்டு. அதன் மார்க்கெட்டர்களுக்கு வைக்கப்பட்டது வேட்டு. அதை அவர்கள் புரிந்துகொண்டதோ மகா மகா லேட்டு!

நல்லெண்ணெய் மார்க்கெட்டுக்கு என்ன வந்தது? வரக்கூடாதது வந்தது! ஏகப்பட்டது வந்தது.

இவர்களுக்கு வில்லங்கம் வந்தது பாம் ஆயில் மூலம். ப்ராப்ளம் வந்தது சன்ஃப்ளவர் ஆயில் மூலம். போட்டி வந்தது ரைஸ் ப்ரான் ஆயில் மூலம். இந்தப் புதிய பொருள்வகைகளும் அதன் பெரிய ப்ராண்டுகளான 'சன் ட்ராப்', 'கோல்டு வின்னர்', 'ஃபார்ச்சூன்' போன்ற ப்ராண்டுகள் பெரிய லெவலில் மார்க்கெட்டுக்குள் நுழைந்தன.

'மகா கனம் பொருந்திய வாடிக்கையாளப் பெருமக்களே, இதனால் நாங்கள் உங்களுக்குத் தெரிவிப்பது என்னவென்றால் எங்கள் ப்ராண்ட் எண்ணெயை வாங்கிச் சமைத்தால் டேஸ்ட் பேஷாக இருக்கும். அதோடு கொலஸ்ட்ரால் குறையும். உடல் நலம் பெருகும். குடும்பம் ஆரோக்கியமாக இருக்கும். எங்கள் எண்ணெயையே நீங்கள் வாங்கக் கடவது' என்று ஆளாளுக்கு அலறத் தொடங்கினர்.

அதோடு இந்த வகை எண்ணெயின் விலையும் நல்லெண்ணையைவிட மிகக் குறைவு. பத்தாதற்கு இன்னொரு பக்கம் நல்லெண்ணெயின் விலை ராக்கெட் வேகத்தில் ஏறிக் கொண்டிருந்தது.

இதற்கெல்லாம் பதிலுக்கு நல்லெண்ணெய் ப்ராண்டுகள் என்ன செய்தன. ஒன்றையும் செய்யவில்லை. 'நல்ல பெண்மணிகள் நல்லெண்ணெயைத்தான் உபயோகிப்பார்கள். இதன் சுவைக்கு ஈடேது. மற்ற ஆயில்கள் இதன்முன் எம்மாத்திரம். நேற்றைய மழையில் இன்றைக்கு முளைத்த காளான்கள் அல்லவா இவை' என்று அதே மழையில் நனைந்தும் நகராது இருந்துவிட்டனர்.

நல்லெண்ணெய் வழுக்கிக்கொண்டே வர அதில் உள்ள ப்ராண்டு களும் சேர்ந்து விற்பனையில் வழுக்கிக்கொண்டே வந்தன. இன்று மற்ற ஆயில்கள் சன்ஃப்ளவராக மலர்ந்துகொண்டு வர, நல்லெண்ணெய்க்கு வைக்கப்பட்டது பாம் (ஆயில்)!

இதில் வேடிக்கை என்னவென்றால், நல்லெண்ணெய்க்கு ஈடாகாது வேறு எந்த வகை எண்ணெயும்! அதோடு மற்ற எண் ணைகள் ரீஃபைண்ட் செய்யப்படுவதால் அதில் கெமிக்கல்கள் உண்டு; ஆனால் நல்லெண்ணெய் மட்டுமே 100% நேச்சுரல் எண்ணெய்.

ஆனால் இதையெல்லாம் நான் சொல்லி என்ன பயன். நல்லெண்ணெய் ப்ராண்டுகள் இதையெல்லாம் சொல்லியிருக்க வேண்டும். டீவிதோறும் விளம்பரங்கள் மூலம் கூறியிருக்க வேண்டும். கடை கடையாக ஏறிக் கதறியிருக்கவேண்டும். வீடுவீடாகச் சென்று விளக்கியிருக்கவேண்டும்.

போயும் போயும் இந்தக் காளான் எண்ணெய் ப்ராண்டுகளுக்கா பதில் சொல்லிக்கொண்டிருப்பது என்று நல்லெண்ணெய் ப்ராண்டுகள் அசால்ட்டாக இருந்துவிட்டன. அந்த எண்ணமே அவர்களின் போட்டியாளராக, அவர்களைப் போட்டுத் தள்ளும் எமனாக மாறிவிட்டது.

மேலும் சில மார்க்கெட்டர்களின் மனத்தில் மல்லாக்கப் படுத்துக்கொண்டு மரணக்குழியில் தள்ள ரெடியாக இருக்கும் இன்னொரு போட்டியாளரையும் நீங்கள் தெரிந்துகொள்ள வேண்டும். ‘விளம்பரத்துக்கெல்லாம் எதற்கு அனாவசியமாகச் செலவழித்துக்கொண்டு. அது தண்டச்செலவு, வேஸ்ட் ஆஃப் மணி’ என்கிற எண்ணம்தான் அது.

விளம்பரத்துக்குச் செலவழிக்கும் பணம் ஒரு நாட்டின் டிஃபென்ஸ் பட்ஜெட் போன்றது. டிஃபென்ஸுக்குச் செல வழிக்கும் பணம் மற்ற நாடுகள்மீது போர் தொடுத்து வீழ்த்த அல்ல. நாட்டை மற்ற நாடுகளிடமிருந்து பாதுகாக்க. ‘எங்களிடம் வாலாட்ட நினைக்காதீர்கள், ஒட்ட நறுக்கத் தயாராக இருக் கிறோம்’ என்று எதிரி நாடுகளை எச்சரிக்க. அதேபோல்தான் விளம்பரத்துக்குச் செலவிடும் பணம் என் பது, மற்ற போட்டி ப்ராண்டுகளை நம்மிடம் அண்ட விடாமல் செய்வதற்காக.

எங்களிடம் சர்வ ஜாக்கிரதையாய் இருங்கள் என்று எச்சரிக்கை செய்வதற்காக.

‘போவண்டோ’ என்றொரு ப்ராண்ட் ஞாபகம் இருக்கிறதா? நம்மூர் ‘காலி மார்க்’ கம்பெனியின் தயாரிப்பு. தெருவில் அலைந்து, வெயிலில் காய்ந்து, நாக்குத் தள்ளிய தமிழனின் தாகம் தீர்த்த புண்ணிய தீர்த்தமாக விளங்கியது போவண்டோ. அது ஒரு காலம்.

இன்றும் தமிழன் தெருவில் அலைகிறான். வெயிலில் காய்கிறான். நாக்குத் தள்ளுகிறான். ஆனால் தாகம் தீர்க்க இன்று அவன் நாடுவது ‘பெப்சியை’, ‘கோக்கை’, ‘மிரிண்டாவை’, ‘ஃபேண்டாவை’, ‘மவுண்டன் ட்யூவை’, ‘ஸ்ப்ரைட்டை’. போவண்டோ என்று மருந்துக்குக்கூடக் கேட்பதில்லை. உங்களுக்கும் எனக்குமாவது ஓரளவேனும் போவண்டோ என்றால் என்ன என்று தெரியும். வளரும் தலைமுறையிடம் சொல்லிப் பாருங்கள். அவார்ட் வாங்கிய கன்னடப் படமா என்று கேட்பார்கள்!

எதனால் இந்த நிலைமை? அதான் சொன்னேனே, நமக்குள் ஒளிந்திருக்கும் போட்டியாளர். நம்மையே போட்டுத் தள்ளும் நம் தவறான எண்ணங்களும் நம்பிக்கைகளும்தான் காரணம்.

‘நன்றாக விற்றுக்கொண்டிருக்கிறோமே, நம் ப்ராண்டுக்கு எதற்கு விளம்பரம்’, ‘எட்டுப்பட்டிக்கும் நாட்டாமையாகத் திகழ் கிறோமே நம் ப்ராண்டுக்கு எதற்கு ப்ரோமோஷன்’, ‘தனிக்காட்டு ராஜாவாக பவனி வருகிறோமே நம் ப்ராண்டுக்கு எதற்கு விற்பனை மேம்பாட்டுச் செயல்கள்’ என்கிற எண்ணம்தான் காரணம்.

கொஞ்சம் கொஞ்சமாகப் புதிய ப்ராண்டுகள் புற்றீசல்போல் பிறந்துவந்து, சுனாமியாகப் புரண்டுவந்து அமைதியாக இருந்த போவண்டோக்களைப் புரட்டிப்போட்டுவிட்டுப் போய் விட்டன. பல காலம் தமிழனின் தாகம் தீர்த்த போவண்டோவின் நாக்குதான் இன்று தள்ளி, நுரை தப்பிக்கொண்டிருக்கிறது. இப்போது அந்த ப்ராண்ட், விளம்பரம், ப்ரமோஷன், விளம்பர மேம்பாட்டுச் செயல்கள் என்று எதையோ செய்துகொண் டிருக்கிறது. குதிரை வெளியே போய்ப் பல காலம் ஆகிவிட்டது. இனி லாயத்தை மூடினால் என்ன, அதிலேயே முட்டிக்கொண்டு

முனகினால்தான் என்ன! கவுண்டமணி ஒரு படத்தில் சொல்வது போல் 'இனிமே நீ வயசுக்கு வந்தா என்ன, வராட்டி என்ன!'

ஒன்றை புரிந்துகொள்ளுங்கள். விளம்பரம் என்பது செலவு அல்ல. உங்கள் ப்ராண்ட் வளர நீங்கள் செய்யும் முதலீடு. ப்ராண்டைப் பராமரிக்க நீங்கள் வாங்கும் ஆயுள் காப்பீடு. உங்கள் ப்ராண்டைப் பகைவர்களிடமிருந்து பாதுகாக்க நீங்கள் போடும் வேலி. அதனால், நன்றாக விற்கிறதே என்று இறுமாப்புடன் உங்கள் ப்ராண்டை அசால்டாக விட்டுவிடாதீர்கள்.

காலம் மாறி வருகிறது. போட்டிகள் பெருகி வருகின்றன. வாடிக்கையாளர்கள் தேறிவிட்டனர். பழைய பஞ்சாங்கங்கள் பலிக்கப்போவதில்லை. பழைய வழிமுறைகள் வழக்கொழிந்து போய்விட்டன. எல்லாம் மாறும்போது, நீங்கள் மட்டும் மாறாமல் இருந்தால் எப்படி? உங்கள் தொழில் செய்யும் விதம் மாறாமல் இருந்தால் எப்படி?

வேலைக்காகாத எண்ணங்களை விட்டொழியுங்கள். 'அந்தக் காலத்திலே...' என்று ஆரம்பிக்காதீர்கள். 'இப்படித்தான் அப்போதெல்லாம் செய்தோம்' என்று அதையே திரும்பத் திரும்பச் செய்து தொலைக்காதீர்கள்.

புதிய மார்க்கெட்டிங் முறைகளுக்கு உங்களைத் தயார்படுத்திக் கொள்ளுங்கள். இதற்கு முதல் காரியமாகப் போய் எம்பிஏ படியுங்கள் என்று சொல்ல வரவில்லை. எம்பிஏ படித்தாலும் தப்பில்லை. அப்படிப் படிக்க முடியவில்லையா, படித்தவர்களை வேலைக்கு அமர்த்திக்கொள்ளுங்கள்.

எனக்கு எல்லாம் தெரியும் என்று எகத்தாளமாக இருந்து தொலைக்காதீர்கள். கூட ஒத்தாசைக்கு ஒரு ஆலோசகரை வைத்துக்கொண்டாலும் தப்பில்லை. என்னதான் நல்ல கிரிக்கெட் கேப்டன் வாய்த்தாலும், எப்பேர்ப்பட்ட பிளேயர்களைக் கொண்ட டீம் அகப்பட்டாலும் அந்த டீமை வழி நடத்த, நல்வழிப்படுத்த, நல்ல யோசனைகள் தர ஒரு பயிற்சியாளர் தேவை. அந்தப் பயிற்சியாளர்தான் ஆலோசகர். முடிந்தால் ஒருவரை அமர்த்திக்கொள்ளுங்கள். அமர்த்திக்கொள்வதோடு மட்டுமில்லாமல் அவர் சொல்வதைக் காது கொடுத்துக் கேளுங்கள். சிரமேற்கொண்டு செய்யுங்கள்.

மார்க்கெட்டிங் பஞ்ச மாபாதகங்கள் புத்தகத்தில் நான் சொன்னதை மீண்டும் இங்கு உங்கள் பார்வைக்கு வைத்து இந்த அத்தியாயத்தை முடிக்கிறேன்.

'தாக்குவது மட்டுமே மார்க்கெட்டிங் அல்ல. தக்கவைத்துக் கொள்வதும் மார்க்கெட்டிங்தான். வாடிக்கையாளர்களைக் கவர்வது மட்டுமே அல்ல மார்க்கெட்டிங். அவர்களைக் கெட்டி யாக இழுத்துப் பிடித்து வைப்பதும் மார்க்கெட்டிங்தான். ப்ராண்டை உருவாக்க மட்டுமே மார்க்கெட்டிங் அல்ல. அதை பராமரித்து நீண்ட ஆயுளுடன் வாழ வழி செய்வதும் மார்க்கெட்டிங்தான்.'

நீங்களே உங்களை நன்றாக அறிந்துகொள்ள இந்தக் கேள்வி களுக்கான விடையை நன்றாகப் புரிந்துகொள்ளுங்கள்.

1. ஒரு நாளைக்கு எத்தனை முறை 'அந்தக் காலத்திலே...' என்று ஆரம்பித்துக் கதை பேச ஆரம்பிக்கும் ஆள் நீங்கள்?
2. உங்களை நீங்களே சுய பரிசோதனை செய்துகொள் வீர்களா? அதை எப்படிச் செய்வீர்கள்? மற்றவர்களிடம் கேட்டா? இல்லை உங்களை நீங்களே ஆராய்ந்தா?
3. உங்கள் பொருள்வகையில் மாறி வரும் சந்தைப் போக்கில் மூன்றை உங்களால் உடனே கூற முடியுமா?
4. மாறி வரும் அந்தச் சந்தைப் போக்கு உங்கள் ப்ராண்டை எப்படிப் பாதிக்கும் என்று சிந்தித்தீர்களா? அதற்குத் தீர்வு கண்டுபிடித்தீர்களா?
5. உங்கள் ப்ராண்டை வாங்கும் வாடிக்கையாளர்கள் வேறு ப்ராண்டையோ பொருளையோ வாங்கத் தொடங்கி யிருக்கிறார்களா? எதனால் அவர்கள் மாறத் தொடங்கி யிருக்கிறார்கள் என்று ஆராய்ந்தீர்களா?
6. உங்கள் ப்ராண்டை வளர்க்க நீங்கள் செலவு செய்யும் விளம்பரத்தை எப்படிப் பார்க்கிறீர்கள்? செலவாகவா? இல்லை முதலீடாகவா?

13

இவனுங்க தொல்லை தாங்க முடியல மாப்ளே!

கடவுளே
என் நண்பர்களிடமிருந்து என்னைக் காப்பாற்று
எதிரிகளை நான் பார்த்துக்கொள்கிறேன்.

- அனானிமஸ்

தமிழ் சினிமாவில் மட்டுமே கேட்கக் கூடிய வசனங்கள் சில உண்டு. இங்கே இருக்கும் டயலாக்குகள் ஒவ்வொன்றையும் ஒரு இருபது முப்பது படங்களிலாவது கேட்டுப் புளித்துப்போயிருப் பீர்கள்!

'சீ, இதெல்லாம் கல்யாணத்துக்கு அப்புறம்.'

'நான் எல்லாத்தையும் கேட்டுட்டுத்தான்மா இருந்தேன்.'

'ஆயிரம் பொய் சொல்லி ஒரு கல்யாணத்தைப் பண்ணலாம்'.

'நான் என்ன சொல்ல வர்றேன்னா...'

இதெல்லாம் தமிழ் சினிமாவின் அக்மார்க் அடையாளங்கள். இதோடு இன்னொரு க்ளாசிக் டயலாக்கும் உண்டு. இதையும் பல படங்களில் நீங்கள் கேட்டிருப்பீர்கள்.

'ஒருத்தரப் போல இந்த உலகத்தில ஏழு பேர் இருப்பாங்களாம்.'

எனக்குத் தெரிந்து தமிழ் சினிமாவைத் தவிர வேறெங்கும் இந்த வாக்கியத்தை நாம் கேட்டிருக்க முடியாது!

இந்த டயலாக்தான் இந்த அத்தியாயத்தின் ஆதாரம். இந்த வசனம்தான் இந்த சேப்டரின் ஆரம்பம்.

இதுவரை போட்டி, போட்டியாளர், அவர்களை எப்படிப் போட்டுத் தள்ளுவது என்றுதான் பேசி வந்தோம். அதோடு, நம்மிடம் உள்ள தவறான எண்ணங்கள், நம்பிக்கைகள், கோட்பாடுகள் போன்றவை போட்டியாளர்களைப்போல் வளர்ந்து எப்படி நம்மையே போட்டுத்தள்ளுகின்றன என்பதையும் பார்த்தோம்.

இத்தனை போட்டியையும் மீறித்தான் ப்ராண்டுகள் வெற்றி பெறுகின்றன. இத்தனை போட்டியாளர்களையும் தாண்டித்தான் கம்பெனிகள் சக்ஸஸ் ஆகின்றன.

அப்படிக் கஷ்டப்பட்டு உழைத்து வெற்றி பெறும் ப்ராண்டு களுக்குப் பிரச்னை என்பதே வெற்றி பெற்ற பின்னால்தான் வருகிறது. இதில் வயிற்றெரிச்சல் என்னவென்றால் வெற்றி பெற்ற ப்ராண்டுகளுக்கு மட்டுமேதான் இந்தப் பிரச்னை வருகிறது. சக்ஸஸ்ஃபுல் கம்பெனிகளுக்கு மட்டும்தான் இந்தச் சங்கடம் வருகிறது.

ஒரு ப்ராண்ட் வெற்றி பெற்று விற்பனையில் சக்கைப்போடு போட்டு சூடாக விற்றுக்கொண்டிருந்தால் போதும், சிலருக்குக் குளிரெடுக்க ஆரம்பித்துவிடும். சூடாக விற்கும் ப்ராண்டில் குளிர்காயத் தொடங்கிவிடுவார்கள். உடனேயே அதே ப்ராண்டைப் போலவோ, அதைக் காப்பி அடித்தோ, அல்லது அதை டூப்ளிகேட் செய்தோ விற்கத் தொடங்கிவிடுவார்கள்.

'ஒரு ப்ராண்டைப் போலவே ஏழு ப்ராண்ட் இருக்குமாம்!'

இது தப்பாச்சே என்றால் தப்புதான். இது சட்டப்படிக் குற்ற மாச்சே என்றால் குற்றம்தான். இது அநியாயத்துக்குப் பாவமாச்சே என்றால், அட ஆமாமய்யா, பாவம்தான்.

ஆனால் காப்பி அடிப்பது, டூப்ளிகேட் செய்வது என்பதெல்லாம் நம் கூடப் பிறந்த குணங்கள். இவை நாம் தெரிந்தே செய்யும் தவறுகள். துளிக்கூட வெட்கம் இல்லாமல் நாம் அனுதினமும் ஆசாரத்துடன் செய்யும் அலுவல்கள்.

இல்லை என்கிறீர்களா?

எத்தனை முறை திருட்டு வீடியோ படம் பார்த்திருக்கிறோம்? அது எந்தக் கணக்கு!

எத்தனை தமிழ்ப் படங்களை ஆங்கிலப் படங்களிலிருந்து திருடியது என்று தெரிந்தும் பார்த்து ரசிக்கிறோம். அது என்ன நியாயம்!

எத்தனை முறை டூப்ளிகேட் என்று தெரிந்தும் விலை குறைந்தது என்று சில பொருட்களை வாங்கி வருகிறோம். அது என்ன கதை!

எத்தனை பாடல்களை எங்கிருந்தோ சுட்டது என்று தெரிந்தும் கேட்டு ரசிக்கிறோம். அது மட்டும் என்ன!

எது எப்படியோ, காப்பி அடிப்பது என்பது நம்முடனேயே உருவாவது. நம் கூடப் பிறந்தது. கூச்சமில்லாமல் நம் கூடவே வளர்வது.

என்னதான் பேடண்ட் வாங்குங்கள். ரிஜிஸ்தர் செய்யுங்கள். காப்புரிமை பெறுங்கள். நம்மவர்கள் காப்பி அடிக்கத்தான் செய்வார்கள்.

காப்புரிமை என்பதே நமக்குக் காப்பி அடிக்கும் உரிமை என்றாகிவிட்டது!

மக்களைத் திருத்த முயற்சிப்பது பிரயோஜனப்படாது. நம் ப்ராண்டுகளைப் பாதுகாத்துக்கொள்ளப் பிரயத்தனப்படுவது வேண்டுமானால் பயன் தரும். அதனால் அந்தப் பக்கம் திருப்புவோம் நம் கவனத்தை.

நம் ப்ராண்டைக் காப்பி அடிப்பவர்களும் நம் ப்ராண்டைப் போலவே டூப்ளிகேட் செய்து விற்பவர்களும்கூட நம் போட்டி யாளர்கள்தான். அவர்களையும் சேர்த்துப் போட்டுத் தள்ளத்தான் வேண்டும். அவர்களிடமிருந்தும் நம் ப்ராண்டுகளைப் பாதுகாத்துக்கொள்ளவேண்டும்.

ஆண்டுதோறும் இந்தியச் சந்தையில் டூப்ளிகேட் பொருட்களின் விற்பனை 5,000 கோடி ரூபாய்க்கும் மேல் என்று ஒரு புள்ளி விவரக் கணக்கு கூறுகிறது. டூப்ளிகேட் பொருட்களால்

அரசாங்கத்துக்கு வரி இழப்பு மட்டுமே 600 கோடி ரூபாய்க்கும் மேல் என்கிறது இன்னொரு புள்ளி விவரம். இந்தக் கணக்கெல் லாம் டூப்ளிகேட் இல்லை; பக்கா ஒரிஜினல்!

டூப்ளிகேட் பொருட்களால் நம் ப்ராண்டுகளுக்குப் பெரிய தலைவலி, நாம் இழக்கும் விற்பனை மட்டுமல்ல. நம் ப்ராண்டு என்று நம்பி, டூப்ளிகேட் என்று தெரியாமல் வாங்கும் வாடிக்கை யாளர்களின் ஏமாற்றம் கூடத்தான்.

ஏனெனில், நம் வாடிக்கையாளர்கள், டூப்ளிகேட் பொருள் என்று தெரியாமல் அதனை வாங்கி அதன் மலிவான தரத்தால் 'சே, போயும் போயும் இந்தச் சனியைனை வாங்கித் தொலைத் தோமே, இனி செத்தாலும் இந்த ப்ராண்டை வாங்கவே கூடாது' என்று வெறுத்துப்போய் வேறு ப்ராண்டுக்கு மாறிவிடுவார்கள். அதன்பிறகு நம் ப்ராண்டைத் திரும்பிக்கூடப் பார்க்க மாட்டார்கள்.

டூத்பேஸ்ட், ஷாம்பு, தேங்காய் எண்ணெய், உணவுப் பொருட்கள், சிப்ஸ், சோப், டிடர்ஜண்ட், மினரல் வாட்டர் போன்ற பொருள் வகைகளில் இந்தப் பாழாய்ப் போன டூப்ளிகேட் ப்ராப்ளத்தைப் பரவலாகப் பார்க்கலாம். டூப்ளிகேட் ப்ராண்டுகளால்தான் பல மார்க்கெட்டர்களுக்கு ஒரிஜினல் ப்ராப்ளம் போங்கள்!

டூப்ளிகேட் ப்ராண்டுகளைப் போட்டுத்தள்ளுவது எப்படி என்று பார்ப்பதற்குமுன் அது எங்கு பிறக்கிறது, ஏன் பிறக்கிறது, எப்படி வளர்கிறது என்பதைத் தெரிந்துகொண்டால் அதை எப்படி ஒழிப்பது என்பது இன்னமும் தெளிவாக விளங்கும்.

டூப்ளிகேட் பொருட்கள் பெரும்பாலும் எழுதப் படிக்காதவர்கள் வசிக்கும் பகுதிகளில்தான் அதிகம் புழக்கத்தில் இருக்கும். அதனால்தான் இதைக் கிராமங்களில் மட்டுமே அதிகம் காண முடிகிறது. எழுதப் படிக்கத் தெரியாதவர்கள் பெரும்பாலும் பொருட்களை அதன் கலர்களைக் கொண்டோ, அதன் லோகோ, படங்கள் கொண்டோதான் வாங்குவார்கள். எடுத்துக்காட்டாக, 'க்ளினிக் ப்ளஸ்' ஷாம்புவை கிராம மக்கள் பலர் 'ரெண்டு தலை ஷாம்பு கொடுப்பா' என்று கேட்டு வாங்குவதைக் கேட்கலாம். அது என்ன ரெண்டு தலை க்ளினிக் ப்ளஸ்ஸுக்கு?

வேறு ஒன்றுமில்லை, க்ளினிக் ப்ளஸ் சாஷேயில் தாயும் மகளும் சேர்ந்து இருப்பதுபோன்ற ஃபோட்டோ இருக்கும். அதுதான் க்ளினிக் ப்ளஸ், ரெண்டு தலை ஷாம்பு ஆனதன் ரகசியம்.

க்ளினிக் ப்ளஸ் நன்றாக விற்று வருவதால் அந்த ஷாம்புவை டூப்ளிகேட் செய்ய நினைப்பவர்கள் அந்த ஷாம்புவின் நீல நிறத்திலேயே ஒரு சாஷேயை டிசைன் செய்து, தாய் மகள் ஃபோட்டோவை அச்சிட்டு அந்த ஷாம்புவுக்கு 'டானிக் ப்ளஸ்' அல்லது 'க்ளினிகல் ப்ளஸ்' என்று பெயரைச் சற்றே மாற்றிப் போட்டு விற்க முயல்வார்கள். கடைக்காரர்களுக்கும் அதிக கமிஷன் கொடுப்பார்கள். அதனால் கடைக்காரர்களும் அதிக லாபத்துக்கு ஆசைப்பட்டு அந்த டூப்ளிகேட்டைப் படிப்பறி வில்லாத வாடிக்கையாளர்களிடம் நைஸாகத் தள்ளிவிடுவார்கள்.

டூப்ளிகேட் பிறந்து வளர இன்னொரு முக்கியக் காரணம் கம்பெனியின் விநியோக முறையில் குறைகள் இருப்பதனால். சில கம்பெனிகளில் விநியோகத் துறை அத்தனை ஸ்ட்ராங்காக இருக்காது. அதனால் சரியான அளவில் கடைகளுக்கு ப்ராண்ட் விநியோகிக்கப்படாமல் இருக்கும். ஆனால் அந்த கம்பெனி தங்கள் ப்ராண்டுகளைச் சிறந்த முறையில் தயாரித்து சிறப்பாக விளம்பரப்படுத்தியும் வரலாம். அதனால் அந்த கம்பெனியின் ப்ராண்டுகளுக்கு வாடிக்கையாளர்களிடம் நல்ல டிமாண்ட் இருக்கும். ஆனால் விநியோக முறையில் உள்ள குறைபாட்டால் அந்த கம்பெனியின் ப்ராண்டுகள் எல்லாக் கடைகளிலும் கிடைக்காத சூழ்நிலை. அந்த மாதிரிச் சமயங்களுக்காகவே காத்திருக்கும் டூப்ளிகேட் டுபாக்கூர்கள் அந்த கம்பெனியின் ப்ராண்டுகளைப் போலவே டூப்ளிகேட் செய்து விற்பது எளிதாகி விடுகிறது.

எது எப்படியோ, உங்கள் ப்ராண்டு வளர்ந்து விரிந்து வருவதன் அடையாளம்தான் உங்கள் ப்ராண்டைப் போலவே மார்க்கெட்டில் டூப்ளிகேட் இருப்பது. இந்த டூப்ளி 'கேட்டை' முதலிலேயே இழுத்து மூடிவைத்துத் தாழ்ப்பாள் போடுவது நல்லது. கேட்டைக் கொஞ்சம் திறந்து வைத்தாலும் உங்கள் விற்பனை சரிவதில் தொடங்கி, 'அய்யே இந்த ப்ராண்ட் சரியில்லை' என்று வாடிக்கையாளர்கள் விட்டுப் பிரிவதில் போய் முடியும்.

சரி, இந்த டூப்ளிகேட் டுபாக்கூர்களை எப்படிப் போட்டுத் தள்ளு வது? காப்பி அடிக்கும் கழிசடைகளை எப்படிக் கையாள்வது?

உங்கள் ப்ராண்டை யாராலும் எளிதில் டூப்ளிகேட் செய்ய முடியாத அளவுக்குத் தயாரிப்பது எப்படி என்று பாருங்கள். டூப்ளிகேட் செய்பவர்களிடத்தில் பெரிய தொழில்நுட்பம் இருப்பதில்லை; ஃபேக்டரி, உயர்தர இயந்திரங்கள் போன்றவை இருப்பதில்லை; தேர்ந்த தொழிலாளர்களும் அமைவதில்லை. அதனால்தான் எந்த ப்ராண்டை ஈசியாக டூப்ளிகேட் செய்ய முடிகிறதோ அந்த ப்ராண்டைத் தேர்ந்தெடுத்து தங்கள் கைவரிசையைக் காட்டுகின்றனர்.

அவர்களுக்கு பெப்பே காட்ட பெஸ்ட் வழி உங்கள் ப்ராண்டை எளிதில் காப்பி அடிக்க முடியாத சிறந்த தொழில்நுட்பத்துடன் தயாரிப்பதுதான். பேக்கேஜிங்கில் புதுமைகள் செய்ய முடியுமா என்று பாருங்கள். 'டேம்பர் ப்ரூப் பேக்கிங்' என்று போடப் பட்டிருக்கும் ப்ராண்டுகளைப் பார்த்திருப்பீர்களே. அது போல் உயர்தர மெட்டீரியலில் பேக்கேஜிங் செய்ய முடியுமா என்று ஆராயுங்கள். முடிந்தால் உங்கள் பொருளில் 'ஹோலோகிராம்' செய்து ஒட்டுங்கள். இதைக் காப்பி அடித்து ஒட்டுவது அவ்வளவு எளிதான காரியமல்ல.

நாம் ஏற்கெனவே பார்த்ததுபோல் விநியோக முறையில் குறைகள் இருந்தால் டூப்ளிகேட்கள் போஷாக்குடன் புஷ்டியாக வளரும். டூப்ளிகேட்டுகள் வளராதவண்ணம் இருக்க முக்கியமான வழி விநியோகத்தை ஒழுங்குபடுத்தி எல்லாக் கடைகளிலும் நம் ப்ராண்ட் எளிதாகக் கிடைக்கும்படிச் செய்வது.

நல்ல ஸ்டாக்கிஸ்டுகளையும் டிஸ்ட்ரிப்யூட்டர்களையும் தேர்வு செய்து அப்பாயிண்ட் செய்யுங்கள். அவர்களை எப்போதும் கண்கொத்திப் பாம்பாகக் கண்காணியுங்கள். அவர்களின் சேவையில் கொஞ்சம் தொய்வு தெரிந்தாலும் அவர்களிடம் பேசிச் சரி செய்யுங்கள். தட்டிக் கொடுத்து வேலை வாங்குங்கள். அப்படியும் அவர்களிடத்தில் முன்னேற்றம் தெரியவில்லை என்றால் அவர்களைக் களையெடுங்கள். இந்த விஷயத்தில் நீங்கள் தயவு தாட்சண்யம் பார்த்தால் டூப்ளிகேட்டுகள் கடகட வென்று பெருகி உங்கள் விற்பனை மடமடவென்று சரிந்து, பவதி பிட்சாம் தேஹி என்கிற நிலைக்குத் தள்ளப்படுவீர்கள். உஷார்!

டிஸ்ட்ரிப்யூட்டர்களோடு மட்டும் நில்லாமல் தேவையான அளவுக்கு சேல்ஸ்மேன்களையும், அவர்களை மேற்பார்வையிட

சேல்ஸ் ஆஃபீசர்களையும், மேனேஜர்களையும் அப்பாயிண்ட் செய்யுங்கள். அவர்களுக்குத் திறம்பட பயிற்சி அளியுங்கள். 'மார்க்கெட்டில் டூப்ளிகேட்டைக் கண்டுபிடிப்பது எப்படி, அது எங்கே தயாரிக்கப்படுகிறது, எங்கு, எப்படி, யார் மூலமாக மார்க்கெட்டுக்கு வருகிறது, எங்கெல்லாம் செல்கிறது' போன்ற விவரங்களை ரகசியமாகச் சேகரிக்கும் திறமை கொண்ட டிடெக்டிவ்களாக அவர்களைத் தயார் செய்யுங்கள்.

அதோடு அவர்கள் அவ்வப்போது தரும் தகவல்களை உடனுக்குடன் பரிசீலித்து, தக்க நடவடிக்கைகளைப் போர்க்கால அடிப்படையில் செய்யக்கூடிய வழிமுறையை கம்பெனியில் நிறுவுங்கள்.

தொழிற் சங்கங்கள், வியாபாரக் கூட்டமைப்புகள் போன்றவை இந்த டூப்ளிகேட் பிரச்னையை ஒழிக்கும் நடவடிக்கைகளைப் பல விதங்களில் தீவிரப்படுத்தி வருகின்றன. அந்த முயற்சிகளுக்கு நீங்களும் முழுமனத்துடன், தாராளமாக ஒத்துழைப்பு கொடுக்கவேண்டும்.

பரந்து விரிந்த நாடு இது. 5.200 நகரங்களையும் சிறு நகரங்களையும் 6,40,000 கிராமங்களையும் கொண்ட தேசம்.சின்னதும் பெரியதுமாக ஒரு கோடிக் கடைகளுக்கும் மேலாக உள்ள நாடு. உலகின் பரப்பளவில் ஏழாவது பெரிய நாடு இது. அத்தனை ஊர்களிலும் அத்தனை கடைகளிலும் நீங்கள் மட்டுமே சென்று டூப்ளிகேட்டுகளை ஒழித்துக்கொண்டிருக்க முடியாது. இரண்டு கை தட்டினால்தான் சத்தம். அனைவரும் சேர்ந்து ஓங்கித் தட்டினால்தான் ஒழியும் இந்த டூப்ளிகேட் பித்தம்!

FICCI போன்ற பெரிய அமைப்புக்கள் Brand Protection Committee போன்ற குழுக்களைத் தொடங்கி இந்த டூப்ளிகேட் சமாசாரத்துக்கு முடிவு கட்டும் முயற்சியில் முழு மூச்சுடன் இறங்கியுள்ளனர். அப்பேர்ப்பட்ட கமிட்டியுடன் சேர்ந்து போராடுங்கள். அப்போதுதான் இந்த பாழாய்ப்போன டூப்ளிகேட் பிரச்னைக்குச் சமாதி கட்ட முடியும்!

டூப்ளிகேட் ப்ராண்டுகளை போட்டுத் தள்ள நீங்கள் செய்ய வேண்டியது இவற்றையெல்லாம் என்றால், நீங்கள் செய்யக் கூடாதது ஒன்றும் உண்டு. டூப்ளிகேட்டை ஒழிக்கிறேன் பேர்வழி

என்று சில மார்க்கெட்டர்கள் செய்யும் தவறு ஒன்று உண்டு. ‘எங்கள் ப்ராண்டுகளைப் போலவே போலிகள் இருக்கின்றன. அவற்றைக் கண்டு ஏமாறாதீர்கள். எங்கள் ப்ராண்டுகளைப்போல் உள்ள போலிகளை வாங்கி உபயோகிக்காதீர்கள்’ என்று காட்டுக் கத்தலாக விளம்பரம் செய்வார்கள்.

‘அப்படிச் செய்தால் வாடிக்கையாளர்கள் உஷாராக இருப் பார்கள். நம் ப்ராண்டை ஒரு முறைக்கு இரு முறை சரிபார்த்து வாங்குவார்கள்’ என்ற நம்பிக்கையில்தான் இப்படிச் செய் கிறார்கள். ஆனால் நடப்பது என்ன?

இப்பேர்ப்பட்ட விளம்பரங்கள் பெரும்பாலும் வாடிக்கையாளர் களைப் பயமுறுத்திவிடுகின்றன. ‘இந்த ப்ராண்டில் போலிகள் இருக்கிறதாம். பார்த்து வாங்கவேண்டுமாம். எப்படிப் பார்த்து வாங்குவது? பார்த்து வாங்கியும் அது டூப்ளிகேட்டாக இருந்து தொலைத்துவிட்டால் என்ன செய்வது? எதற்கு வம்பு. வேறு ப்ராண்டை வாங்குவோம்’ என்று வாடிக்கையாளர்கள் மற்ற ப்ராண்டுகளுக்கு மாறிவிடுவார்கள்.

மூட்டைப் பூச்சிக்கு பயந்து வீட்டை எரித்த கதை ஆகிவிடும். டூப்ளிகேட் ப்ராண்டைத் தூக்கிப் போடுகிறேன் என்று தனக்குத்தானே தூக்குப் போட்டுக்கொள்ளும் இந்த அவல நிலை தேவைதானா!

வாடிக்கையாளர்களை உஷார் செய்யவேண்டும் என்றால் அவர் களிடம் அதை பொறுமையாக, பதமாக, பக்குவமாகச் சொல் லுங்கள். ‘எங்கள் ப்ராண்டின் பேக்கிங்கில் கம்பெனியின் சீல் இருக்கும்; கவனித்து வாங்குங்கள். எங்கள் ப்ராண்ட் லேபிளில் இப்பேர்ப்பட்ட ஹோலோகிராம் ஒட்டப்பட்டிருக்கும்; அதைச் சரி பார்த்து வாங்குங்கள்’ என்று சொல்லி விளம்பரப் படுத்துங்கள். இதைச் சொல்வதும் ஈசி. வாடிக்கையாளர்கள் புரிந்துகொள்வதும் ஈசி.

டூப்ளிகேட் பிரச்னை பெரும்பாலும் கிராமங்களில்தான் அதிகம் என்பதை ஏற்கெனவே பார்த்தோம். முக்கியமான பெரிய கிராமங்களைத் தேர்ந்தெடுங்கள். அங்கு நடக்கும் சந்தை, திருவிழா போன்றவற்றில் ஸ்டால் போடுங்கள். அதில் டீவி, ஆடல் பாடல், மைக்செட் மூலம் வாடிக்கையாளர்களுக்குப் பாடம் எடுப்பதுபோல் ஒரிஜினல் மற்றும் டூப்ளிகேட்டை இனம்

கண்டுகொள்வது எப்படி என்று விளக்கிச் சொல்லுங்கள். அங்கிருக்கும் வாடிக்கையாளர்களை அவர்கள் பயப்படாத வண்ணம் உஷார் படுத்துங்கள்.

டூப்ளிகேட்டை ஒழித்து, ஒடுக்கி, ஓரங்கட்ட இன்னொன்றையும் நீங்கள் செய்யலாம். எங்கெல்லாம் டூப்ளிகேட்டின் அட்டகாசம் அதிகமாக இருக்கிறதோ அந்த கிராமங்களில் எல்லாம் ஓர் அறிவிப்பைச் செய்யலாம். 'எங்கள் ப்ராண்டின் டூப்ளிகேட்டைப் பற்றித் தகவல் கொடுப்பவர்களுக்குத் தக்க சன்மானம் வழங்கப் படும். அவர்கள் பெயர்கள் ரகசியமாகப் பாதுகாக்கப்படும். பயப்படாமல் எங்களைத் தொடர்பு கொள்ளுங்கள்' என்று ஒரு போடு போடுங்கள். சன்மானத்துக்குச் சபலப்பட்டு யாராவது டூப்ளிகேட்டைப் போட்டுக் கொடுக்க மாட்டார்களா என்ன. அந்த டூப்ளிகேட்டை அதன்பிற்கு நீங்கள் ஈசியாகப் போட்டுத் தள்ள முடியாதா என்ன!

சொல்ல முடியாது. டூப்ளிகேட் என்று நினைத்துகொண்டு உங்கள் கம்பெனி விலாசத்தையே யாரேனும் உங்களிடம் வந்து கூறி சன்மானத்தை கொடு என்று கேட்டாலும் கேட்கலாம். அப்படி வருபவர்களுக்கு சூடாக ஒரு கப் காபி கொடுத்து, இதமாகப் பேசி அனுப்பி வையுங்கள்!

கடைசியாக ஒன்று. டூப்ளிகேட் ப்ராண்டுகளைக் கண்டுபிடித் தாலோ, அதைத் தயாரிப்பவர்களைக் கையும் களவுமாகப் பிடித்தாலோ முதல் காரியமாக அவர்கள்மீது கடுமையான நடவடிக்கை எடுங்கள். பாவ புண்ணியம் பார்த்து, 'பொழைச்சுப் போ' என்று பெரிய மனசு செய்து, விட்டுத் தொலைக்காதிர்கள்.

அப்படி விட்டால் அந்த டூப்ளிகேட் ஆசாமிகள் மீண்டும் அதே தொழிலுக்குத்தான் வருவார்கள். 'எவ்வளவு டூப்ளிகேட் செய் தாலும் அழமாட்டேங்கறான். நம்மை மன்னிச்சு விட்டுடறான். இவன் ரொம்ப நல்லவண்டா' என்று மீண்டும் உங்கள் ப்ராண்டை டூப்ளிகேட் செய்ய ஆரம்பித்து உங்களை ஒரு மீன் பாடி வண்டியில் போட்டு எதோ ஒரு மூத்திரச் சந்துக்கு அனுப்பி வைப்பார்கள்.

ஜாக்கிரதை!

டூப்ளிகேட்டுகளின் தொல்லைக் கணைகளிடமிருந்து தப்பிக்க இதோ இந்த கேள்விக் கணைகளுக்கு விடை தேடுங்கள்.

1. உங்கள் கம்பெனி பெயரை ரிஜிஸ்தர் செய்திருக்கிறீர் களா? செய்யவில்லை என்றால் முதற்காரியமாக அதைச் செய்யுங்கள்.

2. உங்கள் ப்ராண்ட் பெயரை ரிஜிஸ்தர் செய்திருக்கிறீர் களா? இல்லையென்றால் இந்தப் புத்தகத்தை முதலில் மூடி வைத்துவிட்டு அதைப் போய்ச் செய்யுங்கள். (செய்துவிட்டு புத்தகத்தை விட்ட இடத்திலிருந்து தொடருங்கள்!)

3. உங்கள் ப்ராண்டுக்கு நல்ல டிமாண்ட் உள்ள இடங்களில் உங்கள் விநியோக முறை எப்படி உள்ளது? அங்கெல் லாம் அடிக்கடி சென்று ஆய்வு செய்கிறீர்களா?

4. மார்க்கெட்டில் உங்கள் ப்ராண்டுக்குத் தட்டுப்பாடு இல்லாமல் இருக்கத் தேவையான எல்லா நடவடிக்கை களையும் மேற்கொள்கிறீர்களா?

5. உங்கள் ப்ராண்டை டூப்ளிகேட் செய்ய முடியாத தொழில்நுட்பத்துடன் தயாரிக்கிறீர்களா? பேக்கேஜிங்கில் ஹோலோகிராம் ஒட்டியிருக்கிறீர்களா?

6. மற்ற கம்பெனிகள், தொழிற் சங்கங்கள், பிசினஸ் கூட்டமைப்புகள் போன்றவற்றுடன் சேர்ந்து டூப்ளி கேட்டை ஒழிக்கும் முறைகளைப் பற்றி விவாதிக் கிறீர்களா?

7. உங்கள் வாடிக்கையாளர்களிடம் டூப்ளிகேட்டுகளைப் பற்றிப் பக்குவமாக, பயமுறுத்தாத வண்ணம் விளக்கு கிறீர்களா?

8. டூப்ளிகேட் பிரச்னையை இனம் கண்டுகொள்ளும் முறைகள், அதைக் கண்டுபிடிக்கும் டெக்னிக்குகளை உங்கள் விநியோகஸ்தர்கள், விற்பனையாளர்கள் மற்றும் உங்கள் கம்பெனியில் உள்ளவர்களுக்கு விளக்குகிறீர் களா?

14

எதிரியும் ஒரு விதத்தில் நல்லவந்தான்யா

பால்போலக் கள்ளும் உண்டு
நிறத்தாலே ரெண்டும் ஒன்று
நான் என்ன கள்ளா, பாலா
நீ சொல்லு நந்தலாலா

- கவிஞர் வாலி

இதுவரை போட்டியாளர்களைப் போட்டுத்தள்ளுவதைப் பற்றி மட்டுமே பேசினோம். அவர்களிடம் கேட்டுத் தெரிந்துகொள்ள வேண்டிய விஷயங்களும் உண்டு; அவர்களால் நமக்கு நன்மை களும் உண்டு என்று இப்போது நான் சொன்னால் என்னையே போட்டுத்தள்ள வருவீர்கள்!

அட்டைப் பக்கத்தில் ஆரம்பித்து, முன்னுரை தொடங்கி பதிமூன்று அத்தியாயங்களாக நான் சொல்லி வந்த 'அடி, போடு, வெட்டு, குத்து, தூக்கு, தாக்கு, கொல்லு' எல்லாம் என்ன ஆகிறது என்று நீங்கள் ஐயப்படவேண்டாம். அது அப்படியே இருக்கிறது. அதோடு சேர்ந்து இப்போது நான் சொல்லப் போவதையும் குறித்துவைத்துக்கொள்ளுங்கள்: 'போட்டி யாளரும் ஒருவிதத்தில் நல்லவந்தான்யா'!

இராமாயணத்தில் வில்லன் இராவணன். சீதையை அபகரித்த வன்தான். அனுமனின் வாலுக்குத் தீ வைத்தவன்தான். அவன் கெட்டவனா? இருக்கலாம். அயோக்கியனா? மே பீ. தீயவனா? ப்ராபப்ளி. ஆனால் அவனிடத்தில் நல்ல விஷயங்கள் இல்லாமல் இல்லை.

இராவணனைப் போன்ற சிவபக்தனை உலகம் பார்த்ததில்லை. பார்வதியைவிடச் சிவனை அதிகம் பூஜித்தவன் இராவணன். இராவணன் வீணை எடுத்து வாசித்தால் அதை நாளெல்லாம் கேட்டுக்கொண்டிருக்கலாம். அவனுக்கு ஈடாக வீணை வாசிக்க தேவலோகத்தில்கூட யாருமில்லை.

மஹாபாரதத்தில் கர்ணன் வில்லன். அர்ஜுனனையே கொல்ல நினைத்தவன்தான். பாண்டவர்களையே ஒழிக்க நினைத்தவன் தான். வில்லன் கூடாரத்தில் இருந்தவன்தான். அவனும் கெட்டவன், அயோக்கியன், தீயவன் இல்லையா என்றால், இருக்கலாம்; இருந்துவிட்டுப் போகட்டும். ஆனால் நட்புக்கு அவனைவிடச் சிறந்த இலக்கணம் இல்லை. கொடைக் குணத்துக்கு அவனை மிஞ்ச ஆள் இல்லை.

அட இவ்வளவு ஏன், எம்.என். நம்பியார் வில்லன்தான். தலையை ஆட்டி ஆட்டி, கையைப் பிசைந்து பிசைந்து எம்ஜிஆரையும், சிவாஜியையும் பாடாய்ப் படுத்தி எடுத்தவர்தான். எத்தனையோ குடும்பங்களைப் பிரித்தவர்தான். ஒரு சில நடிகைகளின் சேலையைக்கூடப் பிடித்து இழுத்த வில்லாதி வில்லன்தான். ஆனால் அதெல்லாம் சினிமாவில் ஐயா! நிஜ வாழ்வில் அவரை போன்ற ஐயப்ப பக்தர் யாராவது உண்டா? கோயம்பேடு பஸ் ஸ்டாண்டில் ஆம்னி பஸ்ஸுக்கு ஆள் பிடிப்பதுபோல் சினிமாத் துறையில் எத்தனை பேரைப் பிடித்து அவர்களுக்குக் கருப்பு வேஷ்டி கட்டிவிட்டு சபரிமலைக்கு அழைத்துச் சென்று வந்திருக் கிறார்!

அதாகப்பட்டது, புராண காலத்திலிருந்து பலான காலம்வரை வில்லன்களே ஆனாலும் அவர்களால் நன்மைகளும் உண்டு. அவர்களிடமிருந்து சில நல்ல விஷயங்களையும் கற்றுக்கொள்ள முடியும். அதேபோல் போட்டியாளர்களால் மார்க்கெட்டுக்கு நல்லதுகூட நடக்கும். உங்கள் ப்ராண்டுக்கு நன்மைகள் உண்டாகும். அவர்களால் உங்களுக்கு உபத்திரவம் மட்டுமல்ல, உபகாரங்களும் உண்டு. அதைத்தான் அலசப் போகிறோம் இந்த அத்தியாயத்தில்.

ஒரு மார்க்கெட்டில் போட்டி குறைவாக இருந்தால் பொது வாகவே அந்தப் பொருள்வகையில் விற்பனையும் குறைவாகத் தான் இருக்கும். போட்டி பெருகப் பெருகத்தான் விற்பனையும் பெருகும். மார்க்கெட்டும் பரவும்.

டீடீஎச், அதாவது வீட்டிற்கே நேரடியாக ஒளிபரப்பப்படும் டீவி சேனல் சேவையை எடுத்துக்கொள்வோம். இந்த நூற்றாண்டின் தொடக்கத்தில்தான் இந்தப் பொருள்வகை புதிதாகப் பிறந்தது. அப்போது மார்க்கெட்டில் இருந்தவை 'டிஷ் டீவி', 'டாடா ஸ்கை' என்று இரண்டு ப்ராண்டுகள்தான்.

அவற்றோடு 'டீடீ டைரக்ட்' என்கிற ப்ராண்டும் இருந்தது. அது அரசாங்கத்துக்குச் சொந்தமான தூர்தர்ஷன் ஆரம்பித்து வைத்த சேவை. அதனால்தானோ என்னவோ பைசாவுக்குப் பிரயோஜனம் இல்லாமல் தரித்திரமாகச் செயல்பட்டது. அந்த ப்ராண்டை இந்த ஆட்டத்தில் சேர்த்துக்கொள்ள வேண்டாம்.

டீடீஎச் மார்க்கெட் பிறந்திருந்தாலும், வளராமல்தான் இருந்தது. டிஷ்ஷையும் டாடா ஸ்கையையும் வாங்கிய வாடிக்கையாளர்கள் குறைவுதான். பொதுவாகவே புதிய பொருள்வகைகளில் அதிக ப்ராண்டுகள் இல்லை என்றால் வாடிக்கையாளர்கள் வாங்குவது குறைவாகவே இருக்கும். புதிய பொருள்வகையைப் பற்றிய அறிவு அவர்களுக்குக் குறைவாக இருக்கும். அதோடு புதிதாக வந்திருக்கிறது, அது எப்படி இருக்குமோ என்கிற ஐயப்பாடு வேறு இருக்கும். அதனால்தான் பொதுவாகவே புதிய பொருள் வகைகள் அறிமுகப்படுத்தப்படும்போது அவற்றின் விற்பனை அதிகமாக இருப்பதில்லை.

அந்தப் பொருள்வகையில் புதிய ப்ராண்டுகளின் வரவு அதிகரிக்கும்போதுதான் அதன் விற்பனை பிக் அப் ஆகிறது. டீடீஎச் மார்க்கெட் சூடு பிடிக்க ஆரம்பித்தது 'பிக் டீவி', 'ஏர்டெல் டிஜிடல்', 'சன் டைரக்ட்', 'வீடீயோகான் டைரக்ட்' போன்ற புதிய ப்ராண்டுகளின் வருகைக்குப்பிறகுதான்.

டீடீடிஎச் என்றால் என்ன? அதன் பிரத்யேகப் பயன்கள் என்ன? கேபிள் டீவியைக் காட்டிலும் இது எப்படி பெட்டர்? விலை சற்று அதிகம் இருந்தாலும் டீடீஎச்சை ஏன் வாங்கவேண்டும்? இந்தக் கேள்விகளுக்கான விடையை இரண்டே இரண்டு ப்ராண்டுகள் கூறுவதற்கும் அரை டஜன் ப்ராண்டுகள் சேர்ந்து கோரசாகப் பாடுவதற்க்கும் வித்தியாசம் இருக்கிறதல்லவா?

ஒரு கூட்டமே சேர்ந்து காட்டுக் கத்தல் கத்தும்போது அது வாடிக்கையாளர்களின் காதுகளுக்கு மட்டுமல்லாது கண், மூக்கு, கழுத்து, கை, கால் என்று எல்லா இடத்துக்கும் சென்று

சேர்கிறது. அதோடு அந்தப் பொருள்வகை ப்ராண்டுகளுக்கு இடையே நிலவும் போட்டியினால் ப்ராண்டுகளின் தரம் கூடு கிறது, விலை குறைகிறது. இவை எல்லாம் சேர்ந்து வாடிக்கை யாளர்களை வாங்கத் தூண்டுகிறது.

இந்தக் கதை தான் அரங்கேறியது டீடீஎச் மார்க்கெட்டிலும். ப்ராண்டுகள் பெருக, போட்டியாளர்கள் அதிகரிக்க, போட்டி விரிய டீடீஎச் மார்க்கெட் பிய்த்துக்கொண்டு பறந்தது. 2002-ல் பிறந்து 2005, 2006 வரை தவழக்கூட முடியாமல் இருந்த டீடீஎச் மார்க்கெட் அதிகரித்து வந்த கடும் போட்டியால் எழுந்து நடக்க ஆரம்பித்து, அப்படியே தலைதெறிக்க ஓட வேறு தொடங்கியது. 2013-ல் இந்தியாவில் டீடீஎச் சேவையைப் பெற்றிருக்கும் வீடுகளின் எண்ணிக்கை மூன்று கோடியையும் தாண்டி நிற்காமல் பறந்துகொண்டிருக்கிறது. எல்லாம் போட்டியாளர் பெருந்தகையின் புண்ணியம்!

டீடீஎச் மட்டுமல்ல. இதே கதையைப் பல புதிய பொருள்வகை களில் கண்கூடாகப் பார்க்கலாம். 1995-ல் மொபைல் ஃபோன் சேவை முதன்முதலாகத் தொடங்கப்பட்டபோது அந்த மார்க்கெட்டை வாடிக்கையாளர்கள் சீண்டக்கூட இல்லை. அப்போது ஒவ்வொரு சர்க்கிளிலும் இருந்தது இரண்டு ப்ராண்டுகள்தான். அவர்கள் இருவரும் சேர்ந்து டீவி, ரேடியோ, பேப்பர் என்று வாடிக்கையாளர்களிடம் பேசினாலும் அவர்கள் பேச்சு யார் காதிலும் விழவே இல்லை. அந்த மார்க்கெட் தறிகெட்டு ஓட ஆரம்பித்தது புதிது புதியாக ப்ராண்டுகள் பிறந்ததற்குப்பிறகுதான்.

இன்று இந்தியாவில் 95 கோடி மொபைல் இணைப்புகள் இருக் கிறது என்றால் அதற்குக் காரணம் இரண்டாக இருந்த ப்ராண்டுகள் 15, 16 ஆகப் பெருகியதால்தான். அவர்களுக்குள் நிலவும் கழுத்து மென்னியை இழுத்துப் பிடிக்கும் போட்டியால்தான்.

தியேட்டர்களை எடுத்துக்கொள்ளுங்கள். பெரிய நகரங்களில் நன்றாகச் செயல்பட்டுக்கொண்டிருக்கும் தியேட்டர்களைப் பாருங்கள். அவை தனியாய் இல்லாமல் அருகில் சில தியேட்டர்களோடு சேர்ந்து இருப்பதைக் காணலாம். சரியாக ஓடாத தியேட்டர்களை பாருங்கள். அவை பெரும்பாலும் தனிமரங்களாக, அருகில் வேறு தியேட்டர் துணையில்லாமல் இருக்கும்.

நிறைய தியேட்டர்கள் அருகருகே இருந்தால், 'அங்கு நம்பிப் போகலாம்; ஒரு தியேட்டரில் இல்லை என்றாலும் பக்கத்து தியேட்டரில் டிக்கெட் கிடைக்கும்' என்கிற வாடிக்கையாளர்களின் நம்பிக்கைதான் காரணம்.

சென்னையில் ஒரு காலத்தில் யாரும் வராமல் காய்ந்து கொண்டிருந்த 'சத்யம் தியேட்டர்' இன்று பச்சை பசேல் என்று செழித்துக் குலுங்கக் காரணங்கள் பல உண்டு. அதில் முக்கியமான காரணம் அந்த தியேட்டர் காம்ப்ளெக்ஸை ஆல்டர் செய்து ஏழெட்டு ஸ்கிரீன்களாக மாற்றியமைத்ததுதான்.

ரிஸ்க்கான புதிய பொருள்வகைகள் பிறக்கும்போது அதில் நுழையலாமா என்று சிறிய ப்ராண்டுகள் சற்றே நின்று யோசிக்கும். அந்த மாதிரித் தருணங்களில் பெரிய ப்ராண்டுகளை அந்த மார்க்கெட்டில் முதலில் நுழையவிட்டு என்ன ஆகிறது என்று பார்ப்பதும் ஒரு விதத்தில் பயன் தரும். அவர்கள் கோதாவில் இறங்கிக் கரையேறுவதைப் பார்த்து சின்ன ப்ராண்டுகள் கற்றுக் கொள்ளலாமே. முதலில் நுழையும் ப்ராண்டுகள் கால் பதித்துச் செல்வதைப் பார்த்து அவர்கள் காலடியிலேயே கால் வைத்து பின்சென்று, முடிந்தால் அவர்களையே ஓவர்டேக் செய்யலாமே.

முதலில் நுழையும் ப்ராண்டுகள் கால் தவறி விழுந்தால் அவர்கள் செல்லும் பாதையில் ப்ராப்ளம் என்பதைப் புரிந்து கொண்டு நீங்கள் வேறு பாதையைத் தேர்ந்தெடுத்து முன்னேறலாமே!

ஒரு பொருள்வகையில் சிறிய சைஸ் ப்ராண்டுகள் மட்டுமே இருப்பதால் அந்த மார்க்கெட் வளராமல் இருப்பது ஒரு புறம் என்றால் கடைக்காரர்களும் வாடிக்கையாளர்களும்கூட அந்தப் பொருள்வகையைக் கண்டுகொள்ளாமல் விட்டுவிடுவார்கள். அந்தச் சமயங்களில் அதே பொருள்வகையில் பெரிய ப்ராண்டுகளின் வருகை அந்த மார்க்கெட்டுக்கே ஒரு மரியாதையைக் கொடுத்துவிடுகிறது.

ஷாம்பு மார்க்கெட்டில் சாஷேக்கள் அறிமுகப்படுத்தப்பட்டபோது அந்த சாஷேக்களைப் பெரிய கடைக்காரர்கள் வாங்கிக் கடைகளில் வைக்கவில்லை. 'சீ சீ, இதெல்லாம் கிராமத்திலேயும், பட்டிக்காட்டுலேயும் விற்கவேண்டிய ஐட்டங்கள். எங்கள மாதிரிக் கடைகள்ள இந்தக் கன்றாவியை விற்க மாட்டோம்' என்று கட் அண்டு ரைட்டாகக் கூறிவிட்டார்கள்.

இதனால் முதலில் வந்த சாஷே ப்ராண்டுகளான 'சிக்', 'வெல்வெட்' போன்ற ப்ராண்டுகளால் பெரிய கடைகளுக்குள் நுழைய முடியவில்லை. அதோடு பெரிய நகரங்களில் உள்ள வசதி படைத்த வாடிக்கையாளர்களும் 'இந்த சாஷே எல்லாம் பட்டிக்காட்டான்களுக்கு, நமக்கில்லை' என்று சாஷேக்களை வாங்க மறுத்துவந்தனர்.

இந்த நிலை மாறியது பெரிய ப்ராண்டுகளான 'க்ளினிக் ப்ளஸ்', 'சன்சில்க்', 'பேண்டீன்' போன்றவை சாஷே வடிவில் வந்ததற்குப் பிறகுதான். அதுவரை சாஷேக்களை தீட்டுபோல் ஒதுக்கிவந்த கடைக்காரர்கள் 'அடேங்கப்பா, இந்துஸ்தான் யூனிலீவர்', 'பி அண்டு ஜி' போன்ற பெரிய கம்பெனிகளே சாஷேக்களை அறிமுகப்படுத்தி இருக்கிறார்களே, அப்படி என்றால் இதை வாங்கிவைக்கத்தான் வேண்டும் என்று சாஷேக்களை வாங்கி விற்கத் தொடங்கினர்.

பெரிய ப்ராண்டுகள் என்று இமேஜுடன் இருந்த இந்த ப்ராண்டுகள் சாஷேயில் வருவதைப் பார்த்த வாடிக்கை யாளர்களும் 'ஓஹோ, சாஷேக்கள் நமக்கும்தான்போல் இருக் கிறது, அதுதான் பெரிய ப்ராண்டுகளும் இந்த வடிவிலேயே வருகின்றன' என்று சாஷேக்களை ஏற்றுக்கொள்ள ஆரம்பித்தனர். வாங்கவும் தொடங்கினர். பெரிய போட்டியாளர்களின் வருகை யால் சாஷேக்களுக்குக் கௌரவமும் கிடைத்தது. பெரிய கடை களில் எண்ட்ரியும் கிடைத்தது. வாடிக்கையாளர்களின் நன்மதிப் பையும் பெற முடிந்தது. எல்லாம் போட்டி ஸ்வாமிகளின் பேரருளால்!

போட்டியாளர்கள் பெருகுவதால்தான் நமது சேவையும் சிறப்பாகிறது. நமது செயல்திறனும் கூடுகிறது. போட்டி இல்லை என்றால், கேள்வி கேட்க ஆள் இல்லை என்று கேர்லஸ்ஸாக அல்லவா இருந்துவிடுவோம்.

போட்டியாளர்களிடமிருந்து நாம் பல நல்ல விஷயங்களைக் கற்றுக்கொள்ளவும் முடியும். கற்றுக்கொள்ளவும் வேண்டும். இதை நான் சொல்வதைவிட இந்தியாவின் பெரிய தொழிலதி பர்கள் வரிசையில் வேகமாய் வளர்ந்து இடம் பிடித்திருக்கும் கிஷோர் பியானி கூறுவதைக் கேளுங்கள். இவர் 'பிக் பஜார்', 'ஈஸோன்', 'பேண்டலூன்ஸ்' போன்ற பெரிய டிபார்ட்மென்ட்

ஸ்டோர்களை இந்தியா முழுவதும் திறந்து, நிர்வகித்து வரும் 'ஃப்யூச்சர் க்ரூப்'பை நிறுவியவர்.

'இந்தியா முழுவதும் டிபார்ட்மென்ட் ஸ்டோர்களைத் திறந்து அதில் குறைந்த விலையில் பொருட்களை விற்று பெருவாரியான மிடில் க்ளாஸ் வாடிக்கையாளர்களைக் கடைக்கு இழுத்து விற்கவேண்டும் என்கிற எண்ணம் எனக்கு வந்ததே சென்னையில் உள்ள 'சரவணா ஸ்டோர்ஸ்'ஸைப் பார்த்துத்தான். அந்தக் கடையைப் பார்த்து, அவர்கள் தொழில் செய்யும் விதத்தைப் பார்த்து நான் வியக்காத நாள் இல்லை. இன்னமும் சொல்லப் போனால் அந்த கடையிலேயே காலை முதல் மாலை வரை பல நாட்கள் இருந்து, அவர்கள் தொழில் புரியும் கலையைப் புரிந்துகொண்டு அதன்படித்தான் தொழில் செய்யத் தொடங்கினேன். என் வெற்றிக்குப் பெரிய காரணம், சரவணா ஸ்டோர்ஸ் எனக்குக் கற்றுக்கொடுத்த பாடங்கள்தான். அவர்களை மானசீகமாக ஏற்றுக்கொண்டு நான் கற்றுக்கொண்ட படிப்பினைககள்தான்.'

கிஷோர் பியானி தன் போட்டியாளரைப் பார்த்து வியந்தது மட்டுமல்ல. தன் கம்பெனியில் சேரும் உயர் அதிகாரிகளை சென்னைக்கு அனுப்பி, 'ஒரு வாரம் சரவணா ஸ்டோர்ஸ் சென்று இருந்து அவர்கள் தொழில் செய்யும் விதத்தைத் தெரிந்துகொண்டு வாருங்கள்' என்று கட்டளையும் இட்டிருக்கிறார்!

போட்டியாளர்களிடமிருந்து கற்றுக்கொள்ள நீங்கள் கூச்சப்படத் தேவையில்லை. இன்னும் சொல்லப் போனால் போட்டியாளர்களிடமிருந்துதான் நம்மால் அதிகமாகவே கற்றுக்கொள்ள முடியும்.

நீங்கள் துணிக்கடை வைத்திருக்கிறவர் எனில் உங்கள் கடையில் துணி வாங்காதீர்கள். உங்கள் போட்டியாளர்கள் கடையைத் தேடிச் சென்று வாங்குங்கள். அப்போதுதான் அவர்கள் வாங்கி வைத்திருக்கும் வெரைட்டிகள் உங்களுக்குப் புரியும். அவர்கள் கடைகளில் செய்திருக்கும் புதுமைகள் உங்களுக்குத் தெரியும். அவர்கள் செய்யும் தவறுகளை உங்கள் கண்கள் அறியும். அந்தத் தவறுகளை நாம் எப்படிச் செய்யாமல் இருப்பது என்கிற வழியும் தெரியும். இதையெல்லாம் செயல்படுத்துவதால் உங்கள் வியாபாரம் விரியும். உங்கள் வளர்ச்சி கண்டு போட்டியாளர்களின் வயிறும் எரியும்!

போட்டியாளர்களிடமிருந்து கற்றுக்கொள்வது கேவலம் என்று நினைத்துவிடாதீர்கள். நிர்வாகவியலில், பெஞ்ச்மார்க்கிங் (Benchmarkting) என்று இதற்காக ஒரு புதிய சித்தாந்தமே பிறந்து வளர்ந்துகொண்டிருக்கிறது!

பெஞ்ச்மார்க்கிங் என்பது நாம் நம்மில் வளர்த்துக்கொள்ள வேண்டிய ஒரு கலை. நம்மைவிடச் சிறந்த முறையில் செயல்படும் கம்பெனிகளைப் பார்த்து, ஆராய்ந்து அவர்கள் தொழில் செய்யும் விதத்தைக் கற்று அவர்களைப் போலவோ அல்லது அவர்களை விடவும் பெட்டராகவோ செயல்பட என்ன செய்யவேண்டும் என்று கற்றுக்கொள்ளும் கலை. மற்ற கம்பெனிகள் என்றில்லை, உங்கள் போட்டியாளர்களைக்கூட நீங்கள் பெஞ்ச்மார்க் செய்யலாம். செய்யவேண்டும்.

போட்டியாளர்களிடமிருந்தே கற்றுக்கொண்டு அவர்களையே போட்டுத் தள்ளும் இந்த பெஞ்ச்மார்க்கிங் கலையைப் புரிந்து செய்ய ஏழு படிகள் உண்டு.

1. உங்கள் தொழில் சம்பந்தப்பட்ட எந்தச் செயல்முறையை, எந்தச் செயலை பெஞ்ச்மார்க் செய்யவேண்டும் என்று அறுதியிடுங்கள்.
2. அந்தச் செயல்முறை அல்லது செயலை எதைக் கொண்டு மதிப்பிடுவது என்கிற செயல்பாட்டுத் திறனை முடிவு செய்யுங்கள்.
3. அந்தச் செயல்முறை அல்லது செயலில் சிறந்து விளங்கும் போட்டியாளர் யார் என்பதை நிர்ணயித்துக்கொள்ளுங்கள்.
4. சிறந்தது என்று நிர்ணயித்த கம்பெனிகளின் செயல்திறனைச் சரியாக மதிப்பிடுங்கள்.
5. உங்கள் தொழிலை அடுத்து மதிப்பிடுங்கள்.
6. உங்கள் கம்பெனிக்கும் நீங்கள் பெஞ்ச்மார்க் செய்யும் கம்பெனிக்கும் உள்ள வித்தியாசத்தைச் சரியாகப் புரிந்து கொண்டு அதை நிவர்த்தி செய்ய என்ன செய்யவேண்டும் என்று உணர்ந்துகொள்ளுங்கள்.
7. உணர்ந்ததைச் செயல்படுத்துங்கள். செயல்படுத்தியது சரியாக இருக்கிறதா, வேறேதும் செய்யவேண்டுமா என்று ரிசல்ட்டை மானிடர் செய்யுங்கள்.

பெஞ்ச்மார்க் செய்யத்தக்க போட்டியாளர்கள் என்று எதைக் கொண்டு முடிவெடுப்பது? அதற்கு நீங்கள் அதிகம் மெனெக்கெட வேண்டாம். உங்கள் வாடிக்கையாளர்களைக் கேளுங்கள். உங்கள் சப்ளையர்களிடம் விசாரியுங்கள். தொழிற்சங்கங்களை, பிசினஸ் கூட்டமைப்புகளைக் கூர்ந்து கவனியுங்கள். கடைக் காரர்கள், விநியோகஸ்தர்களிடம் பேச்சுக் கொடுங்கள். பிசினஸ் பத்திரிகைகள், தினசரிகள், ரிப்போர்டுகளை மேயுங்கள். காதைத் தீட்டி வைத்து, கண்களை அகல விரித்து, மனத்தை திறந்து வைத்துத் தேடினால் பெஞ்ச்மார்க் செய்யத் தகுந்த கம்பெனிகள் எவை என்கிற விடை உங்கள் ஆபீஸ் பெஞ்சிலேயே வந்து அமரும்!

உங்கள் கம்பெனி நன்றாக இருந்து, விற்பனையில் நம்பர் ஒன்னாக இருந்தாலும் நீங்கள் பெஞ்ச்மார்க் செய்யலாம். செய்ய வேண்டும். உங்கள் தொழில் சம்பந்தப்பட்ட ஏதோ ஒரு விஷயத்தில், ஏதோ ஒரு சின்னப் போட்டியாளர்கூட உங்களை விடவும் சிறந்ததாக விளங்குவார். அதை விடுவானேன்?

வெட்கப்படாமல், கூச்சப்படாமல் பெஞ்ச்மார்க் செய்யுங்கள். உலகெங்கும் சிறந்து விளங்கும் கம்பெனிகள்கூட பெஞ்ச் மார்க்கிங் செய்கின்றன. உதாரணத்துக்கு உலகின் தலைசிறந்த கம்பெனிகளின் ஒன்றான 'ஜீ.ஈ' (ஜெனரல் எலக்ட்ரிக்) தொழிலில் புதுமைகளைப் புகுத்துவதில் தலை சிறந்து விளங்கும் பிராக்டர் அண்டு கேம்பில் (பி அண்டு ஜி) கம்பெனியை பெஞ்ச்மார்க்கிங் செய்து அவர்களிடமிருந்து கற்றுகொண்டோம் என்று பகிரங்க மாகவே அறிவித்தது.

அப்பேர்ப்பட்ட பெரிய கம்பெனியே ஈகோ இல்லாமல் மற்ற கம்பெனிகளிடமிருந்து கற்றுக்கொள்ளும்போது நீங்களும் நானும் எம்மாத்திரம் சார்!

போட்டி என்பது நம்மில் உள்ள சிறந்ததை வெளியே கொண்டு வரத்தான். போட்டியாளர்கள் என்பவர்களே நம்மை மேலும் மேலும் பெட்டர் ஆக்கத்தான். போட்டி இல்லையேல் நாம் யாருடன் போட்டி போடப் போகிறோம்? போட்டி இல்லை யெனில் படுத்தல்லவா தூங்கப்போய்விடுவோம். எதிரி நாடு இருப்பதால்தானே நாட்டு எல்லையை யாரும் நெருங்கா வண்ணம் படைவீரர்கள் பாதுகாத்து வருகின்றனர்.

போட்டியாளர்கள் இல்லையேல் நமக்குப் போராடும் குணம் எங்கிருந்து வரப்போகிறது? திறம்பட ப்ராண்டுகளை உருவாக்கி விற்கும் வைராக்கியம்தான் எங்கிருந்து வரப்போகிறது?

நம் திறமையின் எல்லையை நாம் அடைந்து அதையும் தாண்டி முன்னேறும் உந்துதல் சக்திதான் போட்டி. அங்கு நம்மை விரட்டத்தான் போட்டியாளர்.

சிந்தித்துப் பாருங்கள். நம்மை நாமே மதிப்பிட்டுக்கொள்வது நம் போட்டியாளர்களோடு நம்மை ஒப்பிட்டு பார்த்துக் கொள்வதில்தானே!

எதிரி நல்லவனோ கெட்டவனோ இருந்துவிட்டுப் போகட்டும், இந்தக் கேள்விகளுக்குப் பதில் தெரியும் வல்லவனா நீங்கள்?

1. நீங்கள் போட்டியிடும் பொருள்வகையில் உங்களோடு போட்டியிடும் ஒரு ப்ராண்டாக நீங்கள் இருக்க வேண்டும் என்றால் எந்த ப்ராண்டைத் தேர்ந்தெடுப்பீர்கள்? ஏன்?
2. உங்கள் ப்ராண்ட் ஒரு புதிய பொருள்வகையைச் சேர்ந்ததா? அதில் உள்ள போட்டியாளர்களின் எண்ணிக்கை குறைவா?
3. புதிய பொருள்வகை ஏதேனும் இருந்து அதற்குள் நுழையத் தயங்குகிறீர்களா? அதில் வேறேதும் பெரிய ப்ராண்டுகள் நுழையக்கூடிய சாத்தியக்கூறுகள் உண்டா?
4. உங்கள் போட்டியாளர்களைப் பட்டியலிட்டு ஒவ்வொரு போட்டியாளரின் நல்ல குணங்களை, நல்ல விஷயங்களை பட்டியல் இட்டிருக்கிறீர்களா?
5. பெஞ்ச்மார்க்கிங் செய்திருக்கிறீர்களா? அதைப் பற்றி உங்கள் கம்பெனியின் ஒவ்வொருவருடனும் விவாதித்திருக்கிறீர்களா?

15

ஒண்டிக்கு ஒண்டி? ரெடி ஜூட்!

நெஞ்சே உன் ஆசை என்ன
நீ நினைத்தால் ஆகாததென்ன
இந்த பூமி அந்த வானம்
இடி மின்னலைத் தாங்குவதென்ன

- புரட்சிதாசன்

டீடீஎச், மைக்ரோவேவ், ஸ்மார்ட்ஃபோன், சானிடைசர், த்ரீ ஜி, டிஷ்வாஷர்...

இந்த லிஸ்ட்டில் உள்ள பொருள்வகைகளுக்கு அர்த்தம் தெரிந்திருக்குமா நமக்கு, பத்து வருடங்களுக்கு முன்னால்? அப்போது யாராவது உங்களைக் கேட்டிருந்தால் இதெல்லாம் ஹாலிவுட் பட டைட்டில்போல் தெரிந்திருக்கும்.

மைக்ரோமேக்ஸ், ட்ராபிகானா, டோகோமோ, கேட்டோரேட், பில்ஸ்பரி, ஓரல் பி...

இந்த ப்ராண்டுகளையாவது பத்து வருடங்களுக்கு முன்னால் கேள்விப்பட்டிருக்கிறோமா? இன்று இந்த ப்ராண்டுகளைத் தெரியாதவர்கள் உண்டா?

புதிய பொருள்வகைகள் பிறந்த வண்ணம் இருக்கின்றன. அவை பிறந்து வளர்வதற்குள் அதில்தான் எத்தனை ப்ராண்டுகள் முளைத்துவிடுகின்றன. நாளொரு பொருள்வகை, பொழுதொரு ப்ராண்ட் இன்று. ஒரு சின்ன சாம்பிள் தருகிறேன். இந்தியாவில் விற்கப்படும் சோப்பு ப்ராண்டுகளின் எண்ணிக்கை 720-ஐத்

தாண்டிவிட்டதாம். இதைப் படிக்கும்போதே உங்களுக்குக் குளிக்கும் ஆசை சுத்தமாகப் போய்விடும்!

ஒரு சோப்புக்கும் இன்னொரு சோப்புக்கும் என்ன பெரிய வித்தியாசம்? ஒன்றைத் தூக்கி, மற்றொன்றைத் தாக்கி எப்படி வித்தியாசமாக விற்பது? வாடிக்கையாளர்களுக்குத் தனியாக எப்படி நாம் தெரிவது? சுருங்கச் சொன்னால், மார்க்கெட்டில் நாம் எப்படிப் போட்டியைச் சமாளிப்பது? சந்தையில் நாம் எப்படிப் போட்டியாளரைப் போட்டுத் தள்ளுவது?

போட்டியாளர்களைப் போட்டுத் தள்ள நாம் கத்தியைத் தீட்ட வேண்டாம். புத்தியைத் தீட்டினால் போதும். நல்ல உத்தியைப் பிரயோகப்படுத்தினால் போதும்! ஏனெனில் மார்க்கெட்டிங் யுத்தத்தில் நீங்கள் உங்கள் எதிரியின்மீது பயன்படுத்துவது உங்கள் புத்திசாலிதனத்தை மட்டுமே!

புத்தியைத் தீட்டி, உத்தியைக் கத்திபோல் காட்டி மிரட்டத்தான் மார்க்கெட்டர். கத்தியின்றி ரத்தமின்றி யுத்தம் ஒன்று வருகுது என்று சொல்லப்பட்டது மார்க்கெட்டிங் யுத்தங்களையும் சேர்த்துத்தான்!

உத்தியை உருவாக்குவதின் தாத்பர்யமே போட்டியைச் ரமாளிக்கத்தான் என்கிறார் மைக்கல் போர்ட்டர்.

போட்டியைச் சமாளிப்பதில் உள்ள சிரமம் என்ன? இருட்டில் நடக்கும் போர், மார்க்கெட்டிங். எதிராளி சட்டென்று கண்களுக்குத் தெரிவதில்லை. அடர்ந்த பனி மூட்டத்தில் நடக்கும் கைகலப்புதான் மார்க்கெட்டிங். எதிரி என்ன பிரயோகிக்கப் போகிறான் என்பதும் புரிவதில்லை. எப்படிப் பிரயோகிக்கப் போகிறான் என்பதும் தெரிவதில்லை. ஆனாலும் எதிராளியோடு போர் புரியவேண்டும். தற்காத்துக்கொள்ளவேண்டும். முடிந்தால் போட்டுத் தள்ளவும் வேண்டும். இதற்குத் தேவை ஷார்ப்பான புத்தி, சக்ஸஸ்ஃபுல்லான உத்தி!

மார்க்கெட்டில் நீங்கள் என்ன செய்ய முடியும் என்பதல்ல விஷயம். போட்டியாளர் உங்களை என்ன செய்ய விடுகிறார் என்பதுதான் விஷயம். மார்க்கெட்டிங் யுத்தத்தில் ஒரு ப்ராண்ட் தன் மூவை முடிக்கும் முன்பே அதற்குப் பதிலடி தயாராக இருக்கிறது இன்னொரு ப்ராண்டிடமிருந்து. அதனால்தான்

மார்க்கெட்டிங் யுத்தங்களில் கிடைக்கும் வெற்றியும் தாற்காலிக மாகவே இருக்கிறது .

உத்திகள் என்று வரும்போது பொதுவாகவே பல மார்க்கெட் டர்கள் இரண்டு தவறுகளைச் செய்கிறார்கள். ஒன்று, மார்க்கெட்டின் போக்கைச் சரியாகக் கவனிக்கத் தவறுகிறார்கள். ஸ்மார்ட்ஃபோன்களுக்கு மார்க்கெட் மாறத் தொடங்கியதைக் கவனிக்கத் தவறி விற்பனையைக் கற்பனை செய்து பார்க்க முடியாத அளவு தொலைத்த நோக்கியாவின் கதையை நினைத்துப்பாருங்கள்.

இரண்டாவது, மாறி வரும் மார்க்கெட் உலகில் இருந்தும், ஒரு காலத்தில் வெற்றி பெற்றுத் தந்த உத்தி மீண்டும் அதே வெற்றியைப் பெற்றுத் தரும் என்று நினைக்கிறார்கள். கருப்பு வெள்ளைத் திரைப்படங்கள் மட்டுமே வெளி வந்த காலத்தில் ரிலீஸான கலர்ப் படங்களின் போஸ்டர்களில், தங்கள் படப் பெயருக்குக்கீழ் பெரிய எழுத்தில் 'கலர் படம்' என்று போட் டிருப்பார்கள். 'ஆஹா, கலர் படமாம், போய்ப் பார்க்கலாம்' என்று ரசிகர்களைப் படம் பார்க்கத் தூண்டும் என்று. எல்லாமே கலர்ப் படங்களாக எடுக்கப்படும் இந்தக் காலத்தில் இந்த உத்தி பயன் தருமா?

எந்த உத்தியை, எந்த நேரத்தில், எந்த ப்ராண்டோடு, எப்படிப் பயன்படுத்தவேண்டும் என்று அக்குவேறு ஆணிவேறாக இது வரை அலசிவிட்டோம். உத்திகள் எங்கிருந்து வரவேண்டும், எப்படி வரவேண்டும், அவற்றின் தன்மைகள் என்னென்ன என்பதையும் பார்க்கவேண்டும். என்ன ரெடியா? ஜூட்!

போர்த் தந்திரங்களைத் திறமையாக வகுப்பவர்கள், தாங்களே முன்னின்று போர் புரிந்தவர்களாக இருந்திருப்பார்கள். போரின் உக்கிரத்தை நேரில் பார்த்து, அனுபவித்து உணர்ந்தவனுக்குத் தான் போர்த் தந்திரங்களை வகுப்பதின் சூட்சுமம் புரியும். ஏனெனில் போர்க்களத்தின் சத்தத்திலும் ரத்தத்திலும் பிறப்பது தான் போர்த் தந்திரம். அந்தப்புரத்திலோ, உப்பரிகையிலோ பிறப்பதல்ல அது. அதேபோல்தான் மார்க்கெட்டிங் உத்திகளும்.

மார்க்கெட்டின் வெயிலிலும் புழுதியிலும் அலைந்து, கடை கடையாக ஏறி இறங்கி, வாடிக்கையாளர்களை நேரில் சந்தித்து, போட்டியை நேரில் பார்த்தவனால் மட்டுமே படைக்க முடியும்

சிறந்த உத்திகளை. கான்ஃபரன்ஸ் ரூம் ஏசியில் காலாட்டிக் கொண்டு பேசுவதால் பிறப்பதல்ல அது.

நல்ல உத்தி என்பது என்ன? எதிராளியின் பதிலை முன்கூட்டியே அனுமானித்து அதற்கேற்ப வகுக்கப்படுவதே நல்ல உத்தி. கிரிக்கெட்டில் சிறந்த பேட்ஸ்மேன் என்பதற்கு அடையாளம் வெறும் ஃபோரும் சிக்ஸும் அடிப்பது மட்டுமல்ல. பவுலர் அடுத்து என்ன பால் போடப்போகிறான் என்பதை அவன் போடு வதற்கு முன்பே கணித்து அதற்கேற்பத் தன் ஷாட்டை ரெடியாகத் திட்டமிட்டு அதைத் திறம்படப் பிரயோகிப்பவனே சிறந்த பேட்ஸ்மேன்.

உத்தியை வகுக்கும்போது போட்டியாளர் அதற்கு என்ன பதிலளிப்பார் என்று அனுமானித்து வகுக்காமல் அவரால் என்ன பதிலளிக்க முடியும் என்று ஆராய்ந்து வகுக்கவேண்டும். உத்தியின் நோக்கம் போட்டியாளரைவிடப் பெரியதாக ஆக அல்ல; போட்டியாளரைவிட சிறப்பானவராக மாற. அதனால் தான் மார்க்கெட்டிங் யுத்தங்களில் வெல்லத் தேவை வீரம் அல்ல, விவேகம். அதிகநேரம் போரிட்டு வருவதல்ல வெற்றி; அது அறிவுபூர்வமாகச் சிந்தித்து வருவது! You win by thinking smarter; not longer என்கிறார்கள் ஆல் ரீஸ்ஸும் ஜாக் ட்ரவுட்டும்.

கூர்மையான உத்திகளை அமைக்க, நேர்மையான ப்ளானிங், திட்டமிடுதல் தேவை. அந்தத் திட்டமிடுதலின் முதற்படி சதா சர்வகாலமும் அலர்ட்டாக இருப்பது. எந்த நேரத்திலும் போட்டி வரும். எந்த ரூபத்திலும் போட்டியாளர் வருவார். எப்படி வேண்டுமானாலும் தாக்குதல் இருக்கும் என்கிற உணர்வு எப்போதும் மார்க்கெட்டருக்குத் தேவை. மீண்டும் ஒரு முறை கார்கில்லை நினைத்துப் பாருங்கள். அதைச் சில காலம் இழந்த தற்குக் காரணம் அலர்ட்டாக இல்லாதது. சியாச்சினில் நம் கொடி வீரமாகப் பறந்துகொண்டிருப்பதன் காரணம் நாம் அலர்ட்டாக இருப்பதுதான்.

போரிலும் சரி, மார்க்கெட்டிங்கிலும் சரி, தோற்பதைக்கூட மன்னித்துவிடலாம். அசால்ட்டாக இருப்பதற்கு மன்னிப்பே கிடையாது! அதற்குத் தகுந்த பரிசு மரண தண்டனை. நாம் அளிக்கவேண்டாம். அதைப் போட்டியாளரே பரிசாகக்

கொடுத்து உங்களைப் பரலோகத்துக்கு பார்சல் செய்துவிடுவார். அவர் செலவில்!

போட்டியைச் சமாளிக்க, சிறந்த உத்திகளை வகுக்க நீங்கள் எப்போதும் செய்யவேண்டியது 'சினாரியோ ப்ளானிங்'. அதாவது எப்பேர்ப்பட்ட சூழ்நிலைகளை எதிர்பார்த்திருப்பது; எந்த வகையில் நிலைமை மாறும் என்று அனுமானிப்பது; போட்டியாளர்களின் அடுத்த முயற்சி என்னவாக இருக்கும் என்று யூகிப்பது. நடக்கப்போவது எல்லாமும் நமக்குத் தெரியாது என்றாலும் அதற்கான நேர்மையான முயற்சி செய்து, வருமுன் காக்கத் தேவையான ப்ளானிங்கை ரெடியாகச் செய்து வைப்பதுதான் சினாரியோ ப்ளானிங். அதற்கான படிகளை இப்போது பார்ப்போம்.

- உங்கள் ப்ராண்டைத் தாக்கி அதில் வெற்றி பெறக்கூடிய வேறொரு ப்ராண்டை உருவாக்க என்ன செய்யவேண்டும் என்று யோசியுங்கள்.
- அந்த ப்ராண்டின் தன்மைகள் என்னவாக இருக்கும்? அது அளிக்ககூடிய பயன்கள் என்னவாக இருக்கும்?
- அந்த ப்ராண்ட் உங்களைத் தாக்க என்ன உத்தியைப் பயன்படுத்தும்?
- வகுத்த உத்தியை எந்த வகையில் அந்த ப்ராண்ட் உங்கள்மீது பயன்படுத்தும்?
- அது வெற்றி பெறுவதற்கு என்னென்ன வாய்ப்புகள் இருக்கும்?
- அந்தத் தாக்குதலினால் உங்கள் ப்ராண்டின் நிலை என்னவாகும்?

இத்தனை கேள்விகளுக்கும் தெளிவான பதில் கிடைத்ததா உங்களுக்கு. இப்போது நீங்கள் உருவாக்கிய அந்த ப்ராண்டாக ஏன் உங்கள் ப்ராண்டை மாற்றக்கூடாது? சிந்தித்துப் பாருங்கள்.

சுருங்கச் சொன்னால், உங்கள் போட்டியாளரின் அடுத்த மூவைக் கணித்து அதை நீங்களே பிரயோகித்து உங்களை நீங்களே பாதுகாத்துக்கொள்கிறீர்கள்.

வேகமாக மாறி வரும் மார்க்கெட் போட்டியைச் சமாளிக்கவும், போட்டியாளர் தாக்குதலிலிருந்து தப்பிக்கவும், பகையைப்

போட்டுத் தள்ளத் தேவை இரண்டு தாரக மந்திரங்கள்: Anticipation and Preparation. எப்போதும் எதிர்பார்த்திருப்பது. எதிர் கொள்ளத் தயாராக இருப்பது.

அதோடு காம்பெடிடிவ் இண்டெலிஜென்ஸை வளர்த்துக்கொள் ளுங்கள். மார்க்கெட்டிங் உலகில் வெற்றி பெற உங்களுக்குத் தேவை திறமையான உத்திகள். அந்த உத்திகளை வகுக்க உங்க ளுக்குத் தேவை இன்ஃபர்மேஷன். அதைத் திறம்படச் சேகரிப்பது எப்படி என்று அனுதினமும் யோசித்துச் செயல்படுங்கள்.

மார்க்கெட்டிலேயே பழியாகக் கிடக்கும் உங்கள் சேல்ஸ்மேன் களை முதலில் தயார்ப்படுத்துங்கள். மார்க்கெட்டில் என்ன நடக்கிறது, போட்டி எந்த அளவில் கிடக்கிறது, பகை புதியதாக என்ன படைக்கிறது என்று தேடித், துருவி, நோண்டி, நெம்பி மேட்டர்களைச் சேகரிக்கும் கலையை அவர்களுக்குக் கற்றுத் தாருங்கள். சிறந்த இன்ஃபர்மேஷன் தருபவர்களுக்குப் பரிசு கொடுத்து உற்சாகப்படுத்துங்கள்.

போட்டியாளர்களின் விளம்பரங்களை, கையேடுகளை, நோட்டீஸ் பிட்டுகளைச் சேகரியுங்கள். அவர்கள் என்ன செய்கிறார்கள், அவர்களின் ப்ளான் என்ன என்பவைதானே அதில் செய்தியாக இருக்கின்றன? அதுதானே உங்களுக்கும் தேவை!

பேப்பர், பத்திரிகைகளை விடாமல் படிப்பதை ஒரு வழக்க மாக்கிக் கொள்ளுங்கள். உங்கள் கம்பெனியில் உள்ளவர்களை யும் படிக்கச் சொல்லுங்கள். முடிந்தால் அத்தனை பேப்பர்களை யும் வாங்கி அனைவரும் படியுங்கள். உங்கள் போட்டியாளர் களைப் பற்றி ஏதேனும் செய்தி வந்தால் அதைச் சேகரித்து கம்பெனியில் அனைவரிடமும் பகிர்ந்துகொள்ளுங்கள்.

செய்தி சேகரிப்பது ஒருபுறம் என்றால் அதை அலசி, ஆராய்ந்து, அதிலிருந்து விஷயத்தைக் கறந்து, புரிந்துகொள்வதும் முக்கியம். அதைக்கொண்டு திறமையான உத்திகளை அமைப்பது அதைவிட முக்கியம்.

போட்டியாளர் தன் விலையைக் குறைக்கப் போகிறார் என்பது இன்ஃபர்மேஷன். அவர் எந்தக் காரணத்துக்காகக் குறைக்கிறார் என்று அனுமானிப்பது இன்ஸ்டிங்க்ட். போட்டியாளரின் விலைக் குறைப்பை அவர் பிரயோகிக்கும் முன்பே அதற்கான பதிலடியைத் தயாராக வைத்திருப்பது இண்டெலிஜென்ஸ்!

நீங்கள் உங்கள் போட்டியைப் பற்றிச் செய்தி சேகரிப்பதைப் போலவே உங்கள் போட்டியாளர்களும் சேகரித்துக்கொண்டிருப் பார்கள் என்பதையும் எப்போதும் மனத்தில் நிறுத்திக்கொள் ளுங்கள். உங்கள் கம்பெனியைப் பற்றிய செய்திகள், உங்கள் உத்திகள், திட்டங்களை ரகசியமாக வைத்திருப்பதற்குத் தேவை யான வழிமுறைகளை உங்கள் கம்பெனியில் உருவாக்குங்கள்.

கம்பெனி ரகசியங்களை எப்படிக் கட்டிக்காப்பது?

ரொம்ப சிம்பிள். உங்கள் போட்டியாளர்களைப் பற்றி, அவர் களின் ப்ளான்களைப் பற்றி, அவர்களின் ரகசியங்களைச் சேகரிக்க என்ன செய்கிறீர்களோ அதைத்தானே, அதைப்போல் தானே, அந்த வழியைத்தானே அவர்களும் உபயோகிப்பார்கள் - உங்களிடமிருந்து விஷயங்களை கறப்பதற்கு! அந்த வழிகளைத் தேடி மூடுங்கள்; அந்த ஓட்டைகளைப் பிடித்து அடையுங்கள்.

திருட்டை தடுக்கும் வழி, திருடன் எப்படித் திருடுவான் என்று அவனைப் போலவே சிந்தித்து அதற்கேற்றபடி தற்காத்துக் கொள்வதுதானே!

காம்பெட்டிடிவ் இண்டெலிஜன்ஸ்ஸை வளர்த்துக்கொள்ள நீங்கள் கேட்கவேண்டிய கேள்விகள்; பெறவேண்டிய பதில்கள்.

1. உங்கள் முக்கியப் போட்டியாளர்கள் இப்போது யார்? ஐந்து வருடங்களுக்குப் பிறகு யாரெல்லாம் போட்டி யாளர்கள் இருப்பார்கள் என்று நினைக்கிறீர்கள்?
2. உங்கள் போட்டியாளர்களின் உத்திகள், நோக்கங்கள், குறிக்கோள்கள் என்னென்ன?
3. உங்கள் போட்டியாளர்களின் பலங்கள் என்னென்ன? பலவீனங்கள் என்னென்ன?
4. உங்கள் போட்டியாளர்கள் எதிர்காலத்தில் என்னென்ன மாற்றங்களைக் காணுவார்கள் என்று நீங்கள் அனுமானிக்கிறீர்கள்?
5. அவர்களின் உத்திகள் எவ்வாறு மாறும் என்று நீங்கள் யூகிக்கிறீர்கள்?

6. நீங்கள் போட்டியிடும் மார்க்கெட் எத்தகைய மாற்றங்களை எதிர்காலத்தில் சந்திக்கும் என்று நினைக்கிறீர்கள்?
7. அந்த மாற்றங்களுக்கு உங்களையும் உங்கள் ப்ராண்டையும் தயார் செய்துகொண்டு வருகிறீர்களா?
8. மேலே உள்ள கேள்விகளை ஐந்து வருடங்களுக்குமுன் உங்களை நீங்களே கேட்டுக்கொண்டீர்களா? அப்போது நீங்கள் அனுமானித்த பதில்களுக்கும் தற்சமயம் நடந்துகொண்டிருப்பதற்கும் உள்ள வித்தியாசங்களை உணர்ந்தீர்களா?
9. அதிலிருந்து என்னென்ன கற்றுக்கொண்டீர்கள்?

16

போறதுக்கு முன்னாடி ஒண்ணு சொல்லிட்டுப் போறேன் பங்காளி!

தெளிவாகத் தெரிந்தாலே சித்தாந்தம்
அது தெரியாமல் போனாலே வேதாந்தம்

- கவிஞர் கண்ணதாசன்

ஒரு ஊரில் வெகு காலமாகவே ஒரு ஜவுளிக்கடை இருக்க, ஒரு நாள் அதன் பக்கத்திலேயே புதிதாக ஒரு ஜவுளிக் கடை திறக்கப் பட்டது. பழைய ஜவுளிக்கடை முதலாளி தன் கடையின் பெருமையை வாடிக்கையாளர்களுக்குக் கூறும் வகையில் தன் கடை வாசலில் ஒரு பெரிய போர்டில், 'நாற்பது வருடப் பாரம்பரியம் உள்ள கடை இது' என்று எழுதி வைத்தாராம்.

அடுத்த நாளே புதிய ஜவுளிக்கடை முதலாளி அதற்குப் பதிலடி கொடுக்கும் வகையில் தன் கடை வாசலில் அவர் பங்குக்கு ஒரு போர்டை எழுதி வைத்தாராம். 'புத்தம் புதிய கடை. இங்கு பழைய ஸ்டாக்குகள் அறவே கிடையாது!'

இது ஜோக் இல்லை சார். அமெரிக்காவில் 'வுல்வர்த்' என்னும் டிபார்ட்மெண்ட் ஸ்டோரைப் பற்றிய உண்மைச் சம்பவம். வுல்வர்த் புதிய ஊர்களுக்குச் செல்லும்போது அங்குள்ள பழைய டிபார்ட்மெண்ட் ஸ்டோர்களைப் போட்டுத் தள்ளிய முறை இது.

மார்க்கெட்டிங் புத்தகங்கள் பலவும் மார்க்கெட்டிங் விற்பன்னர்கள் பலரும் ஒன்றை மட்டுமே போதித்து வந்திருக்கிறார்கள்: 'வாடிக்கையாளர்கள்மீது எப்போதும் கவனம் வையுங்கள்.

வாடிக்கையாளர்களை மகிழ்விப்பதுதான் மார்க்கெட்டிங்' என்று.

இதைத் தவறு என்று சொல்லவில்லை. ஆனால் வாடிக்கை யாளர்கள் மட்டுமேதான் மார்க்கெட்டிங்கா?

இல்லை. வாடிக்கையாளர்களின் தேவைகளை பார்த்து, படித்து, பூர்த்தி செய்தும் பல கம்பெனிகள் படுத்துவிட்டனவே, அது எப்படி? வாடிக்கையாளர்களைத் தேடி திருப்தி செய்தும் பல ப்ராண்டுகள் படுகுழியில் விழுகின்றனவே, அது எவ்வாறு?

அதே வாடிக்கையாளர்களின் தேவைகளைப் பரிபூரணமாய்கப் பூர்த்தி செய்து, அதோடு வேல்யூ அடிஷனாக மேலும் பல பயன் களை அளித்து அவர்களைத் திருப்திப்படுத்துவதோடு மட்டும் நில்லாமல் அவர்களை மகிழ்ச்சி வெள்ளத்தில் ஆழ்த்தும் போட்டியாளர்கள் இருப்பதால்.

புத்துணர்ச்சி தருகிறேன் என்று பேசிய 'ஃபா' ஃபெயிலியர். ஆனால் அதையே அளித்த 'லிரில்' சக்சஸ் ஆனதே.

'கூல் பைக்' என்று கூறிய 'அப்பாச்சி' அல்பாயுசில் அகால மரண மடைய, அதையே தந்த 'பல்சர்' பிய்த்துக்கொண்டு போகிறதே.

ஆயுர்வேத மூலிகைகள் நிறைந்தது என்ற 'மெடிமிக்ஸ்' மூடிக் கொண்டு கிடக்க, அதையே கொண்ட 'ஹமாம்' கமான் கமான் என்று கிண்டி ரேஸ் குதிரைபோல் பறக்கிறதே.

ஆக, மார்க்கெட்டிங்கின் பிரதான குறி வாடிக்கையாளர் என்றாலும், போட்டியாளர் என்று ஒருவர் இருப்பதால்தான் மார்க்கெட்டிங் என்பதற்கே முக்கியத்துவம் கிடைக்கிறது. போட்டி இல்லை என்றால் எந்த கம்பெனியாவது மார்க்கெட்டிங்கைப் பற்றிக் கவலைப்படுமா? போட்டியாளர்களே இல்லை என்றால் எல்லா கம்பெனிகளும் மார்க்கெட்டிங் டிபார்ட்மெண்டை இழுத்து மூடி அந்த இடத்தை கோடவுன்களாக மாற்றியிருக்கும்!

உங்களுக்குப் புரியும் பாஷையில் சொல்கிறேன். தமிழ்நாட்டில் உள்ள எந்த டாஸ்மாக் கடையாவது சுத்தமாக இருந்து பார்த்திருக் கிறீர்களா? எந்த டாஸ்மாக்கிலாவது வாடிக்கையாளர் சேவை திருப்தி அளிக்கிறதா? எந்தக் கடையிலாவது சரக்குக்குச் சரியான விலை வசூலிக்கப்படுகிறதா?

டாஸ்மாக் கடையில் சுத்தம் இல்லை, சுகாதாரம் இல்லை. ஊழியர்களிடம் மட்டு இல்லை, மரியாதை இல்லை. வாடிக்கை யாளகளுக்கு நல்ல சேவை இல்லை; நியாய விலை இல்லை. இருந்தும் சக்கைப் போடு போடுகிறது.

டாஸ்மாக் ப்ராண்டுக்கு மட்டும் இது எப்படிச் சாத்தியப்படு கிறது?

டாஸ்மாக்குக்குப் போட்டி இல்லை. அதுதான் காரணம். போட்டியாளர் இருந்தால் இத்தனை அவலங்கள் அரங்கேறுமா? சரக்கு வாங்க நமக்கு வேறு வழிகள் இருந்து, டாஸ்மாக்கில் இத்தனை அவலங்கள் இருந்தால், நாம்தான் டாஸ்மாக் பக்கம் செல்வோமா? சரக்கு விற்கும் வேறு கடைப் பக்கம் அல்லவா தள்ளாடிக்கொண்டே போயிருப்போம்!

'நீல்கிரீஸ் டிபார்ட்மெண்ட் ஸ்டோர்' அழுக்காக இருந்து பார்த்திருக்கிறீர்களா? அதன் ஊழியர்கள் மரியாதைக் குறைவாய் நடந்ததாகக் கேள்விப்பட்டிருக்கிறீர்களா? நிர்ணயிக்கப்பட்ட விலைக்குமேல் வசூலிக்கிறார்கள் என்று யாராவது குற்றம் சாட்டியிருக்கிறார்களா?

ஏன், நீல்கிரீஸ் டாஸ்மாக்போல் இல்லை? சுத்தமாக இருக்க வேண்டும் என்று அவர்களுக்கு மட்டும் என்ன தலையெழுத்து? அன்பாகச் சேவை செய்ய அவர்களுக்கு மட்டும் என்ன நிர்ப் பந்தம்? வாடிக்கையாளர்களை ஏமாற்றாமல் இருக்கவேண்டும் என்று அவர்களுக்கு மட்டும் எதற்கு நேர்த்திக் கடன்?

ஏனென்றால் நீல்கிரீஸ் கொஞ்சம் அசந்தாலும் அடித்துப்போட 'ஃபுட்வேர்ல்ட்' இருக்கிறது. சற்று சோர்ந்தாலும் பிடித்துத் தள்ள 'ரிலையன்ஸ் ஃப்ரெஷ்' காத்திருக்கிறது. சேவை சற்று தளர்ந் தாலும் தடாலடியாகத் தாக்க 'கண்ணன் டிபார்ட்மெண்ட் ஸ்டோர்' கண்கொத்திப் பாம்பாகப் பார்த்துக்கொண்டிருக்கிறது!

வாடிக்கையாளர்களை மதிக்காமல் இருந்தும் டாஸ்மாக் தழைக்கிறது. வாடிக்கையாளர்களை மகிழ்ச்சியில் மூழ்கடித்தால் மட்டுமே நீல்கிரீஸால் தழைக்க முடியும்.

போட்டியும் போட்டியாளர்களும் இருப்பதால்தான் மார்க்கெட்டிங் என்கிற சித்தாந்தமே. அது இல்லை என்றால் இந்தப் புத்தகமே வேண்டாம்!

கவிஞர் கண்ணதாசன் இன்று இருந்து, நிர்வாகவியல் படித்திருந் தால், 'அர்த்தமுள்ள மார்க்கெட்டிங்' என்றொரு புத்தகம் எழுதி அதில் இப்படிப் பாடியிருப்பார்:

> உறவு என்றொரு சொல் இருந்தால் பிரிவு என்றொரு பொருள் இருக்கும்
>
> மார்க்கெட் என்றொரு இடம் இருந்தால் போட்டி என்றொரு பகை இருக்கும்!

அதனால்தான் முதல் பக்கதிலிருந்து சொல்லிக்கொண்டு வருகிறேன். மார்க்கெட்டிங் என்பது பகையும் பகைமையும் கொண்ட போர் விளையாட்டு. பாவ புண்ணியம் பார்க்க, பாசம் காட்ட, பச்சாதாபப்பட மார்க்கெட்டிங் ஒன்றும் பள்ளிக்கூட விளையாட்டல்ல. பாம்புகளும் பயங்கரங்களும் நிறைந்த பரமபத ஆட்டம் அது. அசந்தால் பாம்பில் இறங்கி படுபாதாளத் துக்கு பார்சல் செய்யப்படுவீர்கள்.

அதனால் மன்னித்துவிடும் குணத்தை மூட்டை கட்டி வையுங்கள். 'போனால் போகிறது, பிழைத்துப் போ' என்கிற பெரிய மனதை மண்ணில் போட்டுப் புதையுங்கள்.

மார்க்கெட்டிங் என்பது அடிதடி, வெட்டுக்குத்து, வீச்சரிவாள் விளையாட்டு, கன் ஃபைட், என்கவுண்டர்கள் நிறைந்த ருத்ர தாண்டவம். க்ரோதங்களும் துவேஷங்களும் நிறைந்த ரத்தக் காட்டேறி ரணகளம். முடியாதவர்கள் மூடிக்கொண்டு முதியோர் நிலையம் நடத்துங்கள்! பாவ புண்ணியம் பார்ப்பவர்கள் படுத்துக்கொண்டு பல்லாங்குழி ஆடுங்கள்.

மார்க்கெட்டிங் என்பது ஒரு மாரத்தான் ரேஸ். தம் பிடித்து ஓட வேண்டும். ஓடிக்கொண்டே இருக்கவேண்டும். சக்ஸஸுக்கு மட்டுமல்ல, சர்வைவலுக்கே ஓடிக்கொண்டிருக்கவேண்டும். ஓடாமல் ஓரிடத்தில் நின்றிருந்தால் போட்டியாளர் உங்களைக் குறி வைத்து அம்பை எய்து கொல்வது எளிதாகப் போய்விடும்.

வேகமாக நகராமல் இருப்பதால்தான் எருமையைச் சிங்கம் எளிதில் அடித்துக் கபளீகரம் செய்ய முடிகிறது. ஓடிக்கொண் டிருப்பதால்தான் மானைப் பிடிக்க அதே சிங்கம் சிரமப் படுகிறது.

ஓடுங்கள். ஓடுங்கள். மார்க்கெட்டின் ஓரத்துக்கே ஓடுங்கள். பகை துரத்தும். போட்டி நெருக்கும். போட்டியாளர் போட்டுத் தள்ளுவார். தோல்வி உங்களைத் தழுவிக்கொள்ளலாம். மீண்டும் சுதாரித்து எழுந்து ஓடுங்கள். இப்போது உங்களை அடித்த அதே போட்டியாளர் முன்னால் முதுகு காட்டிக்கொண்டு ஓடிக்கொண்டிருக்கிறார். அவரை போட்டுத் தள்ளுகள். அந்த வெற்றியின் சுவையை அனுபவிப்பீர்கள். தோல்வியின் வலியை அதற்குமுன் நீங்கள் உணர்ந்ததால்!

வெற்றி பெற்றாலும் ஓடுவதை மட்டும் நிறுத்தாதீர்கள். போட்டியாளர் அனைவரையும் போட்டுத் தள்ளினாலும் தொடந்து ஓடுங்கள்.

உங்களின் பிரதான் போட்டியாளரே நீங்கள்தான். நீங்கள்தான் உங்கள் பெரும் பகையே. உங்களோடுதான் உங்கள் போட்டியே. நீங்களே உங்கள் போட்டியாளர்.

மற்றவர்களோடு போட்டி போடும்போது, வெற்றி பெற அவர்களைவிட நீங்கள் பெட்டராக இருந்தால் போதும். உங்களோடு நீங்களே போட்டி போடும்போதுதான் மேலும் மேலும் பெட்டராகிக்கொண்டே போவீர்கள்.

உங்களோடு நீங்கள் போட்டி போடும்போது அந்தப் போட்டிக்கு மட்டும் முடிவே கிடையாது. நீங்கள் அடையப் போகும் வெற்றிக்கும் அளவே இருக்காது!

அதற்கு முன்கூட்டியே என் வாழ்த்துகள்!

---

www.ingramcontent.com/pod-product-compliance
Lightning Source LLC
LaVergne TN
LVHW100811051026
849519LV00006B/2037